நாடோடிகள்: வாய்மொழி வரலாறும் உலகக் கண்ணோட்டமும்

முனைவர் ஆ. தனஞ்செயன்

பரிசல்

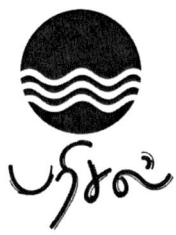

நாடோடிகள்: வாய்மொழி வரலாறும்
உலகக் கண்ணோட்டமும்
ஆ. தனஞ்செயன்©
பரிசல் முதல் பதிப்பு: டிசம்பர் 2021

வெளியீடு: பரிசல் புத்தக நிலையம்
235, P. பிளாக் MMDA காலனி
அரும்பாக்கம், சென்னை - 600 106.
பேச: 9382853646
மின்னஞ்சல்: parisalbooks@gmail.com

அச்சுக்கோப்பு : வி. தனலட்சுமி
அச்சாக்கம்: கம்ப்யூ பிரிண்டர்ஸ், சென்னை - 600 086.

பக்கம்: 244

விலை ரூ: 260

Nadodigal: Vaimozhi Varalarum Ulaga Kannottamum
(Nomads: Oral History and World View)
A. Dhananjayan ©
Parisal First Edition: December 2021

Published by Parisal Putthaga Nilayam
No. 235, 'P' Block MMDA Colony
Arumbakkam, Chennai - 600 106.
Mobile: 93828 53646
Email: parisalbooks@gmail.com

DTP : V. Dhanalakshmi

Printed at: Compu Printers, Chennai - 86.

ISBN : 978-81-91949-42-6

Pages: 244

Price Rs. 260

முன்னுரை

தமிழக நாடோடிச் சமுகங்களை முன்னிறுத்தி, அவர்களுடைய வழக்காறுகள், இனவரைவியல், வரலாறு, உலகக் கண்ணோட்டம் ஆகிய கருத்தியல் தளங்களில் ஆராய்கிறது இந்நூல். தனது முதற்பகுதியில் இடம்பெற்ற கட்டுரைகள் வாயிலாக வாய்மொழி வரலாற்று முறையியல் களையும் வரலாற்று எழுதுமுறையில் மக்கள் வழக்காறுகள் ஆற்றும் பங்கையும் விரிவாகப் பேசுகிறது. ஏற்றுக்கொள்ளப்பட்ட வரலாற்றுச் சான்றுகளால் கட்டமைக்கப்படுவதே வரலாறு என்ற ஆவணமுறை வரலாறு பற்றிய கருத்தியலை மறுக்கும் மாற்று வரலாறு பற்றிய முறை யியல்கள், "கீழிருந்து எழும் வரலாறு", "குரலற்றவர்களின் குரல்", "இனக்குழு வரலாறு" "வட்டார வரலாறு", நாட்டார் வரலாறு", "வாய்மொழி வரலாறு" என்பன போன்ற கருத்தருவங்கள் வாயிலாக முன்வைக்கப்பட்டன.

தங்களுக்கென எழத்துவடிவங்கள் அற்ற மொழிகள் பேசும் பல்வேறு இனக்குழுக்கள், நாடோடிகள், வேளாண்மைக் குடிகள், பல்வேறுபட்ட உழைப்புச் செயற்பாடுகளில் ஈடுபட்ட பாட்டாளிகள் ஆகியோர் தங்களுக்கென்று வரலாறு அற்றவர்கள் என்று புறக்கணிக்கப்பட்ட சூழலில் அவரவர் வரலாற்றை அவரவர் வாய்மொழியாலேயே வடிவம் கொடுத்த முறையியலே வாய்மொழி வரலாறு.

'நாட்டார் வழக்காறுகள் எதற்கும் இலாயக்கற்றவை' என்று நிறுவனமயப் படுத்தப்பட்ட ஆவணமுறை வரலாற்றியலர்களால் நிராகரிக்கப் பட்ட நிலையில்' அந்நாட்டார் வழக்காறுகளே

வரலாற்றுக்கண்ணாடிகளாகும்' என்றும், 'நாட்டார் வழக்காறுகள் அலங்கரிக்கப்பட்ட வரலாறு' என்றும் கோட்பாடுகள் முன்வைக்கப்பட்டன." நாட்டார் வழக்காறுகள் கடந்த காலத்தின் எதிரொலி மட்டுமல்ல, நிகழ்காலத்தின் சக்திமிக்க குரலுமாகும்" – என்று வழக்காறுகளின் இயங்குதிறம் பொருத்தமாக நிறுவப்பட்டது.

இவ்வாறு, வாய்மொழி வரலாற்று முறையியல்கள், கோட்படுகள் பரவலாகப் பேசப்படும் சூழலில், நாட்டார் வரலாறு (Folk History) என்பது, தனது முறையியலின் இயல்புகள் வாயிலாக மக்களின் அகவய நோக்கிற்கும் கூட்டுக் கண்ணோட்டத்திற்கும் முதன்மை இடம் கொடுக்கும் அணுகுமுறையால் தனித்துவத்தோடு நிற்கிறது. "குறிப்பிட்ட மக்கள், தங்களைப் பற்றிக் கூறும் வாய்மொழிசார்ந்த மரபான கதைகளின் தொகுப்பே நாட்டார் வரலாறு" என்பது அதன் சாராம்சம் ஆகும் (லின்வுட் மான்டெல்),

"கீழிருந்து மேல் நோக்கி எழும் வரலாறுதான் நாட்டார் வரலாறு. அதில் மக்கள் தாங்களே தங்கள் வரலாற்று ஆசிரியர்களாக ஆகிறார்கள்" (போக்கின்) என்ற வரையறையும், 'குறிப்பிட்ட சமுதாய மக்கள் அனைவரும் தம் கடந்த காலத்தைப் பற்றிக் கொண்டிருக்கும் கூட்டுக் கண்ணோட்டமாகப் பார்க்கப்படும் நாட்டார் வரலாற்றின் தனித்துவமும், புதிர்மை மிக்க கடந்த காலத்தில் ஆழ வேரூன்றி நிற்கும் அலைகுடிகளின் வரலாற்றைப் பேசுவதற்கான முறையியலாக நாட்டார் வரலாறு அமைகிறது. இந்நெறிமுறையை அடியொற்றியே "நாடோடிகளின் தோற்றப் புராணங்கள் வெளிப்படுத்தும் நாட்டார் வரலாறு" என்னும். கட்டுரை.

'தனது இருத்தலின் மூலம் குறிப்பிட்ட மக்களின் வாழ்க்கை முறையின்மேல் தாக்கம் செலுத்துவது எதுவோ அதுவே அவர்தம் உலகக் கண்ணோட்டமாகும்' என்னும் சாராம்சம் கொண்ட உலகக் கண்ணோட்டம் என்பது நாட்டார் சிந்தனையாகவும், தத்துவமாகவும் வாழ்க்கை பற்றிய நோக்காகவும், இலட்சிய நெறியாகவும் அணுகப்படுகிறது.

தம்முடைய வாழ்க்கையைக் கடவுளர்களால் சபிக்கப்பட்ட ஒன்றாகவும், நாடோடியத்தை அதிலிருந்து மீட்சியுறும்

உபாயமாகவும் நோக்கும் நாடோடிகளின் சிந்தனைகளைப் பிரதிபலிக்கும் அவர்தம் சமுகத் தோற்றப் புராணங்கள் வாயிலாக அவர்களுடைய உலக நோக்கை”நாடோடிகளின் வாழ்வியலும் உலகக் கண்ணோட்டமும்“கட்டுரை ஆராய்கிறது.

ஆதியன் என்பதே தங்கள் சமுகப் பெயர் என்று உரிமை கோரும் நாடோடிச் சமுகமான பூம்பூம் மாட்டுக்காரர்களின் சமுக வாழ்க்கை முறையை இனவரைவியல் அறிமுகமாக ஒரு கட்டுரை எடுத்துரைக்கிறது. நாடோடியம் என்ற சமுக ஒழுங்குமுறையைத் தளர்ச்சியுறாமல் பாதுகாப்பதில் அம் மக்களின் புராண வழக்காறுகள் ஆற்றும் பங்களிப்பைச் செயற்பாட்டுக் கோட்பாட்டு அடிப்படையில் “பூம் பூம் மாட்டுக்காரர்கள் : நாடோடி முறையின் தோற்றப் புராணமும் சபிக்கப்பட்ட வாழ்க்கையும்” கட்டுரை விவாதிக்கிறது.

காலந்தோறும் ஏற்பட்டுவரும் சமுக, அறிவியல் ரீதியான மாற்றங்களின் தாக்கம், நாடோடிச் சமுகங்களிடத்தும் குறிப்பிடத்தக்க வகையில் ஏற்பட்டுள்ளது. அதனை வெளிப்படுத்துவதே” வைணவ இரவலர்களின் கிராம வாழ்க்கை: நாடோடியத்திலிருந்து நிலைக்குடி வாழ்க்கையை நோக்கிய நகர்வு” எனும் கட்டுரையாகும். அவ்வாறே, நாடோடிச் சமுகங்களில் நிலைகுடிச் சமுகங்களின் பண்பாட்டுத் தாக்கம் பற்றிய ஆய்வும் குறிப்பிடத்தக்கது.

தமிழகத்தில் காணப்படும் கலைகள், வாய்மொழி மரபுகள், நிகழ்கலை வடிவங்கள் ஆகிவற்றை உள்ளடக்கிய நிலைக்குடிகளின் பண்பாட்டுத் தளத்தில் அலைகுடிகளுக்கான இடம் காணப்படாமை பற்றிய கேள்வியை எழுப்பக் கூடியதாக “எங்கோ தொலைவில் ஒலிக்கும் நாடோடிகளின் இசை” எனும் கட்டுரை அமைகிறது.

இந்நூலில் இடம் பெற்றுள்ள கட்டுரைகளில் அண்மைய ஆண்டுகளில் எழுதப்பட்ட “நாட்டார் வழக்காறுகளும் வரலாறும்: நான்கு வகை நிலைப்பாடுகள்”, “நாடோடிகளின் தோற்றப்புரணங்கள் வெளிப்படுத்தும் நாட்டார் வரலாறு”ஆகியவற்றைப் புதிய ஆராய்ச்சி இதழில் (எண் 05 – 07) வெளியிட்டவர் அதன் பொறுப்பாசிரியர் முனைவர் நா.இராமசந்திரன்; “கடந்த காலத்தின் நிகழ் காலம்: நாட்டார்

வரலாறு பற்றிய ஓர் அறிமுகம்", கட்டுரையை Interdisciplinary Research Journal For Humanities இதழில் (எண் 5) வெளியிட்டவர் முனைவர் இதயராஜா; அன்று, 'வல்லினம்' என்ற சீரிய இதழை நடத்தி, அதில் "எங்கோ தொலைவில் ஒலிக்கும் நாடோடிகளின் இசை", "வாய்மொழி வரலாறு பற்றிய முறையியல்" உள்ளிட்ட கட்டுரைகளை வெளியிட்டு ஆர்வமூட்டியவர் திரு.மகரந்தன். இவர்களுக்கு என் மனமார்ந்த நன்றி. தொடர்ந்து என் ஆய்வுக் கட்டுரைகளை கணினியாக்கம் செய்து உதவுபவர் ஆய்வாளர் முனைவர் டி.நமசிவாயம்; அவருக்கு மிகுந்த நன்றி.

கடந்த முப்பதாண்டுகளாகத் தனது உலகத்தை என்னோடும் எம் மக்களோடும் ஒருங்கிணைத்து வியாபகப்படுத்திக் கொண்டிருப்பவர் என் மனைவி திருமதி.வள்ளி; எழுதுவதை உற்சாகப்படுத்துவது போல் விமர்சிக்கவும் செய்வார். அவ்வப்போது என் கவனம் மையம் கொண்டிருக்கும் தேடுபொருள் குறித்து உசாவி அறிந்து, உரையாடித் தொலைவை அண்மைப்படுத்தும் என் மகள் அபிதா விசுவநாதன், மருமகன் திரு.எல்.விசுவநாதன்; அக்கறை காட்டும் மகன் கௌதம்.

"இந்நூல் உருவாக்கத்திற்கு செம்மையாக அச்சுக்கோப்பு செய்து உதவிய திருமதி வி.தனலட்சுமி, நேர்த்தியாக அட்டை வடிவமைப்பு செய்த திரு.லார்க் பாஸ்கரன். ஆகியோருக்கு மனமார்ந்த நன்றி யைத் தெரிவித்துக் கொள்கிறேன்".

நீண்ட காலமாக, புத்தக விற்பனை, வெளியீடு என வாசிப்புச் சூழலை வளர்த்தெடுப்போரில் ஒருவராக நம் கவனம் ஈர்த்தவர் நண்பர் திரு.செந்தில்நாதன்; தமது பரிசல் புத்தக நிலையம் வாயிலாக இந்நூலை வெளிக்கொணரும் அவருக்கு மிகவும் நன்றி.

ஆ. தனஞ்செயன்
20, கல்யாணி நகர்
திருநெல்வேலி 11
27.12.2021

உள்ளே...

பகுதி: அ
நாட்டார் வழக்காறுகளும் வரலாறும்

1. நாட்டார் வழக்காறுகளும் வரலாறும்:
   நான்கு வகை நிலைப்பாடுகள் — 9

2. வாய்மொழி வரலாறும் வாய்மொழி மரபும்:
   முறையியல் குறிப்புகள் — 27

3. கடந்த காலத்தின் நிகழ்காலம்:
   நாட்டார் வரலாறு பற்றிய ஓர் அறிமுகம் — 41

பகுதி: ஆ
வரலாறும் உலகக் கண்ணோட்டமும்

4. நாடோடிகளின் தோற்றப் புராணங்கள்
   வெளிப்படுத்தும் நாட்டார் வரலாறு — 60

5. நாடோடிகளின் வாழ்வியலும்
   உலகக் கண்ணோட்டமும் — 101

பகுதி: இ
நாடோடியம்: அலைதலும் நிலைத்தலும்

6. பூம்பூம் மாட்டுக்காரர்:
   இனவரைவியல் அறிமுகம் — 135

7. வைணவ இரவலர்களின் கிராம வாழ்க்கை:
   நாடோடியத்திலிருந்து நிலைக்குடி வாழ்க்கையை
   நோக்கிய நகர்வு — 160

8.	பூம்பூம் மாட்டுக்காரர்கள் : நாடோடி முறையின் தோற்றப் புராணமும் சபிக்கப்பட்ட வாழ்க்கையும்	178
9.	எங்கோ தொலைவில் ஒலிக்கும் நாடோடிகளின் இசை	204
10.	தமிழக நாடோடிச் சமூகங்களில் நிலைக்குடிச் சமூகங்களின் பண்பாட்டுத் தாக்கம்	219
	நூலடைவு	238

நாட்டார் வழக்காறுகளும் வரலாறும்: நான்கு வகை நிலைப்பாடுகள்

மக்களுடைய வாய்மொழி மரபுகளை வரலாற்றுக்குப் பயன்படுத்திக் கொள்ளுதல், வாய்மொழி மரபுகள் வாயிலாக வரலாற்றை இனம் காணுதல் என்பன தொடர்பாக வரலாற்றியலர்கள், நாட்டார் வழக்காற்றியலர்கள் ஆகியோரிடையே கடந்த காலத்தில் நடைபெற்ற விவாதங்களில் வாய்மொழி மரபினை எதிர்த்தும் ஆதரித்தும் கருத்துக்கள் வெளிப்பட்டுள்ளன. லின்வுட் மான்டெல், தாம் எழுதிய 'தி சாகா ஆஃப் கோயி ரிட்ஜ்' என்னும் நூலில் கெண்டுக்கியின் புறநகர்ப் பகுதியில் வாழ்ந்த ஆப்பிரிக்க – அமெரிக்க மக்களின் குடியிருப்பின் தோற்றம் மற்றும் அதன் அழிவைப் பற்றிய வாய்மொழி வரலாற்றைப் பதிவு செய்துள்ளார். அந்நூலின் முன்னுரையில், நாட்டார் வழக்காறுகளை வரலாற்றிற்குப் பயன்படுத்துவதில் காணப்படும் சிக்கல்கள் எவை என்பது பற்றிய விவாதங்களைத் தொகுத்துக் கொடுத்துள்ளார். இவ்விவாதங்கள் சுமார் நான்கு வகையான நிலைப்பாடுகளை எடுத்துக்காட்டுகின்றன.

முதலாவது நிலைப்பாடு என்பது வாய்மொழி மரபுகளை எதற்கும் லாயக்கற்றவை என்று கடுமையாகத் தாக்கிப் புறந்தள்ளக்கூடிய அணுகுமுறையாகும். வரலாற்று ஆதாரங்கள் எனப்படும் மூலங்களைப் பழைய வழக்கத்தின் அடியொற்றியே ஆவணப்படுத்துவதில் நாட்டமுடைய வரலாற்றியல் அறிஞர்கள் சிலர், 'வாய்மொழி மரபுகளை வைத்துக்கொண்டு வரலாற்றியலன் ஆக்கப்பூர்வமாக எதனையும் செய்ய முடியாது' என்கின்றனர்.

ஆ. தனஞ்செயன்

இரண்டாவது நிலைப்பாட்டினரின் அணுகுமுறை என்பது, வாய்மொழி மரபினைத் தீவிரமாகத் தாக்காவிட்டாலும், வரலாற்றை எழுதுவதில் அதனைக் கையாளும் போது அம்மரபின்பால் உரிய முன்னெச்சரிக்கை தேவை என்று வலியுறுத்துகிறது.

மூன்றாவது நிலைப்பாடு, நாட்டார் வழக்காறுகளைக் குறித்த ஆதரவான கருத்தினைக் கொண்டிருப்பது. இந் நிலைப்பாட்டினை முன்னிறுத்துவோர், 'நாட்டார் வழக்காறு என்பது வரலாற்றுக் கண்ணாடியாகும்' என்னும் சிந்தனையை அழுத்தமாக வெளிப்படுத்துகின்றனர். அதாவது, 'நாட்டார் வழக்காறுகளின் வாயிலாக வரலாற்றினைக் காணமுடியும்' என்னும் நிலைப்பாடாகும்.

நான்காவது நிலைப்பாடு என்பது நாட்டார் வழக்காறுகளை மேலும் சாதகமாக அணுகுகிறது. அதாவது, மக்களுடைய கதைகள், பாடல்கள் போன்றவை வரலாற்று உண்மை என்னும் பின்புலத்தில் வேரூன்றியிருப்பவையாகும் என்னும் கருத்தை உறுதிப்படுத்துகிறது. லின்வுட் மான்டெல் இந்நான்கு நிலைப்பாடுகளையும் அடியொற்றி முன்வைக்கும் கருத்துக்களின் சாராம்சங்களை நிரல்படக் காணலாம்.

நாட்டார் மரபெனும் வரலாற்றுப்பிழை

"கடந்த காலத்தின் அல்லது நிகழ்காலத்தின் சம்பவங்கள் பற்றிய எழுத்து வழியிலான ஆவணமே வரலாறாகும்" என்று வரலாற்றை வரையறுப்பவர் ஹோமர் சி. ஹாக்கெட் என்பவர். நாட்டார் வழக்காறுகள் பற்றிய அவருடைய அணுகுமுறை என்பது சற்று விசித்திரமானது. 'மக்களுடைய பழமரபுக் கதைகள், மரபுகள் போன்றவை முற்றிலும் நிராகரிக்கப்பட வேண்டியவை. ஏனென்றால், அவை தம்மளவில் சாதகமான மதிப்பு எதனையும் கொண்டிருக்கவில்லை. ஆதலால், வரலாற்றியலர் அவற்றைக் கொண்டு பயன்படுமாறு எதனையும் செய்யறி இயலாது' என்னும் கருத்தை உறுதிபடக் கூறுகிறார்.

தகவல் ஆவணம், தொல்லியல் மற்றும் இவை போன்ற ஏனைய துறைகளுக்குரிய உறுதிப்படுத்தக்கூடிய சான்றுகள் கிடைக்காத நிலையில், வரலாற்றியலன் நாட்டார் வழக்காற்று

வடிவங்களைக் கொண்டு ஆக்கப்பூர்வமாக ஏதும் செய்ய இயலாது. அதற்கான மிகவும் எளிய காரணம் எது என்று கேட்டால், அவற்றின் தோற்றம் பற்றி எதையும், கண்டறிய முடியாது என்பதுதான். அத்துடன், வழக்காற்றின் தோற்றம் பற்றிய அறிதல் இல்லாமல், சாதாரணமான திறனாய்வு சோதனையைக் கூட நடத்த முடியாது. இவ்வாறு நாட்டார் வழக்காற்றினை நிராகரித்த ஹாக்கெட் 1955இல் மீண்டும் தனது தாக்குதலை நடத்தினார். 'கடந்த காலத்தின் அல்லது நிகழ்காலச் சம்பவங்களின் எழுத்து வடிவ ஆவணமே வரலாறு' என்று வரலாற்றை விளக்கிய ஹாக்கெட், சிலவகைப் பண் பாட்டுப் பருப்பொருட்களுக்கு ஆவணத்தன்மை உண்டு என்று அங்கீகாரம் கொடுத்தார். அந்தச் சில வகைப் பொருட்களாவன: தட்டுமுட்டுச் சாமான்கள், கட்டுமான அமைப்புகள், ஆயுதங்கள், கலைப் பொருட்கள் போன்றவற்றை, எழுத்துப்பூர்வமான ஆவணங்கள் கிடைக்காத நிலையில் அவற்றை ஈடுகட்டும் வகையில் வரலாற்றியலன் பயன்படுத்திக்கொள்ளலாம் என்று கூறினார். புராணங்கள், மரபுக் கதைகள் அல்லது ஏனைய மரபுகள் போன்றவற்றைத் தகவல் தொடர்புச் சாதனங்கள் என்னும் வகையில் வரலாற்றியலனுக்கு உதவும் வண்ணம் பயன்படுத்திக் கொள்ளலாம் என்றால், அவற்றில் அதற்கான திறன் எதுவும் இல்லை என்று கூறி நாட்டார் வாய்மொழி மரபுகளையும் ஹாக்கெட் நிராகரித்தார். ஆனால், பின்னர் வட்டார வரலாறு, நாட்டார் வழக்காறு இரண்டினுக்கும் இடையே ஓர் இணைவு நிலை உள்ளது என்று ஒத்துக்கொண்டார்.

வரலாற்று ஆய்வுக்கு எவற்றை எல்லாம் ஆதாரங்களாகச் சேர்த்துக் கொள்ளலாம் என்று வரலாற்று எச்சங்களின் பட்டியல் ஒன்றினை ஆலன் ஜான்சன் என்பவர் 1926இல் வெளியிட்டார். அப்பட்டியலில் சுமார் முப்பத்தாறு வகையான வரலாற்றுச் சான்றுகள் இடம் பெற்றிருந்தன. இதில் வேடிக்கை என்னவென்றால் அந்தப் பட்டியலில் வாய்மொழி மரபுக்கு என்று அவர் இடம் கொடுக்கவே இல்லை. அதற்கு அவர் கூறிய காரணம், 'வாய்மொழி மரபு, தலைமுறை தலைமுறையாக எழுத்து வடிவில் பதிவு செய்யப்படாமல் வாய்மொழியாகவே கையாளப்படுகிறது' என்பதுதான். எழுத்தில் பதிவு செய்யப்படும் நிலையில்தான் ஒன்று வரலாற்றுக்கான

ஆவணத் தன்மையைப் பெறுகிறது என்பது அவருடைய நம்பிக்கை. இவ்வாறு வாய்மொழி மரபினைத் தாக்கி மறுத்து வந்த அவருடைய நிலைப்பாட்டிலும் ஒரு சிறிது மாறுதலான அணுகுமுறை வெளிப்பட்டது. அதாவது, ஐஸ்லாந்து நாட்டின் வீர காவியம் (Saga) பற்றியும் அதனில் பொதிந்திருக்கும் வரலாற்றுத் தன்மை குறித்தும் எழுதும்போது, பின்வருமாறு ஒரு கருத்தினைக் குறித்திருந்தார்: 'குறிப்பிட்ட எந்தச் சூழ்நிலைகளில் தொழில்முறைக் கதைசொல்லி பாரம்பரியமான வாய்மொழி மரபினை முழுமை கெடாமல் பாதுகாப்பதில் பெருமை கொள்கிறாரோ அத்தகைய ஒரு சூழலில், அவர் விவரிக்கும் கதையானது நிலையான உள்ளடக்கத்தினையும் மாறாத வடிவத்தினையும் கொண்டிருக்கும். அந்நிலையில் அக்கதைக்கு உடனடியாக எழுத்து வடிவம் கொடுக்கப்படுமானால், பெரிய அளவில் மாறுதல் இல்லாமல் இருக்கும். இத்தகைய பின்புலத்தில் ஐஸ்லாந்து புராணக் கதையின் வரலாற்றுத் தன்மையானது பாதுகாக்கப்படும்.'

வாய்மொழி மரபுக்கு எதிரான கருத்தினை முன்வைத்தவர்களுள் ஒருவர் ராபர்ட் எச். லோவி என்னும் மானிடவியலராவார். ஹாக்கெட், ஆலன் ஜான்சன் ஆகியோருக்கு ஒரு சில ஆண்டுகளுக்கு முன்னரே (1915) வாய்மொழி மரபின் மெய்மைப் பண்பு (Veracity) குறித்துத் தமது விமர்சனங்களை எழுப்பினார். இதற்கு எடுத்துக்காட்டாக வட அமெரிக்க இந்தியர்களின் வாய்மொழி மரபுகளை எடுத்துக்கொண்டு விவாதித்தார். அதில் அவர் முத்தாய்ப்பாக, 'இந்திய மரபு என்பது வரலாற்று அடிப்படையில் எந்தப் பயனும் இல்லாதது' என்று சாடினார். அதற்கான காரணங்களையும் அவர் வெளிப்படுத்தினார். அதாவது, 'இந்திய வாய்மொழி மரபில் இடம்பெறும் சம்பவங்கள் என்பன உண்மையில் நடந்தவையாக இருக்கலாம். ஆனால், அவை எந்த வரலாற்று முக்கியத்துவத்தையும் தக்க வைத்திருக்கவில்லை. மேலும், மிகவும் முக்கியத்துவம் வாய்ந்த நிகழ்வுகளை மிகவும் துல்லியமாகப் பதிவு செய்யத் தவறி விட்டது'. தொடர்ந்து கூறுகையில், யுத்தங்களையும், சச்சரவுகளையும் பற்றிப் பேசும் அக்கதைகள் யாவும் உண்மையில் நடந்த நிகழ்வுகளின் பதிவுகள் அல்ல; அவை நாட்டார் வழக்காறுகளே ஆகும்.

அவை அவற்றின் நிலவியல் அடையாளங்களோடு இணைத்துச் சான்றளிக்கப்பட்டுள்ளன என்றார்.

பாரம்பரிய வாய்மொழிக் கதைகள் உள்ளடக்கியுள்ள சாதகமான அம்சங்கள் என்று சிலவற்றை லோவி ஏற்றுக்கொள்கிறார். இனக்குழுப் பண்பாடோடு அணுக்கமாகத் தொடர்புடைய உளவியல், சமூக, சமய நிகழ்வினங்கள் பற்றி அறிந்துகொள்வதில் வாய்மொழிக் கதைகள் இன்றியமையாத இடத்தை வகிக்கக் கூடியவை. ஆனால், அந்தக் கதைகள் விவரிக்கக் கூடிய செய்திகளுக்கு எந்த ஒரு வரலாற்று முக்கியத்துவமும் கிடையாது என்று உறுதியாக லோவி மறுதலிக்கிறார்.

'எந்த ஒரு வாய்மொழிக் காப்பியமும் வரலாற்று உண்மை என்னும் ஆதாரத்திலிருந்து தோன்றவில்லை' என்று மிகவும் உறுதியான மறுப்புக் கொள்கையை வெளிப்படுத்தியவர் லார்ட் ராக்லான் ஆவார். நாட்டார் வழக்காற்று ஒப்பாய்வில் தோய்ந்தவரான ராக்லான், 'வாய்மொழி மரபு வரலாறு' பற்றிய ஐயுறுதல் கொள்கையாளரும் ஆவார். செவ்வியல்படைப்புகள், இடைக்காலத்திய மரபான வாய்மொழிக் கதையாடல்கள் ஆகியவற்றில் தீவிர ஆய்வில் ஈடுபட்டவர். தம்முடைய ஆய்வில் கண்ட சில தீர்க்கமான முடிவுகளை அவர் முன்வைத்தார். 'மிகப் பெரும் நாட்டார் காப்பியங்கள், புகழ்வாய்ந்த புராணக் காப்பியங்கள் (Saga) வீரயுகப் பழமரபுக் கதைகள், கதைப்பாடல்கள் அவ்வளவு ஏன், ஏசுநாதரின் கதையும்கூட, முழுமுதலாகச் சடங்கியல் நாடகத்திலிருந்தே தருவிக்கப்பட்டவையாகும். மாறாக, அவை வரலாற்று உண்மை என்னும் ஆதாரத்திலிருந்து தோன்றியவை அல்ல' என்று கூறினார்.

'பாரம்பரியமான வீரர்கள் யாவரும் மனிதர்கள் அல்லர்; அவர்கள் 'கடவுளர்கள். ஒட்டுமொத்தமான நாட்டார் பழமரபுக் கதை என்பது, சடங்கியல் நிகழ்வுகளோடு தொடர்புடைய புராணிய நிகழ்வு விவரணைகளின் துண்டுத் துணுக்குகளாகும். இடையில் சடங்குகள் இயற்றுதல் நிறுத்தப்பட்டதற்குப் பின்னர், வாய்மொழிக் கதையாடல்கள் மட்டும் எஞ்சி நிலைத்தன. பின்னர் அவையும் நாட்டார் மரபு என்னும் வரலாற்று

அனுபவங்களின் விவரணைகளாகப் பேணப்பட்டன. எழுத்தறிவு பெறாத மக்கள், வரலாற்று நிகழ்வு பற்றிய ஆவணத்தை நூற்றைம்பது ஆண்டுகளுக்கு மேல் வாய்மொழியாகப் பாதுகாத்து வைத்திருக்க இயலாதவர்கள். ஆகவே, மரபின் வரலாற்றுத் தன்மையில் ஏதேனும் நம்பிக்கையானது நம்ப வேண்டும் என்னும் விருப்பத்திலிருந்துதான் தோன்றியதே தவிர, உண்மைகளைப் பகுத்தாராய்தல் என்பதிலிருந்து தோன்றவில்லை' என்று கருதினார் ராக்லான்,

வாய்மொழி மரபின் வரலாற்றுத் தன்மை குறித்து லார்ட் ராக்லான் மேற்கண்டவாறு எழுப்பிய விமர்சனங்களுக்கு முன்னோடிகளாக அமைபவர்கள் இரண்டு நாட்டார் வழக்காற்றியலர்கள் ஆவர். எட்வின் சிட்னி ஹார்ட்லேண்ட், ஆல்ஃபிரட் நட் என்னும் இவ்விரு அறிஞர்களும் தத்தம் ஆய்வின் வாயிலாக வாய்மொழி வரலாற்றுக் கதையாடல்களின் ஆதாரத்தன்மை குறித்து எதிரிடையான கண்ணோட்டங்களையே முன் வைத்தனர்.

பெர்சியசின் பழமரபுக்கதை பற்றி ஆராய்ச்சி மேற்கொண்ட ஹார்ட்லேண்ட், சில ஆஃப்ரிக்க வாய்மொழி மரபுகள், அடிப்படையில் நம்பகத்தன்மை உடைய வரலாற்று உள்ளீடுகள் அற்ற வெறுமைகளாகவே உள்ளன என்று தகுந்த ஆதாரங்களை எடுத்துக்காட்டி விவாதித்தார். ராக்லானைப் போலவே வாய்மொழி மரபின் வரலாற்று நம்பகத் தன்மையின் காலவரையறை குறித்துத் தமது கருத்தை வெளிப்படுத்தினார். வாய்மொழி மரபில் வரலாற்று நம்பகத் தன்மை என்பது ஒரு குறிப்பிட்ட குறைந்த காலகட்ட அளவுக்கே நீடித்திருக்கக் கூடியது என்றார். இதற்கு உதாரணமாக ஆஃப்ரிக்க மக்கள் மரபுகளைச் சுட்டிக் காட்டினார். ஆப்பிரிக்க மக்களிடையே வரலாற்று நம்பகத்தன்மை என்பது நூறு ஆண்டுகள் முதல் இருநூறு ஆண்டுகள் என்னும் கால வரையறைக்குட்பட்டதாகவே இருந்தது என்றும் கூறினார்.

சர் வில்லியம் ரிட்ஜவே என்பவர் 'கிரேக்கத்தின் தொடக்க காலம்' என்னும் நூலை எழுதினார். அந்நூலில் 'ஹோமரின் பாடல்களை வரலாறாக அங்கீகரிக்க வேண்டும்' என்னும் வேண்டுகோளை வலியுறுத்திருந்தார். ஆல்ஃபிரட் நட்,

இக்கருத்தினை ஒட்டுமொத்தமாக எதிர்த்தார். அவரை நோக்கி ஒரு கேள்வியையும் எழுப்பினார். 'வாய்மொழி மரபு சார்ந்த புராணப் பண்பாட்டு யுகத்தில் வாழ்ந்த மிகவும் தொல்பழங்குடி மக்களிடையே வரலாற்றுப் புராணங்கள் எப்போதேனும் வழக்கில் இருந்திருக்க முடியுமா?' என்பதே அக்கேள்வி.

நாட்டார் வழக்காறு– அலங்கரிக்கப்பட்ட வரலாறு
"நாட்டார் வழக்காறு என்பது ஓர் அலங்கரிக்கப்பட்ட வரலாறாகும்". அதாவது மிகைப்படுத்தப்பட்ட வரலாறு என்னும் ஓர் அணுகுமுறையை முன்வைத்தவர் ஜோன் வேக் (Joan Wake) என்பவர். இவர் பிரிட்டனைச் சேர்ந்த வரலாற்றியலர். பழைய ஆங்கிலேயக் கிராமங்களின் நாட்டார் மரபுகள் என்பன முடிவே இல்லாமல் அலையுறுதலுக்கும் மாறுதல்களுக்கும் ஆளாகக்கூடியவை. அவற்றில் மதிப்புமிக்கவை ஏராளமாக உள்ளன இவ்வாறு நாட்டார் மரபுகளின் இயல்புகளையும் சாதக நிலைகளையும் ஜோன் வேக் அணுகினார். ஏறக்குறைய இத்தகைய கருத்தியல் நோக்கில் ஒத்தியைந்து போகக் கூடியவர்களாக அமெரிக்கோ பரிடேஸ், மெர்லி டபள்யூ வெல்ஸ், லூயிஸ் ஆர். கோட்ஸ்சாக், ஒய்.எம். சொக் கோலாவ் போன்றோர் காணப்படுகின்றனர்.

நாட்டார் வழக்காறுகளில் வழங்கும் வரலாறு பற்றிப் பேசும்போது, "நாட்டார் வழக்காறு எப்போதும் வரலாற்று உண்மைகளை முற்றிலுமாகச் சிதைத்து விடுவதில்லை" என்று அமெரிக்கோ பரிதேஸ் எழுதினார். ஒப்பிட்டு நோக்குவதற்குப் போதிய ஆவணங்கள் கிடைக்கும் நிலையில், ஒருவர் இயல்பாகவே படிமுறைகளைத் தடம்காண முடியும் – அதாவது, நாட்டார் குழுவின் சொந்த உலகக் கண்ணோட்டத்தை உறுதிப்படுத்துவதற்காக வரலாற்றை மறுவடிவப்படுத்துதல், உலகளாவிய கலைப் பண்பு முனைப்புக் கூறுகளுடன் வெளிப்படையான வரலாற்று விளக்கச் செய்திகளை இணைத்து அலங்கரித்தல் போன்ற படிமுறைகளை இனம் காண முடியும் என்று கோடிட்டுக் காட்டினார்.

அமெரிக்கோ பரிதேஷ் மற்றொரு ஆலோசனையையும் கூறினார்: 'ஓர் வரலாற்றியலன் வரலாற்றுத் தரவுகளைச் சேகரித்துத் தொகுக்கும் போது, அவன் ஒரு நாட்டார்

வழக்காற்றியலனின் ஆராய்ச்சி நெறிமுறைகளைப் பற்றி நன்கு அறிந்துகொண்டிருக்க வேண்டும். அத்துடன் நாட்டார் கதை மரபுகளில் எத்தகைய கலைப் பண்பு முனைப்புக் கூறுகள் எத்துணை அளவிற்கு இடம்பெறும் என்பது தொடர்பாக வரலாற்றியலன் பெற்றிருக்கக் கூடிய அறிவென்பதே அவனுக்குப் பாதுகாப்பாக அமையும்' என்றும் கூறினார்.

வரலாற்றியலரும் ஆவணக் காப்பாளருமான மெர்லி வெல்ஸ் என்பவர் வரலாற்றியலர்களுக்குச் சில ஆலோசனைகளை வழங்கினார். 'நாட்டார் வழக்காறுகளின்பால் ஆர்வமில்லாத வரலாற்றியலர்கள், தங்களுடைய ஆய்வுப்படைப்பை நல்ல நாட்டார் வழக்காற்றியலர்களை அணுகி அவ்வப்போது பரிசோதனை செய்துகொள்ள வேண்டும். நூற்றுக்கணக்கான நாட்டார் வழக்காற்று வகைமைகள் ஆயிரக்கணக்கான நாட்டார் வழக்காற்றுக் கலைப்பண்பு முனைப்புக் கூறுகள் ஆகியவற்றைப் பற்றி முழுமையாக அறிந்திருக்கக்கூடிய ஓர் ஆற்றல்மிக்க நாட்டார் வழக்காற்றியலர் மட்டுமே அறிவார்ந்த வரலாற்று விவரணையில், வரலாற்றிலிருந்து நாட்டார் வழக்காற்றினை வேறுபடுத்தி இனம் காண்பதற்கு இன்றியமையாத திறமையைக் கொண்டவராக இருக்க வியலும்'.

லூயிஸ் கோட்ஸ்டாக் என்பவர், 'வாய்மொழி மரபினை முறையான எச்சரிக்கையோடு பயன்படுத்திக் கொள்ளும் போது, அது முறைசார் வரலாற்றியலனின் முயற்சிகளுக்கு உறுதுணை புரியும்' என்று கூறினார்.

சுவிஸ் நாட்டின் விடுதலைப் போரில் ஈடுபட்ட ஒரு வீரர் வில்லியம் டெல் என்பவர். ஆனால், இவர் ஒரு கற்பனை நாயகர், பதினாறாம் நூற்றாண்டைச் சேர்ந்த டாக்டர் ஃபேர்ஸ்டஸ் என்பவர் ஒரு மந்திரவாதி. இவர் இறந்தோரின் ஆவிகளோடு பேசுவதிலும் குறி சொல்வதிலும் வல்லவர். இவர்கள் இருவர் குறித்தும் பழமரபுக் கதைகள் மக்களிடம் வழங்குகின்றன. "இவை நாட்டார் வழக்காறுகளில் கிடைக்கும் சிறந்த உதாரணங்கள். இவ்வழக்காறுகள் மக்களுடைய விருப்பங்கள், மூட நம்பிக்கைகள், வழக்கங்கள் போன்றவற்றைப் பிரதிபலிக்கும் இயல்பின. இவை யாவும் அம்மக்கள் மத்தியில் தோன்றியவை. வரலாற்றாசிரியனோ நாட்டார் வழக்காற்றியலனோ பழமரபுக்

கதைகளின் அழகியல் இழைப்பின்னல்கள், அப்பழமரபுக் கதைகளின் நம்பகத்தன்மை உடைய ஆதார மூலங்கள் ஆகிய இரண்டினுக்கும் இடைப்பட்ட வேறுபாட்டை இனம் காண இயலுமெனில், அவை வரலாற்றியலனுக்கு உதவும்." இவ்வாறு, தம்முடைய 'வரலாற்றைப் புரிந்துகொள்ளுதல்' என்னும் நூலில் வழக்காறுகளில் காணப்படும் வரலாற்றுத் தன்மையைக் குறித்து லூயிஸ் கோட்ஸ் சாக் பேசுகிறார்.

'அரிதாகச் சில உதாரணங்கள் உண்மையிலிருந்து விலகியவையாக இருந்தாலும் பெரும்பான்மையான ரஷ்ய வரலாற்றுப் பாடல்கள் என்பன வரலாற்றுக்கான மிகச் சிறந்த மூலாதாரங்களாக விளங்குகின்றன' என்று ஒய்எம். சொக்கலாவ் தம்முடைய ஆய்வில் இனங்கண்டுள்ளார். மக்களுடைய மனப்பாங்கு என்பது, அதிபயங்கர இவானை எவ்வாறு இலட்சியமாந்தனாக ஆக்கிக் காட்டியது என்பதையும், அதன் வாயிலாக வரலாற்று உண்மை என்னும் தடத்திலிருந்து விலகிச் செல்ல வழி வகுத்தது என்பதையும் அம்மக்களுடைய பாடல்களில் ஒன்றை எடுத்துக்காட்டி சொக்கலாவ் விளக்குகிறார்.

அதிபயங்கர இவான் 1581ஆம் ஆண்டில், ஒரு சந்தர்ப்பத்தில் மிகவும் சினம் கொண்டவனாகத் தனது மகன் இவானைக் கொல்கிறான். ஆனால், வரலாற்றுப் பாடலில் இந்தச் சம்பவத்தை விவரிக்கும் போது, வேறு விதமாக அமைந்துள்ளது. அதாவது, வரலாற்றுப் பாடலானது இவானின் கோபம், நம்பிக்கை மோசடி செய்ததாகக் குற்றம் சாட்டப்பட்ட மற்றொரு மகனின் மேல் திரும்பியது என்று வருணிக்கிறது. யதார்த்தத்திலிருந்து விலகிச் சென்ற இந்த ஓர் உதாரணத்தினைத் தவிர, அப்பாடலானது நடந்த சம்பவத்தைச் சுற்றிக் காணப்பட்ட யதார்த்தமான சூழ்நிலைகள் பலவற்றைத் தன்னில் ஆவணப்படுத்தியுள்ளது என்பது குறிப்பிடத்தக்கது என்று சொக்கலாவ் விளக்குகிறார் (Y.M. Sokolov, 1950: 350-51).

நாட்டார் வழக்காறு என்னும் வரலாற்றுக் கண்ணாடி

வாய்மொழி வரலாறு என்னும் ஒரு அறிவுப்புலத்தை 1948ஆம் ஆண்டில் கொலம்பியா பல்கலைக்கழகத்தில் தோற்றுவித்து முன்னோடியாக விளங்கியவர் அல்லன் நெவின்ஸ். இவர் நாட்டார் வழக்காறுகள் குறித்துக் கையாண்ட

அணுகுமுறை என்பது மிகவும் முக்கியத்துவம் வாய்ந்தது. 'நாட்டார் வழக்காறு என்பது வரலாற்றைப் பிரதிபலிப்பது, அமெரிக்க வரலாறு பற்றிய ஆய்வில் நாட்டார் பாடல்கள், பழமரபுக் கதைகள் ஆகியவை கட்டாயம் கவனத்தில் கொள்ளப்பட வேண்டும்' என்று வலியுறுத்தினார்.

மிகவும் குறிப்பிடத்தக்க வகையில் புகழோடு வாழ்ந்து கொண்டிருக்கும் அமெரிக்கர்களின் வாழ்க்கையைப் பற்றி, அவர்களே தத்தம் வாய்மொழியாக எடுத்துரைத்தவை மற்றும் காகிதங்களில் அவர்களாகவே எழுதிப் பதிவு செய்தவை ஆகியவற்றை அடிப்படையாகக் கொண்டு, தனிமனித நினைவுக் குறிப்புகளை முறைப்படி பதிவு செய்ய வேண்டும் என்று வரலாற்றியலர்கள் முன்னர் எழுந்த சவால்கள் பற்றி அல்லன் நெவின்ஸ் சுட்டிக்காட்டினார்.

'நம்முடைய மிகவும் அண்மைக்கால வரலாற்றில் முன்னோடியாக அமைந்த குடியிருப்புகள், சுரங்கம் வெட்டுவோரின் முகாம்கள், மரம் வெட்டிகள், மாடு மேய்ப்போர் ஆகியோர் தொடர்பான பழமரபுக் கதைகள் அவை உரைநடை வடிவில் இருப்பினும் கதைப்பாடல் வடிவில் அமையின் சமூகப் பண்பாட்டு வரலாறு பற்றிய வெளிச்சத்தினைக் கொடுக்காமல் இருக்காது'. அண்மைக் கால வரலாற்றில் தீர்மானங்களை ஆவணப்படுத்துவதற்கு வாய்மொழி வரலாறு என்பது ஒரு வழிமுறையாகும். இல்லையேல் அவற்றைப் பதிவு செய்ய இயலாமற் போய்விடும் என்று நெவின்ஸ் வாய்மொழி வரலாற்றின் தேவையைப் பற்றி அழுத்தம் கொடுத்து வாதிட்டார்.

பெரும் தொழிலதிபரான ஃபோர்டு குடும்பத்தினர் அவர்தம் இல்லத்தில் பணிபுரிந்த ஊழியர்கள் ஆகியோரிடமிருந்து சேகரித்த வாய்மொழிப் பிரமாணங்களைத் தாம் எழுதிய ஃபோர்டு மனிதன், காலம், நிறுவனம் என்னும் நூலில் பயன்படுத்தினார். அத்துடன் அவர்களுடைய வாய்மொழிக் கூற்றுகளைப் பற்றிக் கூறுகையில் 'வரலாற்றியலர்களுக்குக் கிடைத்த பத்திரமாற்றுத் தங்கம்' என்று வருணித்தார்.

ரஷ்ய எழுத்தாளரான மாக்சிம் கார்க்கி, "மக்களுடைய வாய்மொழிக் கலைப் படைப்புகள் என்பன, வரலாற்று

நிகழ்வினங்கள் பற்றிய வெகு மக்களுடைய வரலாற்றுக் கருத்துக்கள் குறித்து உறுதிப்படுத்திக் கொள்வதற்குத் தேவையான மிகச்சிறந்த தரவுகளை வழங்குகின்றன” என்று தனது ‘இலக்கியத்தைப் பற்றி’ என்னும் நூலில் குறிப்பிடுகிறார்.

“மிகவும் தொல்பழங்காலந் தொட்டே நாட்டார் வழக்காறு உண்மைத்துவத்தோடு உறுதியாக வரலாற்றில் கவனம் செலுத்தி வருகிறது. பதினொன்றாம் லூயி, இவான் தி டெர்ரிபிள் ஆகியோரின் நடவடிக்கைகள் பற்றித் தனக்குரிய கருத்தினைப் பிரதிபலித்துள்ளது. இந்தக் கருத்தானது, வரலாற்றால் மேற்கொள்ளப்பட்ட மதிப்பீட்டின் அடிப்படையில் துல்லியமாக வேறுபடுகிறது. ஏனென்றால், அது அத்துறை சார்ந்த வரலாற்றாசிரியர்களால் எழுதப்பட்டது. மேலும், மன்னர்களுக்கும் நிலப்பிரபுகளுக்கும் இடையில் நடந்த மோதல், உழைக்கும் மக்களின் வாழ்க்கையில் என்ன விதமான பங்கினை ஆற்றியது என்பது குறித்து அறிந்துகொள்ள அந்த எழுத்தாளர்கள் ஆர்வம் காட்டவில்லை” (Y.M. Sokolov, 1950: 347).

அமெரிக்க மக்களைப் புரிந்துகொள்ள மிகவும் இன்றியமையாத ஆவணங்களாகத் திகழ்பவை நாட்குறிப்புக்கள், கடிதங்கள் என்று அவற்றின் தேவையை வலியுறுத்தியவர் தியோடர் பிளிஜென் என்பவராவார். தனித்தன்மை உடைய பண்பாட்டு வரலாறுகள் என்பன, வரலாற்றுக் கோட்பாடுகளைக் கட்டமைப்பதற்குப் பின்புலமாக அமையத்தக்கவை என்னும் கருத்தினைச் சுட்டிக்காட்டும் வகையில், அமெரிக்க வரலாற்றி யலர்கள் சிலர் ஆய்வுப் படைப்புகளை உருவாக்கும் பணியில் ஈடுபட்டனர். அவர்களுள் ஒருவரே தியோடர் பிளிஜென். ‘அமெரிக்க மக்களைப் புரிந்துகொள்ள வேண்டுமென்றால் நாட்டார் ஆவணங்களான கடிதங்கள், ‘நாட்குறிப்புகள் போன்றவற்றை வரலாற்றியலர்கள் பயன்படுத்த வேண்டும். வரலாற்றினை இனம் காட்டக் கூடிய சிறந்த சான்றுகளாக அவை திகழ்கின்றன...’ என்று தமது கருத்தினை வெளிப்படுத்தினார்.

‘கடந்த காலக்கட்டத்தில் அமெரிக்கப் பண்பாட்டை வரையறுத்து விளக்குவதில் நமக்கு நேர்ந்த தோல்வி எதன் காரணமாக ஏற்பட்டது என்பதற்கான காரணத்தை பிளிஜெனின் வார்த்தைகளாலேயே புரிந்துகொள்ளலாம் அதாவது, ‘தலைகீழ்

மாகாண வாதம்' என்பதுதான் அக்காரணம். இதனை மேலும் தெளிவுபடுத்துவோம். "வரலாற்றியலர்கள் எளிமையை வெறுத்தொதுக்கினர். கைக்கு எட்டுந் தொலைவில் இருந்ததைக் கண்டுகொள்ளாமல் கவனமாக விலக்கினர்".

பண்பாட்டு வரலாற்றியலவர் ஃபிலிப் டி. ஜோர்டன், நாட்டார் வழக்காறு, வரலாற்றுக் கதையாடல், வரலாற்று இயக்கங்களில் சாமானிய மக்கள் ஆற்றிய பங்களிப்பின் இன்றியமையாமை போன்றவை குறித்து வெளியிட்டுள்ள கருத்துக்கள் மனங்கொள்ளத் தக்கவை. 'சமூகத் தூண்டல்கள் ஆராயப்படாத நிலையில், வரலாற்று இயக்கங்களுக்குச் சாமானிய மனிதன் ஆற்றிய பங்களிப்புகள் பற்றி வெளிப்படுத்தவே இயலாது. அமெரிக்க வரலாறு எழுதப்பட்டுள்ளது. ஆனால், மக்கள்தொகைப் புள்ளி விவரங்கள், வரலாற்று ஆவணங்கள் ஆகியவை பற்றிய ஆராய்ச்சியின் மூலம் முழுமையான கதையைக் கண்டுபிடிக்க முடியாது, ஏனெனில், புள்ளி விவரங்கள், வரலாற்று ஆவணங்கள் பற்றிய ஆய்வு முறைகள் எல்லாம் எந்த ஒருவருக்கும் கிடைக்கலாம். ஆனால், நாட்டார் வழக்காற்றியலன் மட்டுமே ஆழ்ந்திருக்கும் பண்பாட்டுத் தோரணிகள் பற்றிய அறிவை முறைசார் வரலாற்றியலனிடம் கொண்டுவந்து சேர்க்கவியலும். தேசிய அனுபவத்திலிருந்துதான் நாட்டார் வழக்காறு தோன்றி வளர்கிறது. வரலாற்றுக் கதையாடல் பற்றி மிகவும் தெளிவாக அறிந்து கொள்ள விரும்பும் ஒருவருக்கு, வாய்மொழி மரபுகள் பற்றிய புரிதல் என்பது மிகப் பெரிய அளவில் துணைபுரியும்.

'நாட்டார் வழக்காற்றியலன் ஒரு சமூக வரலாற்றியலன்' (1953) என்னும் தலைப்பிட்ட கட்டுரையில் ஜோர்டான் மேற்கண்டவாறு முன் வைத்திருக்கும் கருத்துக்கள், நாட்டார் வழக்காறுகளுக்கும் வரலாற்றுக்கும் இடைப்பட்ட நுணுக்கமான உறவை இனம் காண்பதற்கு நிச்சயம் உதவும்.

நாட்டார் மரபுகளின் வரலாற்று அடித்தளம்

'நாட்டார் மரபுகள் என்பன எப்போதும் வரலாற்று உண்மை என்னும் தளத்தை ஆதாரமாகக் கொண்டுள்ளன' என்னும் கருத்தினைத் தெற்கு பையூதே இந்தியர்கள் பற்றிய தங்களுடைய ஆய்வின் பயனாக இரண்டு அறிஞர்கள் முன் வைத்தனர்.

டேவிட் பெண்டர் காஸ்ட், க்ளமென்ட் மெய்கான் ஆகிய இருவரும், பையூதே இந்தியர்களின் வரலாற்று மரபுகள் பற்றி ஆய்வு மேற்கொண்டனர். பையூதே மக்கள் தங்கள் அன்றாட வாய்மொழி உரையாடல்கள் வாயிலாகவே தங்கள் சமூக வரலாற்றை வெளிப்படுத்துவதை அவர்கள் அறிந்து கொண்டனர். பையூதே மக்களின் வாய்மொழிக் கூற்றுகளில் பிரதிபலித்த வரலாறு என்பது எண்ணூறு ஆண்டுகளுக்கு முந்தைய தொல்லியல் சான்றுகளோடு இணையொத்து அமைந்திருந்ததை அவர்கள் உணர்ந்தனர். புயிப்லாய்ட் என்னும் வரலாற்றுக்கு முந்தைய தொல்பழங்குடிகள் பற்றிப் பேசும் மரபுகள் என்பன, அம்மக்களுடைய பொருளாதார நிறுவனங்கள், உடல் தோற்றம், பருப்பொருள் பண்பாடு, பையூதே– புயிப்லாய்ட் ஆகிய இரண்டு மக்கள் சமூகங்களுக்கு இடையிலான உறவுகள் போன்றவை குறித்துத் துல்லியமாகவும் பொதுநிலையில் சரியானவையாகவும் அமைந்திருந்தன. கட்டுரையாளர்கள் இருவரும் தமது ஆய்வின் முடிவில் பரிந்துரை ஒன்றைச் செய்திருந்தனர். அதாவது, “தொல்லியல் அறிஞர்களைப் பொறுத்த வரையில், வரலாற்று மரபுகளை, தொல்லியல் தரவுகளோடு தொடர்புப்படுத்திப் பார்ப்பதற்கான சாத்தியப்பாடுகள் உள்ளனவா என்று ஆராய வேண்டும். ஏனெனில், வரலாற்றுத் தகவல் என்பது ஆதாரம் காட்டி மெய்ப்பிக்க உதவலாம். சில சந்தர்ப்பங்களில், தொல்லியல் தரவுகளை மட்டுமே ஆதாரமாகச் சார்ந்து நின்று, அனுமானங்களை விரிவுபடுத்தலாம்...”

வாய்மொழி மரபின் நம்பகத்தன்மை பற்றிய கேள்வியை மையப்படுத்தி ஆராய்ந்தவர்களில் குறிப்பிடத்தக்க அறிஞர் ஜார்ஜ் லாரன்ஸ் கொம்மே ஆவார். அவருடைய அணுகுமுறையைப் பற்றி மதிப்பிடும்போது அது மிகவும் தீவிரமானது என்று குறிப்பிடுவார்கள். “ஒவ்வொரு நாட்டார் வழக்கமும் நம்பிக்கையும் முறையே வரலாற்றுச் சம்பவங்களில் தனது வேரினைக் கொண்டுள்ளது” என்று லாரன்ஸ் கொம்மே ஆணித் தரமாகக் கூறினார். லார்ட் ராக்லான், நாட்டார் வீரர்களைப் பற்றிக் கூறும்போது, அவர்கள் மானுடரல்லர்; கடவுளர்கள் என்றார். இக்கருத்தினை முற்றிலும் மறுக்கும் வகையில், ஹெக்டர் எம். சாட்விக், நோரா கே. சாட்விக் ஆகியோர், நாட்டார் வீரர்கள் என்போர் வரலாற்று மாந்தர்களே என்று கூறினர்.

மக்களுடைய அனுபவங்களை ஒருங்கிணைத்துக் கொண்டு நடைபெற்ற பண்பாட்டுப் படிமலர்ச்சியின் போது, வரலாற்று வீரயுகம் நிலவியது. அவ்வீரயுகத்தில் அரை நாடோடியம், போரிடுதல், கொள்ளை இடுதல் போன்ற வாழ்க்கைமுறைகள் காணப்பட்டன. இத்தகைய பரிணாம வளர்ச்சிக் கட்டத்தில் மிகப்பெரும் வீரன் ஒருவன் தன்னுடைய மக்களின் தலைவன் என்ற தலைமைப் பொறுப்பை ஏற்றான். சில சந்தர்ப்பங்களில் அவ்வீரனின் வெற்றியும் அரும்பெருஞ் செயல்களும் பின்னர் அச்சிடப்பட்ட பிரதிகளில் இடம்பெறலாயின. இவ்வாறு தான் அவை நிலைபேறடைந்தன. ஆனால் இப்படிநிலை வளர்ச்சிக்கு முன்னரே மிகப்பெருமளவிலான புனைவு என்பது, வாய்மொழிக் கதை விவரிப்பில், ஊடுருவி இடம் பிடித்துவிட்டது. இந்நிலையில் கடுமையாக முயற்சி எடுத்துக் கொள்ளும் ஆராய்ச்சியாளர், குறிப்பிட்ட சம்பவத்தில் இடம் பெறக்கூடிய வரலாற்றுக்குப் புறம்பான கூறுகளை நீக்கிவிட்டு, வரலாற்றுத் தன்மை உடைய கூறுகளை மட்டும் தனியே பிரித்தறிந்து எடுக்கவியலும். இது சாட்விக்ஸ் முன்னெடுத்த சவால்களுள் ஒன்றாகும்.

சில காரணங்களால், வீரன் ஒருவனுடைய வீரதீர சாகசங்கள் அச்சு வடிவம் பெறாமல் போய்விடலாம். ஆனால், அவனைப் பற்றிய பழமரபுக் கதைகள், பாடல்களாகவோ கதைகளாகவோ வடிவம் பெற்று வாய்மொழி மரபில் பரவத் தொடங்கின. இத்தகைய வரலாற்று மரபுகள் என்பன, வாய்மொழி அல்லது எழுத்துமொழி மரபினவாக இருந்தாலும் அவை, வரலாற்றின் ஆதாரப்பூர்வமான ஆவணங்களே ஆகும். ‘டியூட்டானிய, பிரிட்டானிய, ஐரீஷ் வீரயுகக் காலங்களில் விவரிக்கப்படும் மனிதர்கள், சம்பவங்களை வரலாற்று யதார்த்தங்களாக அணுகக்கூடிய கோட்பாடு சாட்விக் இணையரால் முன்மொழியப்பட்டது.

நாட்டார் வழக்காற்றியலரான நட் லெயிஸ்தால், ஐஸ்லாந்து நாட்டார் காவிய மரபான ‘சாகா’வைப் பற்றி குறிப்பாக அதன் தோற்றம் பற்றிய ஆய்வில் ஈடுபட்டார். சாதகமாக அமையும் சூழ்நிலைகளில் வாய்மொழி வரலாறு என்பது தனது யதார்த்தத்தின் மையப் பொருளை நீண்ட காலத்திற்கு ஆவணப்படுத்தி வைத்திருக்கக்கூடியது என்னும் உண்மையை வெளிப்படுத்தினார். 930 முதல் 1030–ஆம்

ஆண்டு வரையிலான காலகட்டத்தில் தோன்றியவையும் 1120 முதல் 1130ஆம் ஆண்டு வரையிலான காலப் பகுதியில் எழுத்துப்பதிவு செய்யப்பட்டவையுமான வாய்மொழி மரபுகள் குறித்து மேற்கொள்ளப்பட்ட நுணுக்க ஆய்வின் வாயிலாக ஓர் உண்மையைக் கண்டறிந்தார். அதாவது, 'வாய்மொழி மரபுகள் என்பன, பதியப்பட்ட ஆவணமாக அதாவது, எழுதப்பட்ட வரலாற்று விவரணைகளிலிருந்து வேறுபடும் விதத்தில் திகழக் கூடியவை' என்பதையே நட் லெயிஸ்தால் நிறுவினார்.

'சாகா' கதை மரபில் பதிவு செய்யப்பட்டிருந்த கதைப் பகுதிகளின் நம்பகத்தன்மை குறித்து லெயிஸ்தால் ஆராய்ந்தார். அவருடைய ஆய்வு பின்வரும் நோக்கங்களை அடிப்படையாகக் கொண்டிருந்தது:

1. வெவ்வேறு சாகாக்களில் இடம்பெற்றிருந்த ஒரே நிகழ்வு, எவ்வகையில் வேறுபட்டிருந்தது என்பதை உதாரணமாக எடுத்துக்கொண்டு, வாய்மொழி மரபின் மூலப் பனுவலின் உள்ளடக்கம், மூலவடிவம் ஆகியவற்றை உறுதிப்படுத்த ஒப்பீட்டு நோக்கில் ஆராய்தல்.

2. சாகாவின் பிரதியில் எந்தெந்த எழுத்துப் பகுதிகள் வாய்மொழி நடையிலான பாணியை வெளிப்படுத்துகின்றன என்னும் உண்மையைக் கண்டறிய வாய்மொழிக் கதை விவரணையின் நடையியல் கூறுகளைப் பகுத்தாராய்தல்.

3. சாகாக்களில் இடம்பெற்றுள்ள, அடையாளம் காணத்தக்க நாட்டார் வழக்காற்று வடிவங்களின் கூறுகள் எத்துணை அளவுக்குக் காணப்படுகின்றன என்பதை மதிப்பிடுதல்.

4. சாகாக்கள் எத்தகைய சமூகச் சூழ்நிலைகள் மற்றும் பொதுவான வரலாற்றுப் பின்னணியிலிருந்து தோன்றி யிருக்கக்கூடும் என்பதைப் பற்றி மதிப்பீடு செய்தல்.

இந்நான்கு நோக்கங்களை உள்ளடக்கிய முறையியலின் அடிப்படையில், சாகா என்னும் வாய்மொழிக் கதைமரபுகளை லெயிஸ்தால் ஆய்வுக்குட்படுத்தினார். அதன் வாயிலாகச் சில முக்கிய முடிவுகளுக்கும் அவர் வந்தடைந்தார்.

'மிகவும் வளர்ச்சியுற்ற மக்கள் காணப்படும் சமுதாயத்தில், அலைவுறுதல், இடப்பெயர்வு செய்தல் போன்றவற்றால்

பாதிக்கப்படாத நிலையில், வரலாற்று மீள்நினைவுகள், நாட்டார் வழக்காற்றுக் கூறுகள் ஆகியவை கணிசமான அளவுக்கு ஒருங்கிணைந்து காணப்படும். ஆனால் இந்த இரண்டு கூறுகளும் கூடுமானவரையில், வேறுபடுத்தி அடையாளம் காணத்தக்க வகையில் நிலவும் என்று லெயிஸ்தால் விளக்கினார். மிகவும் முன்னேறிய மக்கள் வாய்மொழி மரபு வரலாற்றை வரலாற்றுப் பதிவேடாகப் பயன்படுத்துகின்றனர். வரலாற்றுப் பதிவேடு என்பது, எழுத்துவடிவ வரலாற்று ஆவணங்களிலிருந்து வேறுபட்டதும் தனித்தன்மை உடையதும் ஆகும். வரலாற்றியல் மாணவர்கள், ஆவணமுறை வரலாறு (Documentary History) எதிர்நோக்கக்கூடிய சான்றாதார விதிகளை, வாய்மொழி வரலாறு பற்றிய தமது மதிப்பீடுகளுக்கு ஒரு போதும் பயன்படுத்தக் கூடாது என்றும் வலியுறுத்துகிறார் லெயிஸ்தால்.

பொதுவாக வாய்மொழி வழக்காறுகளில் பொதிந்திருக்கக்கூடிய வரலாற்றையும், அவ்வழக்காறுகள் தோன்றுவதற்கு வித்திட்ட சமூக வரலாற்றுப் பின்புலங்களையும் மேலோட்டமாக நோக்கிப் புறந்தள்ளக் கூடிய, அலட்சிய மனப்பாங்கினரான ஆவணமுறை வரலாற்றியலர்கள், ஏனைய சமூக அறிவியல் துறையினர் ஆகியோரின் கவனத்தை ஈர்க்கும் வகையில் நட் லெயிஸ்தாலின் விவாதம் அமைந்துள்ளது.

முடிவுரை

ஏறக்குறைய ஒரு நூற்றாண்டுக் காலத்திற்கு நாட்டார் வழக்காறுகள் வரலாறு இரண்டையும் மையப்படுத்தி நடைபெற்ற தீவிரமான ஆய்வுகள், விவாதங்கள் ஆகியவற்றை மையப்படுத்திய லின்வுட் மான்டெலின் செறிவுமிக்க தொகுப்புரையானது, 'நாட்டார் வழக்காறுகள் கடந்த காலத்தின் எதிரொலி மட்டுமல்லாது நிகழ்காலத்தின் சக்திமிக்க குரலுமாகும்' என்னும் சொக்கலாவின் கருத்தில் இணக்கம் காண்பவர்களுக்கு நிச்சயம் உதவக்கூடியது.

"கடந்த காலம் அல்லது சமகாலத்திய சம்பவங்கள் பற்றிய எழுத்து மொழி வாயிலான ஆவணமே வரலாறு" எனக் கூறும் ஹாக்கெட்டின் வரலாறு பற்றிய கருத்துருவத்தில் உறுதியாக நிற்கக்கூடிய பெரும்பான்மையான ஆவணமுறை

வரலாற்றியலர்கள், ‘நாட்டார் வழக்காறுகள் கற்பனையானவை. அவற்றின் தோற்றத்தை அறுதியிட்டுக் கூறமுடியாது, அவை தொடர்ந்து மாறுதல்களை ஏற்பவை, நெகிழ்வுத் தன்மை உடையவை, வரலாற்றுத் தளமற்றவை, வரலாற்றை நீண்ட காலம் பாதுகாத்து வைத்திருக்க இயலாதவை’ என்றெல்லாம் பல்வாறு நாட்டார் வழக்காறுகள் எதிரிடையாகவே அணுகியதோடு, அவை எதற்கும் இலாயக்கற்றவை என்றும் நிராகரித்தனர். அதே வேளையில் ‘அலைவுறுதலுக்கும் மாறுதலுக்கும் ஆளாக நேர்ந்தாலும், நாட்டார் வழக்காறுகள், வரலாற்று உண்மைகளை முற்றிலும் சிதைத்து விடுவதில்லை’ என்றும், ‘நாட்டார் வழக்காறு என்பது அலங்காரத் தன்மையுடைய வரலாறு’ என்றும் அணுகிய நிலையையும் பார்க்கிறோம். அத்துடன் வரலாற்றைப் பிரதிபலிக்கும் கண்ணாடியாக வழக்காறுகளை நோக்கிய, வாய்மொழி வரலாற்றின் நிறுவனரான அல்லன் நெவின்சின் மிகப்பெரிய பங்களிப்புப் பற்றியும் அறிகிறோம்.

வரலாற்று வேர்கள் அற்றவை என்று நாட்டார் வழக்காறுகள் பற்றிய அவநம்பிக்கையான கண்ணோட்டத்தைப் பெற்றிருந்தோர் மத்தியில் “அவை எப்போதும் வரலாற்று உண்மை என்னும் வலிமையான ஆதாரத்தின் காலூன்றி நிற்பவை” என்று தர்க்க ரீதியாக நிறுவிய பென்டர் காஸ்ட், க்ளமென்ட் மெய்கான் ஆகியோரின் ஆய்வு முறையியலும், அதனூடான முடிவுகளும் ‘மக்களுடைய வழக்காறுகளின் வாயிலாக வரலாற்றை அறிய முடியாது’ என்னும் இறுக்கமான நிலைப்பாட்டினை உடையவர்களுக்குத் தெளிவூட்டக் கூடியவை.

‘கடந்த காலத்தின் அல்லது நிகழ்காலத்தின் சம்பவங்கள் பற்றிய எழுத்து வழியிலான ஆவணமே வரலாறு’ என்று வரலாற்றை வரையறுத்து, ‘வரலாற்றியலன் நாட்டார் வாய்மொழி மரபுகளைப் பயன்படுத்திக் கொள்வதற்குத் தேவையான திறன்கள் எவையும் அவற்றில் இல்லை’ என்று நிராகரிக்கும் ஹோமர் ஹாக்கெட் போன்ற நம்பிக்கையாளர்களுக்கு கேரி ஒக்கு ஹிரோவின் கருத்தினைப் பரிந்துரைக்கலாம்:

“எழுத்துவழி ஆவணங்கள், வாய்மொழி ஆவணங்கள் என்று இரு பெரும் வகைமை சார்ந்த வரலாற்றுச் சான்றுகள் உள்ளன. இவ்விரண்டு வகை வரலாற்றுச் சான்றுகளும்

தம்மில் பொதுவானவையாகப் பகிர்ந்து கொண்டிருக்கக்கூடிய கூறுகளானவை, வரலாற்றியலன் அக்கறை செலுத்துவதற்குரியவை. வரலாற்று ஆவணங்கள் என்பன மனிதர்களிடமிருந்தே பெறப்படுபவையாகும். அம்மனிதர்களோ சார்புநிலைகளையும் விருப்பு வெறுப்புகளையும் உடையவர்கள். தமக்குச் சாதகமான பார்வைக் கோணங்களையும் ஞாபகங்களையும் கொண்டவர்கள், முழுமை அற்றதும் வரையறுக்கப்பட்டதுமான உற்று நோக்குத் திறனைப் பெற்றவர்கள், அத்துடன் அரைகுறையான ஞாபகங்களை உடையவர்கள். இவை மட்டும் அல்லாமல், அம்மக்கள் காலந்தோறும் மாற்றத்திற்கு ஆளாகிறார்கள். மேலும், புறவயமான தாக்கங்களுக்கும் நெருக்கடிகளுக்கும் ஆளாகக்கூடியவர்கள். ஆகவே, அம்மனிதர்களே தாம் வாழும் காலம் மற்றும் சுற்றுச்சூழலின் கண்ணாடிகளாவர்' (Gary Y. Okihiro, 1996: 202)

வாய்மொழி வரலாறும் வாய்மொழி மரபும்: முறையியல் குறிப்புகள்

தமிழகத்தில், மிகவும் அண்மைக் காலத்தில், "வாய்மொழி வரலாறு" என்பது ஒரு கலைச்சொற்றொடராக அறிவுலகத் தளத்தில் அடிக்கடிப் பேசப்படுகிறது. கருத்தரங்க உரைகள், அச்சிடப்பட்ட ஒரு சில கட்டுரைகள் அல்லது நூல்களின் வழியே வாய்மொழி வரலாறு நம்முன் எதிர்ப்படுகிறது. சற்றுக் கூர்ந்து கவனிக்கும் போது, அவற்றுள் மேலெழுந்தவாரியான சில கூறுகள் மட்டுமே உள்வாங்கப்பட்டு, விஷயங்கள் விவாதிக்கப்பட்டிருந்ததை அறிய முடிந்தது. அரசியல் வரலாறு, சமூக வரலாறு, பண்பாட்டு வரலாறு என்று கிளை பரப்பிக் கிடக்கும் வரலாறு என்னும் சமுக அறிவியற் புலத்தினின்று தனி ஒரு அணுகு முறையாகத் தோன்றிய வாய்மொழி வரலாறு என்பது, தனக்கே உரிய கருத்தாக்கத்தையும், நெறிமுறை யியலையும், முன்னோடியாக அமைந்த சில வளர்ச்சிக் கட்டங்களையும், ஒடுக்கப்பட்ட மக்களுடைய குரல்களைப் பிரதிபலிக்கும் லட்சிய நோக்கங்களையும் கொண்டது.

வாய்மொழி வரலாறு என்பது, ஒரு நிகழ்வில் நேரடியாகப் பங்கேற்ற ஒருவர், வரலாற்று நோக்கத்தின் அடிப்படையில் தன்னை அணுகும் ஒரு நேர்காணல் செய்வோரிடம், தன் அனுபவத்தைக் காலவரிசைப்படுத்தி நினைவு கூர்ந்து, வாய்மொழியாக எடுத்துரைப்பதாகும். ஒருவரின் முதல்நிலை அனுபவம் வாய்மொழியாக எடுத்துரைத்தல் நேர்காணல் செய்யும் வரலாற்றியலரின் வரலாற்று நோக்கம் ஆகியன

வாய்மொழி வரலாறு பற்றிய கருத்தாக்கத்தில் முக்கியமான அம்சங்கள் ஆகும்.

வாய்மொழி வரலாற்றினைத் தீவிரமாக எடுத்துக் கொண்டு ஆராயும் ஆராய்ச்சியாளர்கள் ஒலி வடிவில் உள்ள பேச்சுமொழியையே தங்களுடைய முழு முதலான வரலாற்று ஆதாரமாகக் கருதுகிறார்கள். அதனால் தகவலாளிகளைச் சந்தித்துப் பேட்டிக் காணும் போது அவர்களுடைய கூற்றுகளை, உள்ளவை உள்ளவாறே எதிரொலிக்கக் கூடிய வகையில் ஒலிப்பதிவு செய்வதில் மிகவும் அக்கறை எடுத்துக் கொள்கிறார்கள். அரசியல் வரலாறு, பொருளியல் வரலாறு, சமூக வரலாறு என்பன போன்ற வரலாற்றுத் துணைப் புலங்களைப் போல், வாய்மொழி வரலாறும் ஒருதுணைப் புலம் அன்று; அது ஒரு நெறிமுறையாகும். தற்கால வாய்மொழி வரலாறு என்பது, 1940களில் ஒலிப்பதிவுச் சாதனங்கள் கண்டுபிடிக்கப்பட்டது முதல் தொடங்கியது. ஒலிப்பதிவுச் சாதனங்கள் வாய்மொழித் தகவல்களைப் பதிவு செய்து பாதுகாக்க உதவின. அதே சமயத்தில் இன்றைய வாய்மொழி வரலாறு என்பது பல முன்னோடிக் கட்டங்களைக் கடந்து வந்திருக்கிறது.

வாய்மொழி வரலாற்றின் முன்னோடிகள்.

பண்டைய கிரேக்கத்தில் வரலாற்றாசிரியர்களிடையே ஒரு வழக்கம் இருந்தது. கடந்த காலத்திய நிகழ்வுகளில் பங்கேற்ற மக்களை அழைத்து அவர்களுடைய ஞாபகங்களைப் பகிர்ந்து கொள்ளச் செய்து, அவற்றைத் தங்கள் வரலாற்று ஆவணத்தின் ஒரு பகுதியாகப் பதிந்துகொண்டனர். இவ்விவரங்கள் யாவும் எழுத்து வடிவ ஆவணங்களாக விளங்கிய போதிலும், வரலாற்று ஆசிரியர்கள் பலர் அவற்றைத் தொடக்கநிலை வாய்மொழி வரலாறென்றே ஏற்றுக் கொள்கிறார்கள். அதற்கு ஒரு முக்கிய காரணமிருந்தது. அந்தத் தகவல்களைச் சேகரிப்பதற்குத் தெளிவான வரலாற்று நோக்கம் இருந்தது. அதாவது தகவலாளிகள் பகிர்ந்துகொண்ட தகவல்கள், அவர்கள் பங்கு பெற்ற நிகழ்வுகள் தொடர்புடைய பசுமையான ஞாபகங்கள் என்னும் வட்டத்திற்கு உட்பட்டதாக அவ்வரலாற்று நோக்கம் இருந்தது குறிப்பிடத்தக்கது.

வாய்மொழி வரலாறு என்னும் ஆய்வு நெறிமுறை வளர்வதற்கு மற்றொரு துறையும் தூண்டுகோலாக இருந்தது. அது நாட்டார் வழக்காற்றியல். பத்தொன்பதாம் நூற்றாண்டில் உலகின் பெரும்பாலான நாடுகளில் கிளர்ந்தெழுந்த புனைவியல் தேசியவாதத்தின் ஒரு பகுதியாக நாட்டார் வழக்காற்றியல் ஆய்வுகள் அமைந்தன. ஜெர்மானியக் கவிஞரான ஜோஹன் காட்ஃப்ரைட் வான் ஹெர்டர், நாட்டார் கவிதைகளில் செறிந்து கிடந்த தேசியத் தன்மைகளைக் கண்டறிந்து வெளிப்படுத்தினார். இது ஐரோப்பிய நாடுகளைச் சேர்ந்த பல அறிஞர்கள் நாட்டார் வழக்காறுகளைத் தேடிச் சேகரித்து வெளியிடுவதற்கு உரிய ஆர்வப்பெருக்கை ஊட்டியது. கிரிம் சகோதரர்கள் உட்பட பல ஐரோப்பிய அறிஞர்கள், மக்களிடமிருந்து வழக்காறுகளை ஏராளமாகக் சேகரித்தனர். பல்வேறு அமைப்புகளும் இதில் ஆர்வம் காட்டின. தொழில் வளர்ச்சிப் பெற்றவையும் நகரமயமானவயுமான சமூகங்களால் இடம் மாற்றப்பட்ட கிராமிய மக்கள் சமூகங்களின் வாய்மொழி வழக்காறுகள் வாழ்வியல் ஆகியவற்றை ஆவணப்படுத்துவதும் ஆராய்வதும் மேற்குறித்த அறிஞர்கள் மற்றும் அமைப்புகளின் நோக்கமாக இருந்தது. மக்களுடைய இசைவடிவங்கள், இதர வழக்காறுகள் ஆகியவற்றில் ஏற்பட்ட ஆர்வமானது, தகவலாளிகளுடைய கடந்த கால ஞாபகங்களைப் பதிவு செய்ய வழி வகுத்தது, மேலும், கடந்த நூற்றாண்டில் சமூக மற்றும் தொழிலக நிலைமைகள் பற்றி மேற்கொள்ளப்பட்ட ஆய்வுகள் இதழியல், சமூகவியல், மற்றும் அரசு சார்ந்த வெளியீடுகளாக முன் வைக்கப்பட்டன. இவ்வெளியீடுகளிலும் மக்களின் கடந்த காலம் பற்றிய ஞாபகங்கள் பதிவாகியிருந்தன.

வாய்மொழி வரலாற்றின் முன்னோடித் தடயங்களைப் பெற்றிருந்த இவ்வறிக்கைகளில் பெரும்பான்மையானவை எழுத்துப் பிரதிகளாகவே காணப்பட்டன. ஆனால் பத்தொன்பதாம் நூற்றாண்டின் இறுதியில்தான் வாய்மொழி வரலாற்றுக்கு உரிய தெளிவான ஒலிப்பதிவு முறை நடைமுறைக்கு வந்தது. இதனை அடுத்து, மெழுகாலான உருளைகளில் ஒலிகளைப் பதிவு செய்யக்கூடிய நீளுருளை ஒலிப்பதிவுச் சாதனம் உலகில் பரவலாக விநியோகம் செய்யப்பட்டது. இந்த ஒலிப்பதிவுச் சாதனத்தின் அறிமுகத்தால், ஞாபகங்களையும், பாடல்களையும்

மிகவும் சிரமப்பட்டுத் தாளில் எழுத வேண்டிய நிலை மாறியது. மானிடவியலர்கள், நாட்டார் வழக்காற்றியலர், இனக்குழு இசை அறிஞர்கள் ஆகியோர் தகவலாளிகள் எடுத்துரைத்த தங்கள் வாழ்வியல் கதைகளையும், பாடல்களையும் மெழுகு உருளைகளில் ஒலிப்பதிவு செய்தனர்.

இவ்வாறு நவீன வாய்மொழி வரலாறு என்பது, பல முன்னோடிக் கட்டங்களைக் கடந்து, இன்று ஒரு தீவிரமான வடிவத்தை அடைந்துள்ளது. ஆனால் நவீன வாய்மொழி வரலாற்றிற்கும் கடந்த காலத்திய முன்னோடி வாய்மொழி வரலாற்றிற்கும் இடையே குறிப்பாக இரண்டு அம்சங்கள் பொதுவானவையாக இருந்தன. அவை:

1. தகவலாளிகளோடு நேரிடையாகத் தொடர்புடைய தனிமனித அனுபவங்களைப் பதிவுசெய்தல்.
2. பொதுவாகச் சாமானிய மக்களே தகவலாளிகளாக இருந்தனர். குறிப்பாக உழைக்கும் பாட்டாளிகள், சிறுபான்மையினரான இனக்குழு மக்கள், உரிமைகளற்ற மக்கள் ஆகியோர்.

வாய்மொழி வரலாறு, சமூகத்தின் விளிம்பு நிலையில் இருக்கும் மக்களுடைய குரலைப் பதிவு செய்தல் என்னும் பிரதான நோக்கம் காரணமாக உழைக்கும் மக்கள், சிறுபான்மைத் தேசிய இன மக்கள், உரிமைகள் இழந்த மக்கள் ஆகியோரிடையே ஒரு முக்கிய இடம்பெற்றது. இம்மக்கள் எழுத்தறிவுச் சமுதாயத்தின் ஓர் அங்கமாக இருந்ததோடு, எழுத்தறிவுப் பெற்றவர்களாகவும் விளங்கினர்; எனினும் அவர்கள் தங்களுக்குத் தாங்களே படைத்துக்கொண்ட எழுத்தாவணச் சான்றுகள் எவற்றையும் விட்டுச் செல்லவில்லை. அப்படியே அவர்களைப் பற்றிய எழுத்துச் சான்றுகள் இருப்பினும், அவை சமகாலத்திய நடுத்தர மற்றும் மேட்டுக்குடி வர்க்கத்தினரின் கண்ணோட்டத்திலே அமைந்திருந்தன. அனைத்து வகையான ஆவணங்களையும் படைக்கவும் பாதுகாக்கவும் குறிப்பிட்ட சமூகக் குழுக்கள் பெற்றிருக்கும் உரிமையை, பொருளியல், சமூகவியல், அரசியல் அதிகாரம் பாதிக்கவே செய்கிறது. உதாரணமாகச் சமகாலத்தில் நடந்த, நடக்கின்ற சம்பவங்களை எடுத்துக்கொள்வோமானால் அவற்றின் உண்மையான பின்னணி எதுவும் நமக்குத்

தெரிவிக்கப்படுவதில்லை. சமச்சீரான கருத்துப் புலப்படுத்தம் இல்லாதார் அமைப்பில், வேண்டுதல் – வேண்டாமை, விருப்பு – வெறுப்பு அல்லது தற்சார்பான நிலைப்பாட்டின் காரணமாகவோ, அரசியல் ரீதியிலான தணிக்கையாலோ நடந்த சம்பவங்கள் திரித்துக் கூறப்படுவது வழக்கம். இந்நிலையில் நடந்தவை என்ன என்பது பற்றிய யதார்த்தத்தைத் தோலுரித்துக் காட்டுவதற்குப் பெரிதும் உதவும் வகையில், தகவலாளிகள் நினைவு கூர்ந்த அனுபவங்களின் வாய்மொழிப் பதிவுகள் பயன்படுத்தப்படுகின்றன. வாய்மொழி வரலாற்றின் வளர்ச்சியில் இடையறாமல் நாம் பார்க்கக் கூடிய உறுதியான உந்து சக்தி ஒன்று உண்டெனில், அது "குரல் கொடுக்கமுடியாதவர்களுக்காகக் குரல் கொடுப்பது" என்பதுதான்.

நவீன வாய்மொழி வரலாறு

ஆனால், நவீன வாய்மொழி வரலாற்றின் வளர்ச்சிக் கட்டங்களில் அது "வலிமையற்றவர்களின் குரலாக எதிரொலிப்பது" என்னும் தனது சிந்தாந்தத்தை அடகு வைத்துத் தடுமாறிய வரலாறும் அதற்குண்டு. நவீன வாய்மொழி வரலாற்றின் "முன்னோடி" வாய்மொழி வரலாறு பெற்றிருந்த முற்போக்கான அம்சங்களைப் புறக்கணித்த நிலையில் தான், நவீன வாய்மொழி வரலாறு *1948*ல் கொலம்பியா பல்கலைக்கழகத்தில் வரலாற்றாசிரியர் அலன்நவின்ஸ் (Allan Nevins *1890–1971*) என்பவரின் செயல்பாடுகளின் வழியாகத் தொடங்கியது.

அலன் நெவின்சின் வாய்மொழி வரலாறு பற்றிய கருத்தாக்கம் வினோதமானது. "முக்கியமான" அமெரிக்கர்களுடைய "ஞாபகங்களைப் பதிவு செய்வது என்பதையே அவருடைய வாய்மொழி வரலாறு முக்கிய நோக்கமாகக் கொண்டிருந்தது. தனிமனிதர்கள் பற்றிய சுயவிவரணங்கள் அருகிக் காணப்பட்ட நிலையில், அத்தொய்வினைச் சமன் செய்ய வேண்டும் எனக் கருதிய அலன் நெவின்ஸ், வாய்மொழி வரலாற்றை அதற்கெனப் பயன்படுத்தினார். பத்தொன்பதாம் நூற்றாண்டில் வாழ்ந்த புகழ்பெற்ற மனிதர்களைவிட, இருபதாம் நூற்றாண்டில் வாழ்ந்த புகழ்பெற்ற மனிதர்கள் நாட்குறிப்புகளையும் கடிதங்கள் போன்றவற்றையும் எழுதும் பழக்கமுடையவர்களாக இருந்தனர்.

இந்த ஆவணங்களை எல்லாம் அவர் சேகரித்தார். இப்படித் தொடக்க நிலை அமெரிக்க நவீன வாய்மொழி வரலாறு, முக்கியத்துவம் வாய்ந்த மேட்டுக்குடி மக்களைப் பற்றிய ஆய்வாக அமைந்தது. உண்மையில், மேட்டுக்குடி மக்கள் அல்லது முக்கியத்துவம் வாய்ந்தவர்களை மையப்படுத்திய அணுகுமுறை, அமெரிக்க நாட்டார் வழக்காற்றியல் கழகம், சிக்காக்கோ சமூகவியல் பள்ளியினர், கூட்டுறவு எழுத்தாளர்கள் திட்டம் போன்றவற்றில் பேணப்பட்டு வந்த மரபுக்குப் புறம்பானது. ஐரோப்பாவில் தொடக்க நிலையில் வந்த வாய்மொழி வரலாற்றுப் படைப்புகளைப் போல, இவ்வமைப்புகளுடைய ஆர்வமெல்லாம் சாமானிய மக்களுடைய அனுபவங்களை ஆவணப்படுத்துவதில் தான் முனைந்திருந்தது. ஆரம்பத்தில் வாய்மொழிக் கருத்துப் புலப்படுத்தம் என்பது, ஆவணங்களைச் சேகரிக்கும் ஒரு வழிமுறையாக மட்டுமே கருதப்பட்டது. அலன் நெவின்ஸ் காலத்தில் அமெரிக்க வாய்மொழி வரலாறு மேலே குறிப்பிட்டவாறு மேட்டுக் குடியினரைப் பற்றிய ஆய்வாகத் தொடங்கினாலும் வெகு விரைவில் அது தனது வேர் மூலத்திற்கே திரும்பியது. எழுத்தறிவு பெறாத சாமானிய மக்களின் வாய்மொழித் தகவல்களை ஆவணப்படுத்தும் புலமாக 1960களில் பரவியது. ஆனால், மேட்டுக்குடி மக்களைப் பற்றி ஆராய்வது இன்றும் தொடர்ந்தாலும், எழுத்தறிவற்ற சாமானிய மக்களைப் பற்றிய ஆய்வு என்பதே உலகம் முழுவதும் வாய்மொழி வரலாற்றின் மையப் பொருளாக உள்ளது என்பது குறிப்பிடத்தக்கது.

இன்றைய நிலவரப்படி வாய்மொழி வரலாறு, தமக்கான தகவல்களை வேறெந்த ஆதாரங்களின் வாயிலாகவும் பெற்றிருக்காத மக்களையும் குழுக்களையும் பற்றியே அக்கறை காட்டுகிறது. இவ்வகை மக்களின் வாழ்க்கையை வெளிச்சப்படுத்திக் காட்டும் தகவல்களைச் சேகரிக்குமாறு வரலாற்றியலர்களை அது உற்சாகப்படுத்துகிறது.

வாய்மொழி வரலாறு: முறையியல் பிரச்சனைகள்

வாய்மொழி வரலாற்றின் முறையியலில் (Methodology) காணப்படும் பலங்கள், பலவீனங்கள் குறித்து வரலாற்றாசிரியர்கள் காலந்தோறும் விவாதம் செய்துள்ளனர். பெரும்பாலும்

பின்வரும் கருத்துக்களை மையப்படுத்தியே அவ்விவாதம் நடந்துள்ளது.

1. தகவல்களை உட்கொண்டிருக்கும் ஆதாரமானது, வெளிப்படையாகத் தெரிந்த ஒன்று. இது, வாய்மொழி வரலாற்றின் முறையியலில் உள்ள பலமாகக் கருதப்படுகிறது. அனுபவத்தின் வாயிலாகப் பெறக்கூடிய வெவ்வெறு கண்ணோட்டங்களுக்கு இடைப்பட்ட தொடர்புகள் (உம். சமயம், அரசியல் ஆகியவற்றுக்கு இடைப்பட்ட கண்ணோட்டங்கள், அல்லது சமூகம், தொழில் துறைக்கு இடைப்பட்ட கண்ணோட்டங்கள்) என்பன வெளிப்படையானவை; உறுதியானவை ஏனென்றால், அது தனி மனிதனின் ஒருங்கிணைக்கப்பட்ட அனுபவமாகக் கருதப்படுகிறது.

2. தனிமனித அனுபவத்தை வாய்மொழி வரலாறு எத்தனை அளவிற்குப் பயன்படுத்திக்கொள்ள முடியும் என்னும் கேள்வியும் எழுப்பப்படுகிறது. தனிமனிதனுடைய வாழ்க்கை நிகழ்ச்சிகளை மையப்படுத்தி சுயவரலாறு அல்லது வாழ்க்கை வரலாறு என்பது, காலம் பற்றிய அகண்ட வரலாற்றைத் தெளிவாக விளக்கிக் கூறலாம். வாழ்க்கை வரலாற்றைப் பொறுத்தவரையில் ஒரு தனிமனிதனுடைய சுயவளர்ச்சி, உளவியல் ஆகியவற்றைப் பற்றி விவாதிக்கக்கூடிய ஓர் ஆய்வாக மட்டுமே திகழ இயலும். ஆனால், வரலாறு என்பதோ சமூகப் படிமுறைகள் பற்றியதாகும். ஆகவே, வாய்மொழி வரலாறு தர்க்க ரீதியிலான ஒரு விளக்கவுரையைக் கட்டுவதற்கு உதவக்கூடிய ஒருவகைச் சான்றாகத் தனிமனித அனுபவங்களைப் பயன்படுத்துவதில் அக்கறை காட்ட வேண்டும். அனைத்து வகை வரலாற்றுச் சான்றுகளைப் போலவே வாழ்க்கை வரலாறும் ஏனைய சான்றுகளோடு ஒருங்கிணைக்கப்படும் போது அது மிகவும் விளக்கம் பெறும் என்பர் (Trevor Lummis, Vol. 3:230).

இவ்வாறே இனவரைவியலரும் வாழ்க்கை வரலாற்றின் தேவையை வலியுறுத்தியுள்ளனர். "வாழ்க்கை வரலாறுகள் என்பன முற்றிலும் தனி மனிதர் தொடர்பானவையே. பொதுவாக, ஒரு தனிமனிதன் என்பவன் ஒரு சமுதாயம் அல்லது குழுவின் முழுமையான பிரதிநிதியாகத் திகழ முடியாது. எனினும், தன்னைப் பற்றிய வரலாற்றுக் கதையை ஒரு தனி மனிதன்

எவ்வாறு ஒருங்கிணைத்து வடிவமைக்கிறானோ, அதற்கேற்ப அவ்வாழ்க்கை வரலாறு, சமூகக் குழுவின் அமைப்பைப் பற்றிப் பெரிதும் பேசுகிறது. தன் வரலாறு, குறிப்பிட்ட பண்பாட்டைப் பற்றிய முழுமையான சித்தரிப்பை வழங்குகிறது. கடந்த காலம் பற்றிய ஒரு தனி மனிதனுடைய கண்ணோட்டத்தை வாழ்க்கை வரலாறு என்னும் ஆவணம் தன்னில் பதித்து வைத்திருக்கிறது. கடந்த காலம் பற்றிய தனிமனிதனுடைய கண்ணோட்டம் என்பது, அவ்வாழ்க்கை வரலாற்றின் கதாநாயகன் எவ்வாறு சிந்திக்கிறான்,

தனி மனிதர் மற்றும் பண்பாட்டு விழுமியர்கள் என்பன எவ்வாறு அவனுடைய கடந்த காலம் பற்றிய கண்ணோட்டத்தைத் தீர்மானிக்கின்றன என்பதனைப் பற்றி அறிந்துகொள்ள உதவுகின்றன. உற்று நோக்கல், நேர்காணல் ஆகியவற்றோடு வாழ்க்கை வரலாறுகளையும் ஓர் இனவரைவியலன் ஒருங்கிணைத்துக்கொள்ளும் போது வெளிப்படையான எண்ணற்ற தரவுகளைப் பொருத்திக் குறிப்பிட்ட சமூகக் குழுவைப் பற்றிய அடிப்படையான பண்பாட்டுக் கேள்விகளை எழுப்புவதற்கும், அக்கேள்விகளுக்கு விடை காணுவதற்கும் அவனை அது அனுமதிக்கிறது", (Fetterman,1989:61-62).

ஜெர்மனியில் ஹிட்லரின் ஆட்சிக் காலத்தில் சித்திரவதை முகாம்களில் யூதர்களும், நாடோடிகளும் அடைக்கப்பட்டு, விஷவாயுச் செலுத்திக் கொல்லப்பட்டது உலக வரலாற்றில் நிகழ்ந்த மிகப் பெரிய இனப்படு கொலையாகும். இத்தகைய சித்திரவதை முகாமிலிருந்து உயிர் பிழைத்தவர்கள் மீண்டு வந்து தங்கியிருந்த முகாம்களில் சென்று களப்பணி செய்த தமக்கு அவர்களிடமிருந்து ஏராளமான வாழ்க்கை வரலாற்றுத் தரவுகள் கிடைத்தன என்றும் அவை அரிய வரலாற்று ஆவணங்களாக மட்டும் அமையாமல், முகாம்களில் (Kibbuty), நாள்தோறும் பணியாற்றிய அம்மக்களின் நடத்தைகள், மனநிலைகள், அச்சங்கள் மதிப்பீடுகள் ஆகியவற்றைப் புரிந்துகொள்வதற்குத் திறவுகோல்களாக உதவின என்றும் ஃபெட்டர்மேன் குறிப்பிடுகிறார்.

வாழ்க்கை அனுபவங்களையும் வாழ்க்கை வரலாற்றையும் பயன்படுத்திக்கொள்ளும் நோக்கம் மற்றும் அணுகுமுறையில்

வாய்மொழி வரலாறும், இனவரைவியலும் ஒரு புள்ளியில் சந்தித்துக் கொள்வதைப் புரிந்துகொள்ள முடிகிறது.

3. வாய்மொழி வரலாற்றுக்கு அதனை உருவாக்கும் வரலாற்றாசிரியர்கள் முக்கியமானவர்கள். வாய்மொழி வரலாற்றைப் பொறுத்தவரையில், அதற்கு ஒரு வடிவம் கொடுத்து, அதனைப் பரப்புவதில் முக்கிய இடம் பெறுவோர் வாய்மொழி வரலாற்று நூலாசிரியர்களே. தகவலாளிளுடைய பேட்டிகளைத் தம்முடைய சுருக்கமான கருத்துரைகளோடு, சொற்ப முயற்சியை மட்டும் எடுத்துக்கொண்டு பல்வேறு வகைப்பட்ட அனுபவங்களை ஒருங்கிணைத்து, வரலாற்று விளக்கத்தை எழுதிப் பிரசுரிப்பவர்கள் இந்நூலாசிரியர்கள் தாம். வாய்மொழி வரலாற்றை உருவாக்குவதில் நூலாசிரியர்கள் கடைப்பிடிக்கும் இந்த அணுகுமுறை பொதுவாக வரவேற்கப்படுகிறது. ஏனெனில், இவ்வணுகுமுறையில் முற்போக்கும், சனநாயகத் தன்மையும் பிரதிபலிக்கின்றன. அதாவது, சாமானிய மக்களைச் சுதந்திரமாகத் தங்களுடைய குரலிலேயே பேசுவதற்கு இவ்வணுகுமுறை அனுமதிக்கிறது. அத்துடன் சாமானிய மக்களுடைய அனுபவங்கள்பற்றி மற்றவர்கள் விளக்கம் கொடுப்பதையும் இவ்வணுகுமுறை அனுமதிப்பதில்லை.

4. வாய்மொழி வரலாற்றாசியர்கள் பலர், “வாய்மொழி வரலாற்று நேர்காணல்கள் ஒலிப்பதிவு செய்யப்பட்டு, அவை அப்படியே மூலாதாரமாகப் பாதுகாக்கப்பட வேண்டும்” என்று கருதுகின்றனர். மற்றொரு தரப்பினரோ “ஒலிப்பதிவிலிருந்து பெயர்த்தெழுதித் தட்டச்சு செய்யப்பட்ட எழுத்துப்பிரதிகள், ஒலிப்பதிவின்போது என்னென்ன வரலாற்றுத் தகவல்கள் பதிவு செய்யப்பட்டனவோ அவை அனைத்தையும் அப்படியே கொண்டிருக்கின்றன. ஆகவே, தட்டச்சுப் பிரதிகளை நம்பகமான ஆதாரமாகக் கருதலாம்.” எனக் கருதுகின்றனர். எனினும், இதில் சிக்கல் இருப்பதை முன்னவர்கள் சுட்டிக் காட்டுகின்றனர். அதாவது, ஒலிப்பதிவு செய்யப்பட்ட வாய்மொழி தகவல்கள், ஒலிநாடாவிலிருந்து அழிக்கப்பட்டுவிடுவதாக வைத்துக் கொண்டால், அவற்றிற்கான ஆதாரம் இல்லாத நிலையில், தட்டச்சு பிரதிதான் மூலாதாரமாக நிற்கும். ஆனால், இதனை முற்றிலும் ஏற்றுக்கொள்ள முடியாது. ஏனென்றால், தட்டச்சுப் பிரதிகள் எவ்வளவுதான் சரியாக இருந்தாலும், அவை

வாய்மொழி வடிவத்திற்கு இணையாக இருக்க முடியாது. எழுத்து மூலச் சான்றுகள் வாய்மொழித் தகவல் தொடர்பிலிருந்து முற்றிலும் வேறுபட்டவை. வாய்மொழித் தகவல் தொடர்பு என்பது வளமான கருத்துப் புலப்பாட்டுத் திறனைக் கொண்டது. ஏனெனில், அது தொனித் திரிபு செய்யக்கூடியது, தயக்கம் அல்லது தடுமாற்றங்களைக் காட்டக்கூடியது. மேலும், உணர்ச்சிகளையும், எழுத்து வடிவம் கொடுக்க முடியாத பல நுணுக்கமான ஒலிக்கூறுகளையும் எழுத்துப்பிரதியில் மிக எளிதாகக் கொண்டுவர முடியாது. எனவே, வரலாற்றுச் சான்றுகளுடைய வாய்மொழி, கேட்பொலிப் பண்புகள் என்பன அச்சான்றுகளுக்கேயுரிய சிறப்புக் கூறுகளின் ஒரு பகுதியாகத் கருதப்படுகின்றன.

“வாய்மொழி வரலாற்று ஆதாரங்கள் அப்படியே ஒலிப்பதிவில் பாதுகாக்கப்படுதல் வேண்டும்” என்னும் கருத்தை மையமாகக் கொண்டு முன்வைக்கப்பட்ட வாதங்களின் சாராம்சத்தில் முக்கியமான ஒரு பிரச்சனை இருக்கிறது. அதாவது, ஒலிப்பதிவு முறை கண்டுபிடிப்பதற்கு முற்பட்ட ஆதாரங்களை முழுமையான வாய்மொழி வரலாறு என்று ஏற்றுக்கொள்ள மறுக்கும் ஓர் அழுத்தமான வாதம் அதில் பொதிந்திருக்கிறது. எனவே, முறையியல் பற்றிய இந்தக் கருத்தினை வாய்மொழி வரலாற்றாசிரியர்கள் அனைவரும் ஏற்றுக்கொள்வார்கள் என்று எதிர்பார்க்க முடியாது.

வாய்மொழி வரலாறும் வாய்மொழி மரபும்

“வாய்மொழி வரலாறு வாய்மொழி மரபு ஆகிய இரண்டினுக்கும் இடையே மிகவும் கறாரான வேறுபாட்டை வரையறுத்துச் சொல்வது மிகவும் செயற்கையானது. என்றாலும், இவை இரண்டிற்கும் இடையே வேறுபாடுகள் உள்ளன” என்கிறார் திரிவோர் லும்மீஸ். ஜேன் வன்சினா வின் கண்ணோட்டத்தில் இவை இரண்டிற்கும் இடைப்பட்ட வேறுபாட்டை அறிந்து கொள்வதற்கு முன்னர், வாய்மொழி மரபு என்பதுபற்றி அவர் தரும் விளக்கத்தைப் பார்க்கலாம்.

“வாய்மொழி மரபு” என்பது இருவகைப்பட்ட அர்த்தங்களைக் கொடுக்கக்கூடிய பதச் சேர்க்கையாகும். அதாவது, தொடர்ந்து இடம்பெறக்கூடிய ஒரு படிமுறையும் (Process) அப்படி

முறையினால் விளையக் கூடிய படைப்புகளையும் (Products) குறிப்பதே வாய்மொழி மரபாகும். இங்கு படைப்புகள் எனக் குறிப்பிடப்படுவது யாதெனில், ஏறக்குறைய ஒரு தலைமுறைக் காலத்திய வாய்மொழிச் செய்திகளை அடிப்படையாகக் கொண்ட வாய்மொழிச் செய்திகளேயாகும். படிமுறை என்பது, இத்தகைய செய்திகள், தாம் காலாவதியாகும் காலகட்டம் வரையில், வாய் மொழியாகவே தொடர்ந்து பரவக்கூடிய பரவல் முறையைக் குறிக்கிறது. (ஜேன் வன்சினா, 1985:3).

வாய்மொழி மரபுக்கும் வாய்மொழி வரலாற்றிற்கும் இடைப்பட்ட வேறுபாட்டை எடுத்துக்காட்டக் கூடிய ஒரு பண்புக்கூறு, நிகழ் காலத்திய தன்மை என்பதாகும். இது குறித்து ஜேன் வன்சினா விளக்குகிறார்.

வாய்மொழி வரலாற்றை உருவாக்கும் வாய்மொழி வரலாற்றாசிரியர்கள், நினைவுக்குறிப்புகள், செவிவழிச் செய்திகள், ஒரு தகவலாளி தன் வாழ்நாளில் நடந்த சம்பவங்கள், சூழ்நிலைகள் ஆகியவற்றைத் தன் கண்ணால் கண்டு எடுத்துரைக்கும் விளக்கங்கள் போன்றவற்றை ஆதாரங்களாகக் கவனத்தில் எடுத்துக்கொள்கின்றனர். இந்த ஆதாரங்களின் "நிகழ் காலத்தியத் தன்மை" என்பதிலிருந்து வாய்மொழி மரபுகள் வேறுபடுகின்றன. அதாவது வாய்மொழி மரபுகள் என்பவை சமகாலத்திற்குரியவை அல்ல. தகவலாளிகளுடைய வாழ்நாளைக் கடந்து, ஒரு குறிப்பிட்ட காலத்திற்கு ஒருவர் மாற்றி இன்னொருவர் என்று வாய்மொழியாகப் பரவக்கூடியவையே வாய்மொழி மரபுகள். ஆதாரங்களைச் சேகரித்தல், அந்த ஆதாரங்களைப் பகுத்தாராய்தல் என்னும் இவையிரண்டின் அடிப்படையில் மேற்குறித்த இரண்டு சூழல்களும் முற்றிலும் வேறுபட்டவை என்கிறார் வன்சினா, அதாவது வாய்மொழி வரலாற்றாசிரியர்கள், அண்மைக் காலத்தில் அல்லது மிகவும் அண்மைக் காலத்தில் நிகழ்ந்த சம்பவங்களில் தொடர்புடைய பங்கேற்பாளர்களை நேர்காணல் செய்கிறார்கள். பல சமயங்களில் இது நாடகத் தன்மையுடையதாகவும் உள்ளது. இத்தகைய நேர்காணலைச் சிலர் "உடனடி வரலாறு" (Immediate History) என்பர். மேலும் இந்நேர்காணல்கள், எழுத்து வடிவம் அல்லது அச்சுவடிவத்தில் காணப்படும் தகவல்களோடு எப் போதும் ஒப்பிடப்படுவதும் இங்கு குறிப்பிடத்தக்கது. (ஜேன் வன்சினா, 1985:12–13).

பெரும்பான்மையான வாய்மொழி வரலாற்றாசிரியர்கள், மேற்குறிப்பிட்டவாறு, நடந்த சம்பவங்கள் பற்றிய விவரங்களையே தங்கள் முக்கியமான ஆதாரங்களாக எடுத்துக்கொள்கின்றனர். இத்தகைய வரலாற்றாசிரியர்கள் வாய்மொழி மரபுகள்பற்றி எத்தகைய அணுகுமுறையைக் கொண்டுள்ளனர் என்பதைப் பார்க்க வேண்டும். வாய்மொழி மரபுகளின் ஆதாரத் தன்மை அல்லது நம்பகத் தன்மை குறித்து அவர்களிடம் ஒரு அவநம்பிக்கை உண்டு. அது பின் வருமாறு வெளிப்படுகிறது. எழுத்தறிவற்ற மக்கள் நிறைந்த பல சமூகங்களில் நினைவுகூர்ந்து பேசுவோரையும், கதை சொல்லிகளையும் பார்க்கலாம். இவர்கள், வெளிப்படையாகத் தெரிந்த தங்கள் வரலாற்றையோ புராணமயப்படுத்தப்பட்ட வரலாற்றையோ தங்கள் நினைவில் பதித்து வைத்திருக்கக்கூடிய உயிர்வாழும் சேமக்களஞ்சியங்களாகத் திகழ்வோர் ஆவர். இவர்கள் மூலம் வெளிப்படும் வாய்மொழித் தரவுகளின் ஆதாரத்தன்மை அல்லது நம்பகத்தன்மை குறித்து பிரச்சனைகள் எழுந்துள்ளன. நிகழ்காலத்திய வாழும் ஞாபகங்களுக்கு அப்பாற் சென்று, தலைமுறை தலைமுறையாக வாய்மொழியாகப் பரவக்கூடியதும், வாய்மொழி, மாபுகளை எடுத்துரைக்கக் கூடியவர் நேரடியாக வாழ்ந்து, அதன் மூலம் பெற்ற அனுபவத்தின் பகுதியாக அல்லாதவையுமான தகவல்களையே வாய்மொழி மரபுகளைச் சேகரிக்கும் சேகரிப்பாளர்கள் முற்றிலும் நம்பிச் சார்ந்திருக்க வேண்டியிருக்கிறது. நேரடி அனுபவம் என்பதிலிருந்து வேறுபட்டதான தரத்தையுடைய தரவுகள் என்பதால், இவ்வகையான தரவுகள், அவை பற்றிய மதிப்பீட்டிற்கும் அதிகாரப்பூர்வமானவை என்று நிறுவுவதற்கும் தனித்ததொரு முறையியலை எதிர்நோக்கியுள்ளன" (Trevor Lummis, 1989, 3:231)

வாய்மொழி மரபுகளின் நம்பகத் தன்மை குறித்து எழுப்பப்படும் சந்தேகங்களுக்கு, ஜேன் வன்சினாவின் வாய்மொழி மரபுகள் பற்றிய கருத்துக்கள் விடை கூறுகின்றன.

"கானா மக்களிடம் ஒரு பழமொழி வழங்குகிறது, அதாவது, 'பண்டைக் காலச் செய்திகள் காதில் உறைகின்றன என்பதுதான் அப்பழமொழி. வாய்மொழிமரபு பற்றிய புகழ்மொழியாக அமைந்த அப்பழமொழிக்குப் பின்வருமாறு விளக்கம் சொல்வதுண்டு. அதாவது, 'கடந்த காலத்துச் செய்திகள் இன்றும் நிலை

பெற்றுள்ளன. அவை உண்மையானவை. ஆனால், அவை தொடர்ந்து புத்திக்கு எட்டமாட்டாதவையாகவே உள்ளன. வாய்மொழி மரபுகள் எப்போது சொல்லப்படுகின்றனவோ அப்போது மட்டுமே அவை தம்மை வெளிப்படுத்திக் கொள்கின்றன. ஒரு சில கணங்கள் மட்டுமே அவை நம் காதில் ஒலிக்கின்றன. அவற்றைக் கேட்கிறோம். ஆனால், நீண்ட காலத்திற்கு மக்கள் மனங்களில் மட்டும்தான் அவை குடியிருக்கின்றன. மொழிதல் அல்லது சொல்லுதல் என்பது கணநேர வாழ்வுடையது. என்றாலும், ஞாபகங்கள் அப்படி அல்ல. ஞாபகங்கள் – நினைவுகள் என்பன உண்மையான சேமக்களஞ்சியங்கள் என்பதை வாய்மொழிச் சமூகங்களைச் சேர்ந்தவர்களில் எந்த ஒருவரும் மறுக்க மாட்டார். கடந்த காலத்திய ஒட்டுமொத்தமான மனித அனுபவங்களின் தொகுப்பாக விளங்கக்கூடிய ஞாபகங்கள், நிகழ்காலத்திய நிலைமைகள் எவ்வாறு உள்ளன என்பதையும் அவை அவ்வாறு உள்ளதற்கான காரணத்தையும் விளக்கியுரைக்கும் தன்மையன. 'பண்டைக் காலத்திய விஷயங்கள் இன்றைக்கும் உரியவை' அல்லது 'வரலாறு தனக்குத்தானே சுழற்றிக் கொள்கிறது', நினைவுகள் மாறுகின்றனவோ இல்லையோ, பண்பாடு என்பது ஞாபகத்தால் திரும்பப் படைக்கப்பட்டு, சொற்கள், செயல்கள் ஆகியவற்றின் மூலம் வெளிப்படுத்தப்படுகிறது. ஞாபகம் என்பதன் வாயிலாக, மனமானது பண்பாட்டைத் தலைமுறை தலைமுறையாகச் சுமந்து செல்கிறது. கலவைச் சிந்தனைகள், தகவல்கள், காலங்காலமாகத் தொடர்ந்து வெளிப்படும் வாழ்க்கைக்கான வழிகாட்டுங் குறிப்புகள் ஆகியவற்றை நினைவுகூர்வதற்கும், வெற்றிடத்திலிருந்து திரும்பத் திரும்பச் சுழலச் செய்வதற்கும் சாதாரண ஒரு மனத்திற்கு எவ்வாறு சாத்தியமாகிறது? மனித அறிவோடும், சிந்தனையோடும் மட்டுமே ஒப்பிடுவதற்குரிய மிகப் பெரும் ஆச்சரியங்களுள் ஒன்றான இதனைக் குறித்து ஆராய வேண்டும். ஏனெனில் இந்த அதிசயம் மிகப் பெரியது; சிக்கலானதும் கூட பண்பாட்டியல், இலட்சியவியல், சமூகவியல், உளவியல், கலை, வரலாறு, போன்ற துறைகளைச் சேர்ந்த மாணவர்களுக்கு வாய்மொழி மரபு என்பது மையப் பொருளாக அமைய வேண்டும்". (JanVansina,1985:xi).

வாய்மொழிச் சமூகங்களின் வரலாற்றுக்கான முக்கியமான தரவுகளாகவோ, கடந்த கால எழுத்தறிவு அற்ற சமூகங்கள் பற்றிய தகவல்களை இன்றைய எழுத்தறிவுச் சமூகங்களுக்கு வழங்கக்கூடிய ஆதாரங்களாகவோ மட்டும் அமையாமல், எண்ணற்ற பண்டைக்கால எழுத்துப் படைப்புகளின் ஊற்றுக்கண்களாகவும் வாய்மொழி மரபுகள் திகழ்ந்திருக்கின்றன என்பது நாம் கவனத்தில் கொள்ள வேண்டிய செய்தியாகும். இவ்வாய்மொழி மரபுகள் நிகழ்காலத்தின் ஆவணங்களாகக் கருதப்படுகின்றன. ஏனென்றால், அவை நிகழ்காலத்தில் தான் சொல்லப்படுகின்றன. எனினும், அவை கடந்த காலத்திற்குரிய செய்தியைத் தம்மில் அங்கமாகவும் கொண்டிருப்பவை. ஆகவே, அவ்வாய்மொழி மரபுகளில் கடந்த காலமும் நிகழ்காலமும் ஒருங்கே குடிகொண்டிருக்கின்றன என்பதை யாரும் மறுக்க முடியாது.

கடந்த காலத்தின் நிகழ்காலம்: நாட்டார் வரலாறு பற்றிய ஓர் அறிமுகம்

கடந்த கால ஞாபகம்

ஒவ்வொரு சமூகத்தைச் சேர்ந்த மக்களும் தங்களுடைய கடந்த காலத்தைப் பற்றிய சில நினைவுகளை வழிவழியாகத் தலைமுறைகள் தோரும் தங்களிடையே பகிர்ந்து வருகின்றனர். பேச்சுவடிவம், சிறுசிறு கூற்றுகள், பாடல் வகைகள் மற்றும் கதை, புராணம், பழமரபுக்கதை, காரண விளக்கப் புராணம் முதலிய கதை வகைகள், பழக்கவழக்கங்கள், சடங்குகள் என்பன போன்ற நடத்தை வகைகள் உள்ளிட்ட நாட்டார் மரபுகள் வாயிலாகத் தங்கள் கடந்த காலத்திய நிகழ்வுகள் பற்றிய கருத்துக்களை, உணர்வுகளை அல்லது கண்ணோட்டங்களைத் தொடர்ந்து வெளிப்படுத்தி வருகின்றனர். வாய்மொழித் தகவல் தொடர்பைப் பெரும்பான்மையாகச் சார்ந்திருப்போர் மட்டுமல்லாமல், எழுத்தறிவுச் சமூகத்தினரும் இதில் அடங்குவர். அவ்வகையில், இனக்குழுச் சமுகங்கள், முற்பட்ட வகுப்பினர், பிற்பட்ட, மிகவும் பிற்பட்ட வகுப்பினர், அட்டவணைச் சாதியினர் என்று அனைத்து வகையான சமூகங்களைச் சேர்ந்த மக்களும் தத்தம் கடந்த காலத்தில் அல்லது முன்னோர் வாழ்ந்த காலத்தில், நடைபெற்ற முக்கிய சம்பவங்கள் என்று சிலவற்றைப் பற்றி அவ்வப்போது இணக்கமான தொடர் ஒழுங்கில் வாய்மொழியாக நினைவுகூர்ந்து வருகின்றனர்.

அந்தந்தச் சமூகம் தொடர்பான தோற்றம், புதிர்மையான, போற்றத்தக்க சம்பவங்கள், தெய்வீகத் தன்மை நிறைந்த

முன்னோர் பற்றிய வாழ்க்கை நிகழ்வுகள், தொழில், கலை மரபுகள், பழக்கவழக்கங்கள், வழிபாடு என்பன போன்றவற்றின் தோற்றுவாய்கள் எனப் பலவற்றைப் பற்றி, சராசரியான கண்ணோட்டத்திற்கு அப்பாற்பட்ட வகையில், சிறப்பிடம் கொடுத்து, அகவயச்சார்பு நிலையோடு ஞாபகத்தில் நிறுத்தித் தங்களுக்குள்ளேயும், வெளியாரிடமும் பகிர்ந்து கொள்கின்றனர். இத்தகைய வாய்மொழிப் பகிர்வில், ஒருவகை மரபுத் தொடர்ச்சியை நாம் அறிய முடியும். அதாவது, ஐதீகம், செவிவழிச் செய்தி என்பன போன்ற சொல்லாட்சிகளைக் கொண்டு அடையாளப்படுத்தும் ஒருவகை வரலாறு பற்றிய கருத்துருவம் அதில் செயல்படுவதை நாம் புரிந்துகொள்ளலாம்.

நாட்டார் வரலாறு

மக்கள், தங்களுடைய சமூகத்தினை மையப்படுத்திய கடந்த காலச் சம்பவங்கள் பற்றிப் பேசும் செய்திகளில் இழையோடும் வரலாற்று உணர்வுக்குத் தனி ஒரு கருத்துருவம் கொடுத்து அறிஞர்கள் விவாதித்துள்ளனர். 'நாட்டார் வரலாறு' அல்லது 'மக்கள் வரலாறு' (Folk History) என்பதே அக்கருத்துருவமாகும் அதாவது, "குறிப்பிட்ட சமுதாயத்தைச் சேர்ந்த மக்கள், கடந்த காலத்தில் நடைபெற்ற நிகழ்வுகள்பற்றிக் கொண்டிருக்கும் கூட்டுக் கண்ணோட்டம்தான் நாட்டார் வரலாறாகும்" என்பது நாட்டார் வரலாறுபற்றி வழங்கும் ஒரு குறைந்தபட்ச வரையறையாகும். (R.H. Saltzan, 1997: 448).

'ஏதேனும் ஒரு குறிப்பிட்ட சமுதாயத்தின் கடந்த காலம் பற்றிய கூட்டுக் கண்ணோட்டம்' என்பது, நாட்டார் வரலாறு குறித்த வரைவிலக்கணத்தில் ஒரு முக்கிய கூறாக அமைகிறது. உலகில் உள்ள மக்கள் சமூகங்களில் ஒவ்வொன்றுக்கும் தனது கடந்த காலம்பற்றி ஒரு கருத்தோ கண்ணோட்டமோ நிச்சயமாக இருக்கும். சமூக உறுப்பினர்கள் தங்கள் சமூகத்தின் கடந்த காலம்பற்றிக் கொண்டிருக்கும் கருத்தானது, அச்சமூகத்தின் தற்காலத்திய சிந்தனைகள், செயல்பாடுகள், கண்ணோட்டங்கள் ஆகியவற்றின்பால் இன்றியமையாத வகையில் தாக்கத்தை ஏற்படுத்தும் என்பர்.

நாட்டார் வரலாறு : வரையறைகளும் கோணங்களும்

இருபதாம் நூற்றாண்டில் மரபான சமூகங்களைப் பற்றிய வரலாற்றை முதன்மைப்படுத்தி மேற்கொள்ளப்பட்ட ஆய்வுகளின் ஊடாக, வரலாறுபற்றி வரையறைகளும் மாற்று வரலாற்று வடிவங்களும், வரலாறு எழுதப்படுவதன் சமூக நோக்கங்களும் அறிஞர் பலரால் முன்வைக்கப்பட்டன. அத்தகைய குறிப்பிடத்தக்க ஆய்வுகளுள் லின்வுட் மான்டெல் என்பவரின் 'கோயி ரிட்ஜி' யின் வீரகாவியம் : வாய்மொழி வரலாற்று ஆய்வு (The Saga of Coe Ridge : A Study in Oral History, 1970) என்னும் நூல் மிகவும் குறிப்பிடத்தக்கது. அமெரிக்காவில் கெண்டுக்கி நகரிலிருந்து தொலைவாக விலகியிருந்த கிராமப்புறத்தில் வாழ்ந்த ஆஃப்ரோ அமெரிக்கர் சமூக மக்களைப் பற்றிய வரலாற்றையே லின்வுட் மான்டெல் ஆராய்ந்து எழுதினார். அந்த ஆய்வின் விளைவாக உருவான கருத்துருவமாக நாட்டார் வரலாற்றை அறிந்து கொண்ட நிலையில், அதுபற்றிய வரைவிலக்கணத்தை அவர் வெளிப்படுத்தினார். அதாவது, "ஒரு குறிப்பிட்ட சமூகத்தைச் சேர்ந்த மக்கள் தங்களைப் பற்றி எடுத்துரைக்கும் வாய்மொழி மரபுக்கதைகளின் தொகுப்பே நாட்டார் வரலாறு ஆகும்" என்று தொடக்கமாகக் குறிப்பிட்டார். (Lynwood Montell, 1996:175) இந்த வரையறையின் விரிவுப்படுத்தப்பட்ட வடிவமாகப் பின்வரும் விளக்கம் அமைகிறது.

"குறிப்பிட்ட மக்கள் தங்களைப் பற்றி எடுத்துரைக்கும் மரபான வாய்மொழிக் கதையாடல்களின் தொகுப்பே நாட்டார் வரலாறு. ஆகவே, அக்கதையாடல்களில் விவரிக்கப்படும் சம்பவங்கள், மனிதர்கள் பற்றிய அக்குழுவினருடைய உணர்வுகளை அக்கதையாடல்கள் பேசுகின்றன. இவ்வரையறையில், நாட்டார் கண்ணோட்டங்கள் என்பன ஒரு பகுதியாக இணைத்துக் கொள்ளப்படுகின்றன. ஏனெனில், தகவலாளிகளிடமிருந்து சேகரிக்கப்படும் ஒவ்வொரு கதையாடலிலும் அந்நாட்டார் கண்ணோட்டங்கள் ஒருங்கிணைந்த பகுதியாக உள்ளன" (Lynwood Montell, 1996:184).

நாட்டார் வரலாறு, ஏனைய வரலாற்று வகைமைகள் அல்லது வரலாற்று நெறிமுறைகளிலிருந்து கணிசமாக வேறுபடுகிறது. ஏனைய வரலாறுகளின் ஆசிரியர்கள் வேறு

ஏதேனும் அந்நியப் பண்பாட்டினராக இருப்பவர்கள்; ஆனால், நாட்டார் வரலாற்றின் ஆசிரியர்களோ சொந்தப் பண்பாட்டினராக விளங்குகின்றனர். போட்கின் என்னும் அறிஞர் இதுபற்றிக் கூறும் கருத்து இங்கு எடுத்துக்காட்டத் தக்கது. "கீழிருந்து மேல் நோக்கி எழும் வரலாறுதான் நாட்டார் வரலாறு. அதில், மக்கள் தாங்களே தங்கள் வரலாற்று ஆசிரியர்களாக ஆகிறார்கள்" (Lynwood Montell, 1996:186).

நாட்டார் வரலாறுபற்றி அக்கறை செலுத்திய அறிஞர்களுள் முக்கியமானவரான ரிச்சர்ட் எம். டார்சன், "நாட்டார் ஞாபகத்திலும், நாட்டார் மரபிலும் இடம்பெற்றிருக்கக் கூடிய கடந்த காலத்திய நிகழ்வுகள் பற்றிய தனிச்சார்பு நிலைக் கூற்றுகளே நாட்டார் வரலாறு" என்கிறார் (Richard M. Dorson, 1996:285).

நாட்டார் வரலாறு குறித்து முன்வைக்கப்பட்ட வரையறைகளில், "ஒரு குறிப்பிட்ட சமுதாயத்தின் கடந்த காலம் பற்றிய மக்களின் கூட்டுக் கண்ணோட்டமே நாட்டார் வரலாறு" என்று விளக்கும் வரையறையானது, வேறு சில வரலாற்று நெறிமுறைகளிலிருந்து நாட்டார் வரலாற்றை வேறுபடுத்திக் காட்டுகிறது. "உலகிலுள்ள ஒவ்வொரு சமுதாயமும், குழுவும் தத்தமது கடந்தகாலம் பற்றி ஒரு கருத்தையோ, கண்ணோட்டத்தையோ கொண்டிருக்கும். அவ்வாறு, அதனதன் உறுப்பினர்கள் கடந்த காலத்தைப் பற்றிக் கொண்டிருக்கும் கருத்தானது, அதனதன் சிந்தனைகள், செயல்பாடுகள், கண்ணோட்டங்கள் ஆகியவற்றின்பால் தாக்கத்தை ஏற்படுத்தும்" (Saltzman, 1997: 448) என்ற விளக்கமானது நாட்டார் வரலாற்றின் இயல்பினை வெளிப்படுத்துகிறது.

கூட்டுக் கண்ணோட்டம்

'நாட்டார் வரலாறு' (Folk History) என்னும் இச்சொல்லாட்சியானது, ஏனைய வரலாற்று முறையியல் வகைமைகளான வாய்மொழி வரலாறு, இனக்குழு வரலாறு, வாய்மொழி மரபுகள் என்பனவற்றையும் குறிக்கும் வகையில் கையாளப்படுகிறது. எனினும் மேற்கண்ட வரலாற்று வகைமைகளிலிருந்து தன்னுடைய தனித்துவமான பொருளின்

அடிப்படையில் 'நாட்டார் வரலாறு' என்பது முற்றிலும் வேறுபடக் கூடியது.

நாட்டார் வரலாற்றின் தனித்துவம் என்பது, கடந்த காலம் பற்றி ஒட்டுமொத்த குழுவினர் அனைவரும் கொண்டிருக்கும் கூட்டுக் கண்ணோட்டம்' என்பதில் அடங்கியிருக்கிறது. அதாவது, 'ஒரு குழுவினைச் சேர்ந்த உறுப்பினர்களுடைய எந்த ஒரு கூட்டுக் கண்ணோட்டமானது, கடந்த காலத்தினை முக்கியத்துவம் வாய்ந்தது என்று தீர்மானிக்கிறது' என்பதிலும், அத்துடன் 'எவ்வாறு அந்தக் கடந்த காலமானது, நிகழ்காலத்தைப் பாதிக்கிறது' என்பதிலும் கடந்த காலத்தின் முக்கியத்துவம் வெளிப்படுகிறது. (1997:448)

வாய்மொழி வரலாறு – நாட்டார் வரலாறு ஆகிய இரண்டிற்கும் இடையே வேறுபாடுள்ளதா என்பதை அறிய வேண்டும். நாட்டார் வரலாற்றிலிருந்து முற்றிலும் வேறுபடுவது, வாய்மொழி வரலாறாகும். அதாவது, 'வாய்மொழி வரலாற்றியலர்' என்ற நேர்காணல் செய்யக்கூடியவர், முக்கியமானவை என்று கருதக்கூடிய நிகழ்வுகள்பற்றிக் குழுவினரோ தனிமனிதர்களோ முன்வைக்கும் விளக்கங்கள், நினைவுகூர்தல்கள் போன்றவற்றையே வாய்மொழி வரலாறு முதன்மைப்படுத்துகிறது. வாய்மொழி வரலாற்றியலர்களுக்கும் நாட்டார் வழக்காற்றியலர்களுக்கும் இடையே ஒரு வேறுபாடு இருப்பதையும் குறிப்பிட வேண்டும். நாட்டார் வழக்காற்றியலர்கள், ஒரு குறிப்பிட்ட நாட்டார் குழுவானது தனது கடந்த காலம் பற்றிக் கொண்டிருக்கும் நுண்ணோக்குகள் (Perceptions) பற்றியே முதன்மை நிலையில் ஆர்வம் காட்டுவர். ஏனெனில், அந்தக் குழுவினரின் கடந்த காலம் பற்றிய கண்ணோட்டங்கள் தாம் மரபான கைவினைப்பொருட்கள் முதல் அழகியல் வெளிப்பாடுகள் வரையில் அவர்களுடைய அனைத்து வகையான வழக்காறுகளையும் அவற்றுக்கான சூழல்களையும் வழங்குகின்றன. அவ்வாறே, காலந்தோறும் எது அம்மக்களுக்குப் பண்பாட்டு ரீதியில் முக்கியத்துவம் வாய்ந்ததாக இருந்து வந்துள்ளது என்பது தொடர்பான குழுவினரின் உள்ளார்ந்த கண்ணோட்டத்தையும் அச்சூழல்களே நமக்குப் புலப்படுத்துகின்றன. (1997:448)

நாட்டார் வரலாறும் இனக்குழு வரலாறும்

நாட்டார் வரலாறு என்பது, வாழ்க்கை வரலாறு போன்றது அல்ல என்று இரண்டினையும் வேறுபடுத்தக்கூடிய தேவையும் உள்ளது. எடுத்துக்காட்டாகச் சொல்வோமானால், ஒரு தனிமனிதனின் வாய்மொழிக் கதையாடல் ஒன்று வழங்கும் நிலையில், அக்கதையாடல் தனி ஒரு குழுவினருடைய ஏற்றுக்கொள்ளப்பட்ட கதையாடல் பனுவலாக இருக்க வேண்டும் என்று அவசியமில்லை. அத்துடன், நாட்டார் வரலற்றை, மேலோட்டமாக இனக்குழு வரலாறு என்று கருதிவிடவும் கூடாது என்று அறிஞர்கள் சுட்டிக்காட்டுகின்றனர். இனக்குழு வரலாறு, தனக்கெனத் தனித்த வரையறையை உடையது. அதுகாறும் ஒரு குறிப்பிட்ட இனக்குழுவிடம் அந்நியரின் பண்பாட்டுத் தொடர்புகள் எவையும் நடந்திராத நிலையில் அக்குழுவைப் பற்றி இனக்குழு வரலாற்றியலர்கள் எழுதும் வரலாறே இனக்குழு வரலாறாகும் என்பதை நாம் தெளிவுப்படுத்திக் கொள்ள வேண்டும்.

ஒரு குறிப்பிட்ட மக்கள் குழுவையோ சமூகத்தையோ மையப்படுத்தி யோசிக்கும் போது, அதனுடைய நாட்டார் வரலாறு, எத்துணை அளவிற்கு அதற்கு இன்றியமையாதது என்பதையும் நாம் புரிந்துகொள்ள முடியும். ஏனெனில், ஒரு குறிப்பிட்ட சமூகத்தின் பல்வேறு அம்சங்களையும் நாட்டார் வரலாறு தனக்குள் அடக்கிக் கொண்டிருக்கிறது. குறிப்பாகச் சொல்வோமானால், *1)* அந்தச் சமூகம் கொண்டிருக்கும் நம்பிக்கைகள், *2)* குறிப்பிடத்தக்க சம்பவங்கள் பற்றிய மதிப்பீடுகள், *3)* எவையேனும் குறிப்பிடத்தக்க நிகழ்வுகள் என்பன, ஒரு சமூகத்திற்கு ஏன் முக்கியத்துவம் உடையனவாக இருக்கின்றன என்பதற்குரிய காரண விளக்கங்கள், அவ்வாறே, *4)* குறிப்பிட்ட நிகழ்வுகள் எவ்வாறு தம் சமூகத்தினைத் தற்காலத்தில் பாதித்திருக்கின்றன என்பது பற்றிய விளக்கங்கள் ஆகிய அனைத்தையும் நாட்டார் வரலாறு தன்னில் உள்ளடக்கியுள்ளது. *(1997:448).*

தற்காலப் படைப்புகளில் நாட்டார் வரலாறு

பொதுவாக வாய்மொழி மரபின் வாயிலாகவே நாட்டார் வரலாறு கையளிக்கப்படுகிறது என்றாலும், அனைத்து

நாட்டார் மரபுமே நாட்டார் வரலாறாக ஆகிவிடுவதில்லை. ஏனெனில், கலைப்பாங்கான அர்த்தத்தோடு தொடர்புடைய, பெரும்பான்மையாக வழக்கில் பயிலக்கூடிய வடிவங்களோடு தொடர்புடையதாக நாட்டார் மரபு திகழ்கிறது. மேலும், கடந்த காலத்திய நிகழ்வுகள் பற்றிய காலவரிசைத் தொடர் (Chronicle) என்பதைவிட, ஒரு திறனோடு கடந்துசெல்லக் கூடியதாக அம்மரபு திகழ்கிறது. இந்த யதார்த்தமானது மற்றொரு கருத்தை வலியுறுத்திகிறது. அதாவது, நாட்டார் வரலாறு அனைத்தும் நாட்டார் மரபில் காணப்படும் எனக் கூற முடியாது. அவ்வாறே, எழுத்தறிவுப் பெறாத மக்களிடம் மட்டுமே நாட்டார் வரலாறு காணப்படும் என்றும் சொல்லவியலாது. நாட்குறிப்புகள், கடிதங்கள், தொடர்பு ஊடகங்கள், புனைகதைகள், நினைவுக் குறிப்புகள் (Memoirs), முறைமை சார்ந்த வரலாற்று நூல்கள் போன்றவையும் நாட்டார் வரலாற்றுக்கான மூலாதாரங்களாக அமையக் கூடியவை. ஏனெனில், இவை யாவும் வரலாற்று நிகழ்வுகள் பற்றிய ஒரு குழுவின் கண்ணோட்டங்கள் எத்தகையவை என்பதை அறிந்து கொள்ள உதவக்கூடியவையாகும்.

அணுகுமுறைகளில் வேறுபாடு

ஏனைய சமூகவியலர்களான வரலாற்றியலர், மானிடவியலர் போன்றோர் நாட்டார் வரலாற்றை அணுகும் கண்ணோட்டத்திலிருந்து, நாட்டார் வழக்காற்றியலர்களின் அணுகுமுறை மாறுபட்டது. பொதுவாக வரலாற்றியலர்கள், 'ஏனைய ஆவணம் போன்றதே நாட்டார் வரலாறு' என்று மேலோட்டமாகக் கருதுவார்கள். 'அதன் நம்பகத் தன்மை பரிசீலனைக்குட்பட்டது' என்று கூறுவதோடு நில்லாமல், 'நம்பகத்தன்மை, பரிசீலனையின் அடிப்படையில் நீக்கப்படுவதற்கும் உரியது' என்றும் 'துணை ஆதாரமாகப் பயன்படக்கூடிய ஆவணம் அல்லது ஏனைய தரவினை எடுத்துக்காட்டுடன் விளக்கவதற்கு உரியது' என்றும் அணுகினர். அச்சில் பதிவாகியிருப்பதன் காரணமாக மிகவும் நம்பகத்தன்மை உடையவை என்று கருதக்கூடிய வேறு ஆதாரங்கள் கிடைக்காத நிலையில், கடைசிப் போக்கிடமாக நாட்டார் வரலாற்றை அணுகும் போக்கு வரலாற்றியலரிடம் உண்டு. நாட்டார் வழக்காற்றியலர்களிடம் இத்தகைய அணுகுமுறை காணப்படுவதில்லை.

நாட்டார் வரலாறு பற்றிய மானிடவியலர்களின் அணுகுமுறையும், நாட்டார் வழக்காற்றியலர்களிடமிருந்து வேறுபடக் கூடியது. 'நாட்டார் வரலாறு என்பது, முறைசாராத, எழுதப்படாத நினைவுகூர்தல்களின் தொகுப்பு' என்று மானிடவியலர்கள் கருதினர். மேலும், மேற்கத்திய பண்பாடுகள் அல்லாத ஏனைய பண்பாடுகளில் காணப்படும் அறிவுவாணர்களின் அதிகாரப்பூர்வமான கதையாடல்களே நாட்டார் வரலாறு என்றும் கூறினர்

ஆனால், இத்தகைய நிலைப்பாடுகளுக்கு நேரெதிரான நிலைப்பாட்டினையே நாட்டார் வழக்காற்றியலர்களிடம் காணமுடிகிறது. கடந்த காலத்தைப் பற்றிப் பேசும் குறிப்பிடத்தக்க எடுத்துரைப்பு வழக்காறுகள், மறைமுகமாக ஆதாரங்களைத் தம்மில் பொதித்து வைத்திருக்கும் நாட்டார் பாடல்கள், கூற்றுகள், பழமரபுக் கதைகள், வாழ்க்கைக் குறிப்புகள், தனிமனித அனுபவக் கதையாடல்கள் போன்ற பல்வேறு ஆதாரங்களை அடிப்படையாகக் கொண்டு, நாட்டார் வழக்காற்றியலர்கள், சந்தர்ப்பச் சூழ்நிலைகள், குறியீட்டு வெளிப்பாடுகளின் சூழல்சார் அர்த்தங்கள் போன்றவை பற்றி உட்குழு மாந்தர்கள் எத்தகைய கண்ணோட்டங்களைக் கொண்டுள்ளனர் என்பதை ஆராய்ந்தனர் (1997:449).

நாட்டார் வரலாறு : மாற்று உலகக் கண்ணோட்டம்

நாட்டார் வரலாறு, கடந்த காலத்தின் பிரதிநிதித்துவமாக விளங்குகிறது என்பதே அதன் தனிச்சிறப்பாகும். ஒரு தேசியக் குழுவோ, இனக்குழுவோ, தொழிற்குழுவோ, நிலவியல் சார்ந்த வட்டாரக் குழுவோ, சமயக் குழுவோஅது எந்த வகை மக்கள் குழுவாக இருப்பினும், அக்குழுவிற்கு, நாட்டார் வரலாறு என்பது, கடந்த காலம் பற்றிய ஒரு பிரதிநிதித்துவத்தை அளிக்கிறது. அத்தகைய பிரதிநிதித்துவம் என்பது, அக்குழுவின் நோக்கங்கள், செயல்பாடுகள் ஆகியவற்றை நியாயப்படுத்துவதாக அமையலாம்; சமூக அமைப்புகளை விளக்கலாம். ஒரு மாற்று உலகக் கண்ணோட்டத்தை நிறுவவும் செய்யலாம்.

ஒரு குறிப்பிட்ட சமூகம் அல்லது குழுவின் நாட்டார் வரலாற்றை மற்றொரு குழு ஏற்றுக்கொள்ளாமல் மறுப்பதற்கும் வாய்ப்பிருக்கிறது. எடுத்துக்காட்டாக ஒரு குழுவினருடைய

கடந்த காலத்தோடு தொடர்புடைய முதன்மையான கதையோடு (dominant story) முரண்பட்டு அமைவதன் காரணமாக அவ்வெளிக்குழு உறுப்பினர்கள், நாட்டார் வரலாற்றினை முற்றிலும் புனையப்பட்ட கட்டுக்கதை என்று கருதும் நிலையும் உள்ளது. ஏனெனில், கடந்த காலம் பற்றிய ஆதிக்கத் தன்மையிலான கதையோடு நாட்டார் வரலாறு மாறுபட்டு அமைவது ஒரு காரணமாக இருக்கலாம். உட்குழுவினருடைய கண்ணோட்டங்கள் பற்றிய விவாதம் என்பது, பெரும்பாலும் சட்டரீதியாகவும் அதிகாரத்துவ அடிப்படையிலும் போர்த்தி மூடப்பட்டதாக இருக்கலாம். இல்லையெனில், ஆதிக்கச் சமூகமோ சிறுபான்மைச் சமூகமோ குறிப்பிட்ட நிகழ்வு பற்றிக் கொண்டிருக்கும் கருத்து மற்றும் உள்நோக்கங்கள் என்பன, சரியானவையா என்பது பற்றிய விவாதமாகவும் இருக்கலாம்.

நாட்டார் வரலாறும் இடதுசாரிகளும்

வாய்மொழி வரலாற்றைப் போலவே, நாட்டார் வரலாறும் கணிசமான அளவில் அரசியல் சித்தாந்தத்தைச் சுமந்து சென்றது. அந்த அரசியல் சித்தாந்தப் பின்புலம் என்பது, நாளடைவில், நாட்டார் வரலாற்றின் மதிப்பினை மங்கச் செய்யும் வண்ணமோ உயர்த்திப் பிடிக்கும் வகையிலோ செயல்பட்டது. அறிஞர்கள் பலர் நாட்டார் வரலாற்றினை 'மக்கள் வரலாறு' என்று கருதினர். ஒடுக்கப்பட்ட மக்கள், ஓரஞ்சாரம் புறந்தள்ளப்பட்ட விளிம்புநிலை மக்கள், புறக்கணிக்கப்பட்ட மக்கள் ஆகியோரின் வரலாறாக நாட்டார் வரலாறு கருதப்பட்டது. அத்துடன் இடதுசாரி அரசியல் சார்புடைய அறிஞர்களுடைய ஆய்வுக்குரிய கருத்தியல் தளமாகவும் நாட்டார் வரலாறு அமைந்தது. அமெரிக்க நாகரிகம் பற்றிய ஆய்வில் தோய்ந்து பயிற்சி எடுத்துக் கொண்டவரும் நாட்டார் வழக்காற்றியலருமான ரிச்சர்ட் எம். டார்சன், 1930களில் தோன்றிய இடதுசாரி அறிவுவாணர் இயக்கத்தின் வாயிலாகத் தோன்றிய "மக்கள் வரலாறு" தான் "நாட்டார் வரலாறு" என்னும் கருத்தாக்கத்தினை எதிர்த்தார். 'நாட்டார்' என்பது, பெரும்பான்மையாகக் கடந்த காலம் பற்றிய பழமைவாதக் கருத்துக்களை வெளிப்படுத்தக் கூடியதாக உள்ளது என்று அவர் சுட்டிக்காட்டினார். 'நாட்டார்' என்பதன் கருத்தாக்கத்தை ஒருவகைப் புனைவுப் பண்புடையதாக

ஆக்கிய அறிஞர்களுடைய கருத்திலிருந்து அவை கணிசமாக வேறுபட்டிருந்ததையும் சுட்டிக் காட்டினார்.

ரிச்சர்ட் எம். டார்சனின் மாணவர்களான லின்வுட் மான்டெல், வில்லியம் ஐவே ஆகிய இருவரும் சமுதாய வரலாறு தொடர்பான குறிப்பிடத்தக்க ஆய்வுப் படைப்புகளைக் கொண்டு வந்தனர். இந்த ஆய்வுப் படைப்புகளின் வாயிலாக மரபுவழிப்பட்டதும், ஆவணக்காப்பகம் சாராதவையுமான ஆதாரங்கள் பெற்றிருந்த மதிப்பினை வெளிப்படுத்திக் காட்டினர். இதில் குறிப்பிடத்தக்கது என்னவென்றால், நாட்டார் வரலாறு பற்றிய விவாதங்களை முன்வைத்த மானிடவியலர்களும் வரலாற்றியலர்களும் எவருமே நாட்டார் வழக்காற்றியலர்களாக அங்கீகரிக்கப்படவில்லை என்பதுதான். மாறாக, அவர்கள் வரலாற்றியலர்களாகவே அங்கீகரிக்கப்பட்டனர் என்பது குறிப்பிடத்தக்கது *(1997:451)*.

நாட்டார் வரலாறு என்னும் கருத்தியல் தளத்தில் செயல்பட்ட அறிஞர்களான ரிச்சர்ட் டார்சன், லின்வுட் மான்டெல், வில்லியம் ஐவே, பென்றி க்ளாசி ஆகியோர் குறிப்பிடத்தக்க பங்களிப்பினை வழங்கியுள்ளனர். ஏதேனும் ஒரு குறிப்பிட்ட சமுதாயத்தின் உறுப்பினர்களுக்குக் கடந்த காலத்தில் எது முக்கியத்துவம் வாய்ந்ததாக இருந்தது என்பதை எடுத்துக்காட்டுகள் மூலம் மெய்ப்பித்துக் காட்டுவது என்பதில்தான் நாட்டார் வரலாற்றின் நம்பகத் தன்மையானது கால்கொண்டிருந்தது. இதற்கு வித்திட்டதன் வாயிலாக நாட்டார் வரலாற்றிற்குத் தனித்துவமான பங்களிப்பை வழங்கியவர்களாக மேற்கண்ட அறிஞர்கள் சிறப்பிடம் கொடுத்துப் போற்றப்படுகின்றனர்.

அண்மைக் காலங்களில் நாட்டார் வழக்காற்றியலர்கள் அமெரிக்க திணைக்குடி மக்களைப் பற்றி மேற்கொண்ட ஆய்வுகள் குறிப்பிடத்தக்கவையாகக் கருதப்படுகின்றன. அந்த ஆய்வுகள் என்பன, திணைக்குடிகளுடைய வரலாறுகள், தொழில்கள், சமுதாய ஆய்வுகள், போர்கள் பற்றிய ஆய்வுகள்,

நிகழ்த்துகைகள் பற்றிய பகுப்பாய்வுகள் ஆகியவற்றைத் தழுவியவையாக இருந்தன இந்த ஆய்வுகளின் வாயிலாக நாட்டார் வழக்காற்றியலர்கள் தத்தம் ஆய்வில் ஓர் இலக்கு

சார்ந்த நோக்கில் உறுதியாக இருந்தனர். அதாவது, அந்தத்த திணைக்குடிச் சமூக மக்களுடைய கண்ணோட்டங்களை அடியொற்றியே அவர்தம் கடந்த காலத்தை மீட்டுருவாக்கம் செய்தனர். விடுதலைப் போராட்ட வீரர்கள், தேசியவாதிகள், புரட்சியாளர்கள், போராளிகள் ஆகியோரைப் பற்றிக் குறிப்பிட்ட பக்கம் முன்னிறுத்துகிறது எனில், அவர்தம் நாட்டார் வரலாறானது, குறிப்பிடத்தக்க நிகழ்வுகள் பற்றி நினைவுகூர்ந்து விவரிப்பதற்குரிய தர்க்க அறிவை வழங்குகிறது.

ஃப்ரெஞ்சு வரலாற்றியலர்களின் அன்னல்ஸ் பள்ளியினர், தாம் மேற்கொண்ட ஆய்வுகளில் வரலாற்றில் காணப்படும் பொருட் செறிவுடைய அமைப்புகளை முதன்மைப்படுத்தினர். பிரிட்டிஷ் சமூக வரலாற்றியலர்கள், வெவ்வேறு குழுக்கள் தத்தம் கடந்த காலத்தை எவ்வாறு கட்டமைக்கின்றன என்பதை மையப் பொருளாகக் கொண்டு ஆராய்ந்தனர். அமெரிக்கப் பண்பாட்டு வரலாற்றியலர்கள், ஆதிக்கப் பண்பாட்டினரால் முக்கியத்துவம் அற்றவர்களாகப் பார்க்கப்பட்ட மக்களுடைய கண்ணோட்டங்களை வெளிக்கொணரும் ஆய்வு முயற்சியை மேற்கொண்டனர். மேற்குறிப்பிடப்பட்ட நிறுவனங்கள் மேற்கொண்ட ஆய்வுகளில் முன்வைக்கப்பட்ட கண்ணோட்டங்களுக்கு இணையொத்தவையாக நாட்டார் வழக்காற்றியலர்கள் அமெரிக்கத் திணைக்குடிகள் பற்றி மேற்கொண்ட ஆய்வுகளின் அணுகுமுறைகள் அமைந்திருந்தன என்பது குறிப்பிடத்தக்கது.

எந்தச் சமூக அறிவியல் துறைகளைச் சார்ந்த அறிஞர்கள் நாட்டார் வரலாற்றை ஏற்றுக் கொண்டார்களோ அத்துறைகளைச் சார்ந்த வேறு சிலரோ அதனை மறுத்து, அதன் நம்பகத்தன்மையைக் கேள்வி கேட்கவும் செய்தனர் என்ற நிலைப்பாட்டையும் காண்கிறோம். ‘நாட்டார் வரலாறு என்பது, கடந்த காலத்தைப் பற்றி விளக்கும் ஆதாரபூர்வமான கூற்றாக அமையக் கூடியதா? என்னும் கேள்வியை முன்வைத்து, அதன் மதிப்பீட்டினை மறுத்துக்கூறும் போக்கு, வரலாற்றியலர்கள், மானிடவியலர்கள் ஆகியோரிடமிருந்து மட்டுமல்லாது நாட்டார் வழக்காற்றியலர்களிடமிருந்தும் தோன்றியது. அதே சமயத்தில், அதன்பால் அவர்கள் காட்டும் அணுகுமுறையையும் சற்று நெருடலானதுதான் எனினும் இங்குக் குறிப்பிட வேண்டும்.

அதாவது, மிகவும் பொருத்தமானவையும், நம்பகத்தன்மை உடையவையுமான ஆதாரங்கள் கிடைக்காத நிலையில், விடுபட்ட இடங்களைப் பூர்த்தி செய்யக்கூடிய ஏதாவது ஒன்றாக இட்டுநிரப்பியாக நாட்டார் வரலாற்றைக் கருதினர். இதனைவிட மோசமான அணுகுமுறையும் அவர்களிடமிருந்து வெளிப்பட்டது. நடந்த நிகழ்வுகள் பற்றிய பொய்யும் புனைவும் கலந்த எடுத்துரைப்பாகவும் திரித்துக் கூறுதலாகவும் நாட்டார் வரலாறு கருதப்பட்டது. மேலும், 'நாட்டார் வழக்காற்றின் ஏனைய வடிவங்களைப் போல், 'நாட்டார் வரலாறு என்பதும் கற்பனை நிரப்பியே' என்றும் 'கண்டுபிடிப்பு' என்றும் அல்லது 'மறுபடைப்பாக்கம்' எனவும் பலவாறு குறைத்து மதிப்பிடப்பட்டது.

நாட்டார் வழக்காறுகளிலும் நாட்டார் வரலாற்றிலும் இயல்பாகக் காணப்படக்கூடிய சில பொதுக் கூறுகளின் ஒற்றுமைத் தன்மையை இங்குச் சுட்டிக்காட்ட வேண்டும். நாட்டார் வழக்காறுகளில் காணப்படும் பொதுவான அமைப்பியல் கூறுகளையும் கலைப்புண்புக் கூறுகளையும் போன்றே வட்டார வரலாறு, நினைவமைதிகள் (anecdotes) தனிமனித அனுபவக் கதைகள் போன்றவற்றிலும் காணப்படுகின்றன. இத்தகைய கலைக்கூறுகள் பற்றிய கூரறிவும் அல்லது இணையொத்த அமைப்பியல் மாதிரிகளை அடையாளங் கண்டறியும் திறமையும் நாட்டார் வரலாற்றை நுட்பமாகக் கையாளுவதற்கு மிகவும் இன்றியமையாதது என்று அறிஞர்கள் வலியுறுத்தும் கருத்தும் நாம் நினைவில் கொள்ளத்தக்கது.

மற்றொரு கருத்தும் நமது சிந்தனைக்குரியதாகும். அதாவது, 'நாட்டார் வரலாறு நம்பகத்தன்மை இல்லாதது, ஆதாரத்தன்மை அற்றது' என்பதை வெளிப்படுத்துவதை விட, சமூக வரலாறுகளில் காணப்படும் ஒத்த மாதிரிகள், திரும்பவரல் அமைப்புகள், கலைப் பண்புக் கூறுகள் போன்றவை, எவ்வாறு பண்பாட்டு ரீதியில் முக்கியத்துவம் வாய்ந்த தரவுகளை உட்கொண்டிருக்கின்றன என்பதையும், அவற்றைப் பரவல்படுத்தி வருகின்றன என்பதையும் வெளிப்படுத்த வேண்டும்' என்று அறிஞர்கள் வலியுறுத்துகின்றனர்.

நாட்டார் வரலாறும் ஏனைய வரலாற்று முறையியல்களும்

பொதுவாக வரலாற்றைக் கட்டுவதற்குத் தேவையான ஆதாரங்களின் நம்பகத்தன்மை பற்றிய கேள்விகள், விவாதங்கள் முதலியவற்றை முன்னிறுத்திச் சில மாற்று வரலாற்று நெறிமுறைகள் தோற்றுவிக்கப்பட்டன. அவற்றுள், முதலாவதாக விளங்குவது வாய்மொழி வரலாறு; அதனை அடுத்து வேறு சில வரலாற்று முறையியல்களும் பல்வேறு சமூக மக்களின் வரலாற்றை வெளிப்படுத்துவதற்குப் பயன்படுத்தப்பட்டுள்ளன. அவற்றுள் குறிப்பிடத்தக்கவையாக இனக்குழு வரலாறு, வட்டார வரலாறு, குடும்ப வரலாறு போன்றவை அடங்கும். இவை யாவும் நாட்டார் வரலாற்றிலிருந்து வேறுபடுகின்றன. அதிலும் குறிப்பாக வாய்மொழி வரலாறு, இனக்குழு வரலாறு ஆகியவைத் தத்தம் இயல்பு, இலக்கு, நெறிமுறை முதலியவற்றின் அடிப்படையில் நாட்டார் வரலாற்றிலிருந்து வேறுபடும் முறையைச் சுருக்கமாகக் காணலாம்.

"தங்களுக்குத் தாங்களே குரல் கொடுக்க இயலாத மக்களின் குரலாக எதிரொலிப்பது" என்று வருணிக்கப்படும் வாய்மொழி வரலாற்றை வரையறுக்கும் முகமாக "நேரிடையான தனிமனித அனுபவங்கள் பற்றிய ஞாபகங்களையே மையப்படுத்துகிறது" என்றும், "வரலாற்று முக்கியத்துவமுடைய ஒரு பொருளைப் பற்றி, ஒருவனோ ஒருத்தியோ தான் நேரில் பங்கேற்ற அல்லது பார்த்தறிந்த அனுபவத்திலிருந்து எடுத்துரைப்பதை நேர்காணலாக ஒலிப்பதிவு செய்வதை உள்ளடக்குவதாக வாய்மொழி வரலாறு அமைகிறது" என்றும் விளக்குவர் (Willa Baum, 1996). "ஏதேனும் ஒரு நிகழ்வில் பங்கேற்றவர் அல்லது அதனை உற்று நோக்கிய ஒரு தனிமனிதனுடைய நினைவு கூர்தல்களே வாய்மொழி வரலாறாகும்" எனவும் வரையறுப்பர் (Gary Okihiro, 1996:204)

வாய்மொழி வரலாற்றின் தனித்தன்மையைப் பற்றி ஓக்கிகிரோ முன்வைக்கும் கருத்து நமது கவனம் ஈர்க்கக் கூடியது. "வாய்மொழி வரலாறு என்பது வரலாற்றை மீளப் பெறுவதற்கான கருவியோ ஒரு முறையியலோ மட்டுமன்று; அது ஒரு வரலாற்றுக் கோட்பாடுமாகும். மேலும் அது, சாமானிய நாட்டாரும் புறக்கணிக்கப்பட்டவர்களும் தமக்கென

வரலாற்றைக் கொண்டுள்ளனர், அவ்வரலாறு கட்டாயம் எழுதப்பட வேண்டும் என்பதை வலியுறுத்துகிறது" (Gary OKihiro, 1996: 209).

'வாய்மொழி மரபே வரலாறாகும்' என்னும் கருத்துருவத்தை அடிப்படையாகக் கொண்டது ஜேன் வன்சினாவின் 'வாய்மொழி வரலாறு' "வாய்மொழி வரலாற்றியலரின் ஆதாரங்கள் என்பன தகவலாளிகளுடைய வாழ்நாட் காலத்திலேயே நடந்த சமகாலத்திய நிகழ்வுகள், தருணங்கள் பற்றிய நினைவுகூர்தல்கள், செவிவழிச் செய்திகள், நேரில் பார்த்த சாட்சிகளின் கூற்றுகள் முதலியனவாகும். இது, வாய்மொழி மரபுகளிலிருந்து வேறுபடுவது. அதாவது, வாய்மொழி மரபுகள் என்பன, ஒருபோதும் சமகாலத்தியவை அல்ல. அவை தகவலாளிகளின் வாழ்நாட் காலத்தைக் கடந்தும் வாய்மொழியாக ஒருவரிடமிருந்து மற்றொருவர் என்ற நிலையில் பரவலடைவனவாகும் ஆதாரங்கள் சேகரிப்பு, அந்த ஆதாரங்கள் பற்றிய பகுப்பாய்வு ஆகியவை தொடர்புடைய இரண்டு சந்தர்ப்பங்களும் முற்றிலும் வேறுபட்டவை; வரலாற்றுணர்வு என்பது, தொடர்புடைய சமகங்களில் தொடர்ந்து மாற்றத்திற்கு ஆளாகும் நிலையில், வாய்மொழி வரலாற்றியலர்கள் அண்மைக் காலத்திலோ மிகவும் அண்மைக் காலத்திலோ நடந்த நிகழ்வுகளில் பங்கேற்றவர்களிடம் பெரும்பாலும் நாடகவியல்புடன் நேர்காணல் செய்வர். இத்தகைய வரலாற்றை அறிஞர்கள் சிலர் 'உடனடி வரலாறு' என்றழைக்கின்றனர்" (Jan Vansina, 1985: 12-13).

வாய்மொழி வரலாற்றிற்கும் வாய்மொழி மரபுக்கும் இடைப்பட்ட தொடர்பும் நுணுக்கமான வேறுபாடும் நமது கவனம் ஈர்ப்பனவாகும். 'ஒரு நிகழ்வில் பங்கேற்றவர் அல்லது உற்று நோக்கிய ஒரு தனிமனிதனின் நினைவுகூர்தல்களாக' வரையறுக்கப்படும் வாய்மொழி வரலாறு என்பது, "மற்றொருவருக்கு எடுத்துச் சொல்லப்படும் போது பொதுவாக ஒரு குடும்பத்தைச் சேர்ந்த கால்வழி மரபைச் சேர்ந்த தலைமுறையினர்க்கு எடுத்துரைக்கப்படும்போது அது வாய்மொழி மரபாக அமைகிறது" (Jan Vansina). இவ்வாறு, ஒரு சான்றாதராம் (testimony) செங்குத்து நிலையில் பரவலடையும் போது, உருவாக்கம் பெறுவதுதான் வாய்மொழி மரபு. அம்மரபு இடைநிலையில் குறிப்பிட்ட மக்கள் குழுவினரிடையே அகண்ட நிலையில் பரவலடையும் போது, அதுவே 'நாட்டார் வழ்க்காறு' என்றோ

‘அறிவுவாணர் வழக்காறு’ (elite lore) என்றோ மக்கள் குழுவின் சமூகவர்க்க அடிப்படைக்கேற்ப குறிப்பிடப்படுகிறது. (Gary Y. Okihiro, 1996:204)

நாட்டார் வரலாறு, இனக்குழு வரலாறு ஆகிய இரண்டினையும் ஒப்பிட்டுப் பேசும் அறிஞர்களுடைய கருத்துக்கள் இங்குக் குறிப்பிடத்தக்கவை. “ஓர் இனக்குழு வரலாற்றியலனின் நோக்கில், நாட்டார் வரலாறு என்பது, மற்ற சமூகங்களும் பண்பாடுகளும் கொண்டிருக்கக் கூடிய வரலாற்று நம்பிக்கைகளைக் குறிப்பிடுகிறது” என்று கூறும் சார்லஸ் ஹட்சன், இனக்குழு வரலாற்றை விளக்கும் முகத்தான், ‘நம்பத்தகுந்த ஆதாரங்களைக் கொண்டு மீட்டுருவாக்கம் செய்யப்படுவதுதான் இனக்குழு வரலாறு’ என்கிறார். இதனைத் தெளிவாகக் கூறுவோமெனில், “அறிவார்ந்த நம்பகத்தன்மை மற்றும் புத்திக்கு இயைந்த பொருத்தப்பாடு ஆகியவற்றால் உண்மையாக நடந்தது என்று ஏற்றுக்கொள்ளப்படும் நிகழ்வு பற்றிக் கிடைக்கக் கூடிய ஆதாரப் பொருட்களைப் பயன்படுத்தி மீட்டுருவாக்கம் செய்வதே இனக்குழு வரலாற்றின் இலக்காகும்.”

இவ்வாறு, இனக்குழு வரலாற்றின் நோக்கத்தைப் பற்றித் தெளிவுறுத்தியவர் நாட்டார் வரலாற்றைப் பற்றிக் கூறும்போது, “வேறு சமுதாயத்தைச் சேர்ந்த மக்கள், தமது நம்பகத்தன்மை, பொருத்தப்பாடு சார்ந்த புலனறிவினால் உண்மையாக நடந்தது என்று தீர்மானித்து எதனை நம்புகிறார்களோ அதனைக் கண்டுபிடிப்பதுதான் நாட்டார் வரலாற்றில் நமது நோக்கமாக இருக்கிறது” என்கிறார்.

இவ்வாறு, நாட்டார் வரலாறு, இனக்குழு வரலாறு ஆகிய இரண்டினையும் வரையறுத்து வேறுபடுத்துபவர், அவை ஒவ்வொன்றின் முறையியல்களைச் சுட்டிக் காட்டுகிறார். “இனக்குழு வரலாற்றின் முறையியலானது புறவய நோக்கு (புறக்குழுவினர்க் கண்ணோட்டம்) என்பதை அடியொற்றியதாக அமைந்திருக்க, நாட்டார் வரலாறோ திணைக்குடிக் கண்ணோட்டம் (உட்குழ மாந்தர் கண்ணோட்டம்) என்பதை அடியொற்றியதாக உள்ளது” என்கிறார் (Larry Danielson, 1996:189).

வாய்மொழி வரலாற்றின் முறையியலோடு ஒப்பிடும்போது, நாட்டார் வரலாற்றின் முறையியல் முற்றிலும் வேறுபட்டது,

நாட்டார் வரலாறு, குறிப்பிட்ட முகாமைப் பொருளைப் பொருத்தவரையில், தற்சார்புடையதாக விளங்குவது. நாம் நாட்டார் வரலாறுபற்றி ஆர்வம் காட்டுகிறோம் என்றால், கடந்த காலம் பற்றிய திணைக்குடி மக்களின் கண்ணோட்டத்தின்பால் நாம் ஆர்வம் கொண்டிருக்கிறோம் என்று பொருளாகும். அது கூட்டுமரபு என்னும் வடிவத்திலோ அல்லது தனிமனித நினைவுகூர்தல்கள் என்ற வடிவத்திலோ இருந்தாலும் சரி, கடந்த காலம் பற்றிய கண்ணோட்டத்தை வருணிப்பதற்கும் விளக்குவதற்கும் தேவையான தரவுகளைச் சேகரிப்பதற்கு, நாம் ஏனையவற்றின் உத்திகளோடு, வாய்மொழி வரலாறு சார்ந்த உத்திகளையும் பயன்படுத்துகிறோம் என்பது இங்குக் குறிப்பிடத்தக்கது. (1996:189).

இதுவரையில், நாட்டார் வரலாறு, வாய்மொழி வரலாறு, இனக்குழு வரலாறு ஆகியவை பற்றிய கருத்தாக்கங்களைப் பார்த்தோம். ஒவ்வொன்றும் அதனதன் இயல்பில் தனித்தன்மை உடையவை. வாய்மொழி வரலாறு என்பது, ஏதேனும் ஒரு குறிப்பிட்ட நிகழ்வில் பங்கேற்றவரிடம் செய்யப்படும் நேர்காணல் வாயிலாகச் சேகரிப்படும் தகவல்களை அடியொற்றி எழுதப்படுவது என்பதால், அது நேரிடையாகப் பெறப்பட்ட தனிமனித அனுபவங்கள் பற்றிய ஞாபகங்களையே மையப்படுத்துவதாக உள்ளது. அவ்வகையில், அது சமகாலத்திய தன்மை உடையதாகவும் பார்க்கப்படுகிறது. அது மிகவும் கடந்த காலம் பற்றிய வரலாற்றுணர்வைப் பிரிதிபலிப்பதில்லை. இனக்குழு வரலாற்றைப் பொறுத்த வரையில், உண்மையாக நடந்தவை என்று அறிவுபூர்வமாக ஒத்துக்கொள்ளப்படும் நிகழ்வுகள் தொடர்புடைய தரவுகளைக் கொண்டு வரலாற்றியலர்களால் மீட்டுருவாக்கம் செய்யப்படும் ஒன்றாக உள்ளது. மேலும், அப்படைப்பானது, ஒரு நிகழ்வைப் பற்றிய சான்றாதாரங்களை உரசிப்பார்க்கக்கூடிய புறவயமான அணுகுமுறையை (etic perspective) கடைப்பிடிக்கும் வரலாற்றியலரின் பகுப்பாய்வாக அமைகிறது. 'நாட்டார் வரலாறு என்பது, ஒரு குறிப்பிட்ட சமூக மக்களின் கடந்த காலம் பற்றிய கண்ணோட்டமாக அமைவது' என்ற வரையறையைக் கொண்டு பார்க்கும்போது, அது எந்த மக்களைப் பற்றிப் பேசுகிறதோ அந்த மக்களே தங்கள்

வரலாற்றின் ஆசிரியர்களாக அமைகிறார்கள். மேலும், ஏனைய வரலாற்று முறையியல்களைப் போல் அல்லாமல், நாட்டார் வரலாறானது திணைக்குடி மக்களின் கண்ணோட்டத்திற்கே முதலிடம் கொடுக்கிறது. அவ்வகையில் திணைக்குடி மக்கள் தங்கள் புத்திக்கு இயைந்தவாறு உண்மையாக நடந்தவை என்று எவற்றை நம்புகிறார்களோ அவையே நாட்டார் வரலாறாக முதன்மை இடம் பெறுகின்றன. வாய்மொழி வரலாறு, இனக்குழு வரலாறு ஆகியவற்றோடு ஒப்பிட்டுப் பார்க்கும்போது, நாட்டார் வரலாறு என்பது, பின்வரும் தனித்தன்மைகளை முன்னிறுத்துகிறது:

1. ஒவ்வொரு மக்கள் குழு அல்லது திணைக்குடிகளின் கடந்த காலம் பற்றிய கூட்டுக் கண்ணோட்டமாக நாட்டார் வரலாறு அமைகிறது. அக்கூட்டுக் கண்ணோட்டம் பற்றிய தளத்தை ஆதாரமாகக் கொண்டே அதன் நீட்சியாகக் குறிப்பிட்ட சமூகத்தின் நிகழ்காலமும் அமைகிறது.

2. நாட்டார் வரலாறு என்னும் கடந்த காலம் பற்றிய கூட்டுக் கண்ணோட்டமே, குறிப்பிட்ட மக்களின் வழக்காறுகளைப் புரிந்து கொள்வதற்கான சூழலை வகுத்தளிக்கிறது.

3. கடந்த காலம் பற்றிய கண்ணோட்டம் என்பது, குறிப்பிட்ட மக்களின் சிந்தனைகள், செயல்பாடுகள், கருத்தியல் பார்வைகள் ஆகியவற்றின்பால் தாக்கத்தை ஏற்படுத்தும்.

4. நாட்டார் வரலாறு என்பது, எழுத்தறிவற்ற மக்கள் சமூகத்திற்கு மட்டுமே உரியது என்று கருத முடியாது. எழுத்தறிவுச் சமூகமும் தனது கடந்த காலம் பற்றிய கண்ணோட்டமான நாட்டார் வரலாற்றைத் தனது பண்பாட்டுப் படைப்புகளான இலக்கிய வகைகள், ஊடகங்கள், வரலாற்றுத் தன்மை உடைய நூல்கள். நிகழ்கலை வடிவங்கள் என்பனவற்றின் வாயிலாக வெளிப்படுத்துகிறது.

நாட்டார் வரலாற்றின் இன்றைய தேவை.

5. தமிழ் இலக்கிய நூல்களில், சங்க இலக்கியங்கள் முதல் சமகாலத்திய நாவல், கவிதை முதலிய படைப்புகள் வரையில் ஒருவகை வரலாற்றுப் பிரக்ஞையைப் பிரதி நிதித்துவம் செய்வதை அறிய முடியும். ஒரு குறிப்பிட்ட வட்டார மக்கள், குடும்பத்தினர், சாதியினரில் ஒரு கூட்டத்தினர் அல்லது கால்வழி மரபினர் என்று மக்கள் வழிவழியாகத் தங்கள் ஞாபகங்களில் சுமந்து வந்து கையளிக்கும் கடந்த காலம் பற்றிய கண்ணோட்டங்களை இலக்கியவாதிகளான படைப்பாளிகள் கவிதை, சிறுகதை, நாவல் என்பன போன்ற தத்தம் இலக்கியப் படைப்புகளில் பிரதிபலிக்கச் செய்கின்றனர். இனவரைவியல் நாவல், வாய்மொழி வரலாற்று நாவல், என்றெல்லாம் தனி முத்திரை கொடுத்துச் சில படைப்புகளைப் பற்றிய பேசும் நாம், நாட்டார் வரலாற்றுத் தன்மையை முன்னிறுத்தும் படைப்புகளையும் இனம் கண்டு விவாதிக்க வாய்ப்பிருக்கிறது. அவ்வகையில், நாட்டார் வரலாறு என்பது சமகாலத்திய முக்கியத்துவம் உடைய கருத்துருவமாகத் திகழ்கிறது.

6. தமிழகத்தின் சாதிச் சமூகங்களில் பெரும்பான்மையானவை தத்தம் கடந்த காலத்தைப் பற்றிச் சில கண்ணோட்டங்களைக் கொண்டிருக்கின்றன. அத்தகைய கண்ணோட்டங்கள் என்பன வாய்மொழி வழக்காற்று வடிவங்கள், எழுத்து வடிவில் அமைந்த தனிமனித, சமூக வரலாற்று நூல்கள் போன்றவற்றின் வாயிலாக வெளிப்படுத்தப்படுகின்றன. சிலவகைச் சமூகங்கள் தங்களை முற்காலத்தில் நாடாண்ட அரச வர்க்கங்களான பல்லவர், சோழர், சேரர், பாண்டியர் மற்றும் காரி, ஓரி முதலிய குறுநில மன்னர்கள், பிற்காலத்தில் அரசாட்சி செய்த ஜமீன்தார்கள் ஆகியோரின் பரம்பரையில் வந்துதித்த வழித்தோன்றல்களாக அறிவித்துக் கொள்கின்றன. ஏறக்குறைய ஆயிரம் ஆண்டுகளுக்கு முற்பட்ட காலத்தில் சோழ நாட்டை ஆண்ட ராஜராஜ சோழனைத் தத்தம் முன்னோராகப் பல சமூகங்கள் உரிமை பாராட்டிக் கொள்வதை, அவற்றின் சாதி மாநாட்டுத் தருணங்களில் ஒலிக்கும் உரத்த குரல்களில் கேட்கிறோம். இத்தகைய உரிமை பாராட்டுகை என்பது, அத்தகைய சமூகங்களின்

எத்தகைய கண்ணோட்டங்களை வெளிப்படுத்துகிறது? அது, அவை அவற்றின் வரலாற்று நம்பிக்கையா? சுமகாலத்தில் ஏற்பட்ட அடையாள நெருக்கடியா?, மனரீதியாக ஏற்பட்ட தொய்வினைச் சமன்படுத்திக் கொள்வதற்கான ஓர் உத்தியா? ஒன்றை ஒன்று ஆதிக்கம் செலுத்த விரும்பும் அதிகார விழைவா? அரசாட்சி நிலவிய கடந்த காலத்தோடு தொடர்புப்படுத்திக்கொள்ள விழையும் இன்றைய சமூகங்களின் கண்ணோட்டங்கள் எத்தகைய சிந்தனைகளை உட்பொதித்து வைத்திருக்கின்றன என்பதை அறிந்துகொள்வதற்கு நாட்டார் வரலாறு பற்றிய கருத்துருவங்கள் நமக்குத் துணைபுரியும் என்பதில் அய்யமில்லை.

7. தமிழகத்தில் ஆங்காங்கே நிலையாக வாழ்ந்து வரும் சமூகங்கள் பல, ஒருவகைப் புடைபெயர்வு பற்றிய கடந்த கால ஞாபகங்களை எவையேனும் சில வடிவங்களில் பழமரபுக்கதை, புராணம், பாடல்கள் பாதுகாத்து வைத்துள்ளன. இன்று தென்தமிழகத்தில் உள்ள சமூகங்கள் சில, சில நூறு ஆண்டுகளுக்கு முன்னர் தஞ்சாவூரிலிருந்து தம்முடைய முன்னோர்கள் தெற்கில் குடியேறியதாகச் சொல்வதைக் கேட்கிறோம். அவ்வாறே, இன்றைய தமிழகத்தில் வாழும் நிலைகுடிகளில் தெலுங்கைத் தாய்மொழியாகக் கொண்ட சமூகங்களும் முன்னர் ஆந்திராவிலிருந்து, அங்கு ஏற்பட்ட அரசியல் நெருக்கடியிலிருந்து தப்பிக்கும் வகையில், தமிழ்நாட்டிற்கு வந்து குடியேறின என்பதுபற்றிய வரலாறு, வாய்மொழி இலக்கியத்தில் எதிரொலிக்கிறது. அத்தகைய புடைபெயர்வுக் கதைகளை அடியொற்றி கி. ராஜநாராயணன் கோபல்ல கிராமம் என்னும் நாவலை எழுதியுள்ளார். இது போன்ற நாவல் முதலிய படைப்புகளையும், பல்வேறு சமூகங்கள் தத்தம் கடந்த காலம் பற்றிப் பேசும் வழக்காறுகளையும் பற்றிப் புரிந்துகொள்வதற்கும் ஆராய்வதற்கும் நாட்டார் வரலாறு, வாய்மொழி வரலாறு, இனக்குழு வரலாறு உள்ளிட்ட வரலாற்று நெறிமுறைகள் நமக்கு இயன்ற அளவிற்கு உதவக்கூடியவை.

◎

நாடோடிகளின் தோற்றப் புராணங்கள் வெளிப்படுத்தும் நாட்டார் வரலாறு

தமிழகத்தில் காணப்படும் நாடோடிச் சமூகங்களில் பெரும்பான்மையானவை தொடர்புமொழியாகத் தமிழையும், அத்துடன், தெலுங்கு அல்லது வேறேதேனும் ஒரு மொழியைத் தாய்மொழியாகவும் கொண்டு, இரு மொழி பேசும் சமூகங்களாக விளங்குவன. நாடோடிச் சமூகங்களைப் போலவே, தெலுங்கைத் தாய்மொழியாகக் கொண்டிருக்கும் வேறு பல நிலை குடிச் சாதிச் சமூகங்களும் இருமொழிச் சமூகங்களாகத் திகழ்கின்றன. இச்சமூகங்கள் யாவும் பேச்சுவழக்கு, எழுத்து வழக்கு ஆகிய இரு நிலைகளிலும் ஏனைய தமிழ்ச் சாதிகளுக்கு இணையாகத் தமிழைத் தொடர்புமொழியாகக் கொண்டிருப்பவை. ஆனால், நாடோடிச் சமூகங்களின் மக்களில் பெரும்பான்மையான விழுக்காட்டினர், பேச்சுத் தொடர்பு என்பதன் அடிப்படையில் தெலுங்கு, தமிழ் ஆகிய இரண்டு மொழிகளிலும் திறனுடையவர்களாக விளங்கினாலும், அவ்விரண்டு மொழிகளிலுமே எழுத்தறிவு பெறாதவர்கள் என்பது குறிப்பிடத்தக்கது. எழுத்தறிவிலிருந்து ஏறக்குறைய முற்றிலும் விலகியிருப்பனவாகக் காணப்படும் இச்சமூகங்களின் மக்களிடத்தில் வாய்மொழிப் பண்பாடு தனித்துவமானதாக உள்ளது. பாடல், கதை முதலிய வாய்மொழி மரபுகளும் பழக்கவழக்கங்களும், கைவினைப்படைப்புகளும், நிகழ் கலைகளும் நாடோடிகளின் தனித்துவமான அடையாளத்தைப் பாதுகாத்து, அவர்தம் வாய்மொழிச் சமூகங்களை ஏனையவற்றிலிருந்து வேறுபடுத்திக் காட்டுகின்றன.

வாய்மொழித் தகவல் தொடர்பின் வாயிலாகத் தத்தம் பண்பாட்டினைப் பிரதிநிதித்துவம் செய்துவரும் ஒவ்வொரு

நாடோடிச் சமூகமும் தனக்கே உரிய வாய்மொழி வழக்காறுகள் முதலிய நாட்டார் மரபுகளைக் கொண்டிருக்கிறது. ஆனால், அவை ஒவ்வொன்றின் மரபு வளங்களை ஒட்டுமொத்தமாகச் சேகரித்துத் திரட்டி ஆவணப்படுத்தப்பட்ட எந்த ஒரு தொகுப்பினையும் நாம் காணமுடிவதில்லை. ஆனால், அச்சமூகங்களின் இனவரைவியலுக்கு முதன்மை நோக்கம் கொடுத்து எழுதப்பட்ட கட்டுரைகள், நூல்கள், தொகுப்புகள் போன்றவற்றில் குறிப்பிட்ட வாய்மொழி வழக்காறுகளும் பழக்கவழக்கங்களும் ஏனைய பல பண்பாட்டுத் தகவல்களும் நமக்குக் கிடைக்கின்றன. வாய்மொழி வழக்காறுகள் முதலிய தரவுகள் யாவும் தமிழிலேயே பகிர்ந்து கொள்ளப்பட்டவையாக உள்ளன.

ஒவ்வொரு நாடோடிச் சமூகத்தின் தோற்றம், தொழில், இடப்பெயர்வு, கலை மரபுகள், பழக்கவழக்கங்கள் உள்ளிட்ட பண்பாட்டுக் கூறுகள் பற்றித் தம்மை நாடுவோரிடம் பகிர்ந்து கொள்ளும் நிலையில், தொடர்பு மொழியாகத் தமிழையே கையாளுகின்றனர். அவர்கள் விவரிக்கும் கதை முதலிய வழக்காறுகள் தமிழிலேயே அமைந்துள்ளன.

வாய்மொழிக் கதைகள்: புராணங்கள்

பொதுவாக நிலைகுடி வாழ்க்கை முறையைத் தழுவிய ஆர்வலர்கள் அல்லது ஆய்வாளர்களாகிய நமக்கு, நாடோடிகளுடைய அலைகுடி வாழ்க்கைமுறையும் அவர்தம் கலை வடிவங்கள், பழக்க வழக்கங்கள் முதலிய நடத்தைகளும் புதிர்மை நிறைந்தவையாகத் தோன்றுவதால் நமது ஆர்வமெல்லாம் அவற்றை நோக்கியே மையம் கொள்கின்றன. நாடோடித் தகவலாளிகள் தத்தம் சமூகம் சார்ந்த வாழ்வியல் கூறுகளைப் பற்றிக் கூறும் வழக்காறுகளில் கதைகளே முதன்மை இடம் வகிக்கின்றன. மேலும், அவை குறுங்கதைகளாகவோ, பழமரபுக் கதைகளாகவோ, காரண விளக்கக் கதைகளாகவோ, புராணக் கதைகளாகவோ தத்தம் இயல்பின் அடிப்படையில் தோன்றுகின்றன. இவ்வாறு வெவ்வேறு பெயர்களில் அக்கதைகளை நோக்கினாலும், அவை நாடோடி மக்களின் சமூக நிறுவனங்களின் தோற்ற மூலத்தைப் பற்றிப் பேசும் காரண

விளக்கப் புராணங்கள் எனக் கருதி அமைதி கொண்டுவிட முடியுமா என்னும் கேள்வியும் எழுகிறது.

இன்றைய நிலையில் அலைகுடி வாழ்க்கை முறையை நடத்தும் மக்களுடைய தொன் மூதாதையர்களின் வாழ்க்கை நிகழ்வுகளின் ஊடாக, நிலைகுடிகளின் தெய்வங்கள் என்று பொதுவாக அறியப்பட்ட சிவன், பார்வதி, காளி, பெருமாள், ராமன், சீதை போன்றவற்றின் எதிரிடுகைகள் காரணமாக அவர்தம் வாழ்க்கை முறை முற்றிலும் தலைகீழாக மாறி அமைந்த வரலாற்றினைப் பேசுவனவாக அவ்வாய்மொழிக் கதைகள் உள்ளன. தொன் மூதாதையருடைய வாழ்க்கைச் சூழலில் நிகழ்ந்த இயல் பிறந்த தன்மையுடைய நிகழ்வுகள் காரணமாக அவ்வாய்மொழிக் கதைகளைப் புராணங்களாகவும் பழமரபுக் கதைகளாகவும் அணுகுகிறோம். நடைமுறையில் சாத்தியமற்ற அதீதமான, புதிர்மை மற்றும் அதிசய நிகழ்வுகள், முன்னோர் காலத்தில் நடைபெற்றதன் தொடர்ச்சியாக அவர்களுடைய வாழ்க்கையில் நேர்ந்த பெருந் திருப்புமுனைக்கு வித்திட்டதன் அடிப்படையில், அதாவது, இன்றைய நாடோடிகளின் வாழ்க்கை முறையின் தோற்றுவாயாக அமைந்துவிட்ட நிலையில், என்றும் மறக்க முடியாத தலைமுறைக் கால ஞாபகங்களாக ஒவ்வொரு தலைமுறையிலும் தொடர்ந்து வாய்மொழி மரபில் பாதுகாத்து வைக்கப்பட்டுள்ளன.

அலைகுடி மக்களின் வாய்மொழிக் கதைகளில் விவரிக்கப்படும் சம்பவங்கள், விளைவுகள் முதலியவற்றையும் அவர்களுடைய தற்கால வாழ்க்கைமுறை, தொழில்கள் ஆகியவற்றையும் எதிரிணையாக நிறுத்தி ஒப்பிட்டு நோக்கினால், “இந்த இந்தக் காரணங்களால் இந்த இந்த விளைவுகள் ஏற்பட்டன” என்று ஒரு வகைச் சமநிலையாக்க விடை என்பது எளிதில் கிடைத்துவிடுகிறது. அதாவது, காரண– காரிய விளக்கம் அளிக்கும் முனைப்பானது நாடோடிகளின் வாய்மொழிக் கதைகளில் பொதிந்திருக்கிறது. அதனாலேயே, காரண–காரிய விளக்கக் கதைகளாக அவை நமக்கு முதல் நிலையில் தோன்றுகின்றன. இவ்வகைக் கதைகளுக்கு மேலைநாட்டவர் இட்டழைத்த கலைச் சொல்லாக்கமே மருத்துவத் துறையில், நோயின் மூலகாரணத்தை ஆராயும் ஆய்வுமுறையை (aectiology) அடியொற்றியே தோன்றியது. அச்சொல்லினையே சிலவகை

வாய்மொழிக் கதைகளின் இயல்பை உணர்த்தும் முகமாக முன்னொட்டுச் சொல்லாக இட்டழைத்தனர். அதாவது, ஏதேனும் ஒன்றின் மூலகாரணத்தை விளக்குவதாக அமைந்த கதைக்குக் காரண விளக்கக் கதை (etiological narrative) எனப் பெயரிட்டழைத்தனர்.

பொதுவாகத் தமிழ் நாட்டின் மரபுச் சமூகத்தினருடைய வாய்மொழிக் கதைத் தொகுப்பில் இத்தகைய காரண–காரிய விளக்கக் கதைகள் ஏராளமாக உள்ளன. ஆனால், இவ்வகைக் கதைகளுக்குரிய முக்கியத்துவம், வழக்காறுகளின் தொகுப்புகள் மற்றும் பகுப்பாய்வுகளில் கொடுக்கப்படவில்லை. உண்மையில் அவற்றின் முக்கியத்துவம் புறக்கணிக்க முடியாதது. மேலோட்டமாகத் தற்புனைவுத் தன்மை உடையவை, கற்பனையானவை என்று சொல்லிச் சிலவகைக் கதைகளுக்கு முத்திரையிட்டு ஓரங்கட்டுவது என்பது, மேலோட்டமான அனுமானம் தாண்டிய உட்பொருள் பற்றிய தேடலை நாமே புறக்கணித்துவிடுவதாக அமைந்துவிடும்.

வாய்மொழிக் கதைகளைக் கற்பனையானவை, தற்புனைவானவை, உண்மையானவை என்று சில முன் முடிவுகளோடு அணுகுவதன் அடிப்படையில் அக்கதை வடிவங்களுக்குத் தனித்தனிப் பெயர்களில் அடையாளமிடும் முறைமை நாட்டார் வழக்காற்றியலில் காணப்படுகிறது. உரைநடையில் அல்லது பேச்சு வழக்கில் சொல்லப்படும் விவரணைக் கதைகளை 'நாட்டார் கதைகள்' என்று பொதுவாக அழைக்கிறோம். நாட்டார் வழக்காறுகளில் கதைகள் என்பன பெருமளவில் காணப்படுகின்றன. அதே வேளையில் அவற்றை அடையாளம் கண்டு புரிந்துகொள்வதில் சிக்கலும் நிலவுகிறது என்பர்.

வாய்மொழிக் கதைகளில் உண்மையானவை என்று கருதப்படும் அல்லது நம்பப்படும் கதைகள் 'புராணங்கள்' என்றும் 'பழமரபுக் கதைகள்' என்றும் கூறப்படுகின்றன. அதே வேளையில் கற்பனையானவை எனக் கருதப்படும் கதைகள் 'நாட்டார் கதைகள்' எனக் குறிப்பிடப்படுகின்றன. பொதுவாகப் புராணக் கதைகள் எந்தச் சமூகத்தில் வழங்குகின்றனவோ அச்சமூகத்தைச் சேர்ந்த மக்களால், மிகவும் பழங்காலத்தில்

நடந்த சம்பவங்கள் பற்றிய உண்மையான விவரணைகள் என்று கருதப்படுவன. இப்புராணங்கள் பேசக்கூடியவை என்று சிலவகை முகாமைப் பொருட்களைக் குறிப்பிடுவர். அதாவது, தெய்வங்கள், அரைத்தெய்வங்கள் (demigods) போன்றவற்றின் செயல்பாடுகள், உலகைப் படைத்தல், அவ்வாறு படைத்த உலகில் தோன்றிய தாவரங்கள், பறவைகள் மற்றும் விலங்கினங்கள், சமயச் சடங்குகளின் தோற்றம் போன்றவை பற்றிப் புராணங்கள் பேசும்.

புராணங்கள் வழங்கும் சமூகத்தில், அதன் மக்கள் அவற்றைப் புனிதமானவை என்று சிறப்பிடம் கொடுத்து அணுகுவர். இவற்றோடு இணையொத்தவையான பழமரபுக் கதைகள் பெறும் இடம் சற்று வேறுபட்டது. அவற்றைப் புனிதத்தன்மையுடனோ அதற்கு நேரெதிரான கண்ணோட்டத்துடனோ அணுகுவர்.

இவ்வுலகம் அல்லாது வேறு உலகில் அதாவது, தெய்வீக உலகிலோ, வேற்றுலகிலோ எப்போதோ ஒரு காலத்தில் நிகழ்ந்தவை பற்றியதாகப் புராணம் விளக்கும் நிலையில், பழமரபுக் கதைகளோ வரலாற்று அடிப்படையிலான கடந்த காலத்தோடு, தொடர்புடையனவாக அமைகின்றன. இந்த இருவேறு கதை மரபுகளில் காணப்படும் பாத்திரங்களிலும் வேறுபாடு உண்டு. அதாவது, புராணங்களில் தெய்வங்களும் விலங்குகளும் முதன்மைக் கதைமாந்தர்களாக இடம் பெறுகின்றன. ஆனால், பழமரபுக் கதைகளில் பொதுவாக மனிதர்களே முதன்மையாகப் பங்கு வகிக்கின்றனர். இவ்வாறு, புராணம் – பழமரபுக் கதை ஆகிய இரண்டினையும் வரையறுத்து விளக்குவர் (J.H. Brunvand, 1978:99).

புராணம்: வரலாற்றின் முன்னோடி வடிவம்

இந்தியச் சூழலில் புராணங்கள் பெறும் முக்கியத்துவத்தை விவாதித்தவர்களுள் ஒருவரான ரொமிலா தாப்பர், முன்வைத்துள்ள கருத்துகள் இங்கு நினைவுகூரத்தக்கவை. "மிகவும் கடந்த காலத்தோடு தொடர்புடைய நிகழ்வுகள் என்பன, பெரும்பாலும் புராண வடிவம் பெறுகின்றன" (ப.754) எனக் கூறும் அவர், "புராணம் என்பது ஒருவகை மூல முன் மாதிரி வரலாறாகும்" என்கிறார். அத்துடன், "கடந்த காலத்தின் முக்கியத்துவம் வாய்ந்த ஒரு கண்ணோட்டத்தைப் பாதுகாத்து

வைப்பதற்காகவும் முதன்மை இடம் கொடுப்பதற்காகவும் தேர்ந்தெடுத்த சிந்தனைகளை விவரணை வடிவத்தில் யாக்கப்பட்ட வடிவமே புராணம்” என்று வரையறுக்கிறார் (ப. 744). மேலும், புராணங்கள் கொண்டிருக்கக்கூடிய சிந்தனைகளைப் பற்றி அவர் குறிப்பிடுவதும் நமது கவனம் ஈர்ப்பதாகும். அதாவது, “ஒரு குறிப்பிட்ட மக்கள் தங்களுடைய கடந்த காலத்தைப் பற்றி என்ன மாதிரி சிந்திக்க விரும்புகிறார்கள் என்பதனையே புராணங்கள் பதிவு செய்துள்ளன” என்கிறார் (Romila Thoppar, 2000 : 754)

புராணம், பழமரபுக்கதை ஆகியவை பற்றிய அடிப்படையான வரையறைகள், இயல்புகளை அடியொற்றி, நாடோடிகளிடம் வழங்கும் வாய்மொழிக் கதைகளை எவ்வாறு அடையாளப்படுத்துவது என்னும் கேள்வி எழுகிறது. குறிப்பாக நாடோடிகளுடைய சமூகம், தொழில் முதலிய கூறுகள் பற்றிப் பேசும் வாய்மொழிக் கதைகள் என்பன, புராணம், காரண விளக்கப் புராணம், பழமரபுக்கதை போன்ற வகைமைகளின் இயல்புகளைத் தம்மில் ஒருங்கிணைத்துக் கொண்டிருக்கின்றன. அவை பேசும் உலகின் செய்திகள் தொன் மூதாதையர்தம் காலத்திற்குரியவை. அங்கு அத்தொன் மூதாதையர் – மட்டுமே காணப்பட்டார்களா என்றால் இல்லை; அவர்களுக்கிடையே கடவுளர்களும் உலவுகிறார்கள். அது வெறும் உலவுதலாக அமையவில்லை. முன்னோரின் இயல்பான நிலைகுடி வாழ்க்கை முறையை முற்றிலும் தகர்த்தெறிந்து, அலைகுடித்தன்மை உடையதாக மாற்றும் வகையில் கடவுளர்களின் எதிரிடுகைகள் மாயத்தன்மையுடையனவாக உள்ளன. அலைகுடி வாழ்க்கை முறைக்கு இயைந்த வகையில் தொழில், கலை, பழக்கவழக்கங்கள் யாவும் தோற்றுவிக்கப்படுகின்றன. அது அதிசய நிகழ்வுகள் அரங்கேறிய உலகம் மட்டுமல்ல; அதுவரையில் நிலவிவந்த யாதார்த்த முறை தழுவிய வாழ்க்கை முறையைத் தலைகீழாகப் புரட்டிப் போட்டு, அதனை உருமாற்றிய அதிர்ச்சியும் புதிர்மையும் நிறைந்த சம்பவம் நடந்த சாப யுகமும் அதுதான். அக்கடந்த காலமே இன்று வரையில் தொடர்ந்துகொண்டிருக்கிறது.

இந்தச் செய்திகள், நாடோடிகளின் கதைகள் பற்றிய பரிமாணத்தைப் புரிந்துகொள்ள உதவுகின்றன. அவர்களுடைய சமூகத் தோற்றத்திற்கு வித்திட்ட இயல்

பிறந்த நிகழ்வுகளையும் அவற்றோடு தொடர்புடைய கடவுளர்களையும், தொன்மூதாதையர்களையும் பேசும் அக்கதைகள், அந்நிகழ்வுகளின் விளைவாக அமைந்த இன்றைய வாழ்க்கை முறையின் தொடர்ச்சியையும் பற்றிப் பேசுகின்றன. புராணம், பழமரபுக்கதை ஆகிய இரண்டின் இயல்புகளையும் ஒருங்கிணைத்தவையாக உள்ள இக்கதைகள் நிகழ்காலத்தைக் கடந்த காலத்தின் மேல் நிறுத்தி நோக்கும் நாடோடிகளுடைய கண்ணோட்டத்தை அறிய உதவுகின்றன. கடந்த காலம் பற்றிய நாடோடிகளுடைய இந்த அணுகுமுறையானது, அவர்களுடைய பண்பாடு, வரலாறு, உலகக் கண்ணோட்டம் ஆகியவற்றைப் புரிந்துகொள்ள நமக்கு உதவுகிறது.

அண்மைக் காலங்களில் சேகரிக்கப்பட்ட நாடோடிச் சமூகங்களின் வாய்மொழிக் கதைகள் – குறிப்பாக சமூகத் தோற்றம் குறித்துப் பேசும் கதைகள் பல, ஏறக்குறைய ஒரு நூற்றாண்டுக் காலத்திற்கு முன்னரும், அதற்குப் பின்னரும் சேகரித்து, அச்சு வடிவில் ஆவணப்படுத்தப்பட்டிருக்கும் வாய்மொழிக் கதைகளோடு ஒப்பிடுகையில், அவற்றின் கதைக்கூறுகளின் அடிப்படையில், பெரிதும் மாறுதல்கள் இல்லாமல் விளங்குவதைக் காண முடிகிறது. எட்கர் தர்ஸ்டன், ரங்காச்சாரி ஆகியோரின் ‘தென்னிந்திய சாதிகளும் இனக்குழுக்களும்’ என்னும் இனவரைவியல் தொகுப்பு நூல்களில் இடம் பெற்றுள்ள கதைகளும் மேற்கூறிய கருத்திற்குச் சான்றுகளாக உள்ளன.

இங்கு, ஒரு கருத்தினை நாம் நினைவுகூர்தல் வேண்டும். அதாவது, நாட்டார் மரபுகள் என்பன ஒரு குறிப்பிட்ட சமூகம் அல்லது குழுவைச் சேர்ந்த உறுப்பினர்களிடையே வாய்மொழியாகத் தலைமுறைத் தலைமுறையாகக் கையளிக்கப்பட்டுப் பரவலடையும் சூழலில் அவ்வாய்மொழி மரபுகள் (கதை, பழமரபுக்கதை, புராணம் உட்பட அனைத்தும்) மாற்றங்களையும், திரிபுகளையும் ஏற்பது இயல்பாகும். இவ்வியல்புக்கு ஓரளவு மாறுபடும் வகையில், நாடோடிச் சமூகங்களின் வாய்மொழிக் கதை வடிவங்கள் தத்தம் கதைக்கூறுகளின் அடிப்படையில், பெரும் மாற்றத்திற்கு உள்ளாகாமல் இருப்பதைக் கவனிக்கிறோம். கதைக்கூறுகளில் காணப்படும் இந்நெகிழ்வற்ற இயல்பென்பது; அவை விவரிக்கும்

செய்திகளின் பால் தலைமுறைத் தலைமுறையாக நாடோடிகள் காட்டும் உறுதியான நிலைப்பாட்டினை அறிய உதவுகிறது. இந்நிலைப்பாடு என்பதே, அவர்களுடைய தொன் மூதாதையர் காலம் பற்றிய நம்பிக்கை, அதனை அடியொற்றிய பண்பாடு, வரலாறு, உலகக் கண்ணோட்டம் ஆகியவற்றை அரண் செய்கிறது.

நாட்டார் வரலாறு: சில அடிப்படைகள்

அலைகுடி வாழ்க்கை முறைக்கு வித்திட்ட புதிர்மையான சம்பவம் நடந்த காலமும் இடமும் அறுதியிட்டுக் கூறமுடியாதவை ஆகும். அடையாளம் காணமுடியாத தொன் மூதாதையரும், கடவுளர்களும் சந்தித்துக்கொண்ட போது நடந்த எதிரிடுகைகள் அரங்கேறிய இடமும் காலமும் தெளிவற்றுக் காணப்படும் சந்தர்ப்பம் எதுவோ அதுவே, நாடோடிகளின் வரலாறு தொடங்கிய கட்டமாகும். யதார்த்த நிலையும் மீவியற் பண்பும் கலந்த, அதிசயத் தன்மையுடைய இந்தக் கட்டம் தான், அனைத்து வகையான சமூக நிறுவனங்களுக்கும் பண்பாட்டிற்கும் தோற்றமூலமாகும். நாடோடிகளுடைய சமூகத் தோற்ற வரலாற்றைப் பேசும் வாய்மொழிக் கதைகள், அவர்தம் தற்போதைய வாழ்க்கை முறை பற்றிய சிந்தனைகளையும் வழிகாட்டு நெறிகளையும் ஒருங்கிணைத்துக் கொண்டிருக்கின்றன.

நாடோடியம், சமூக நிறுவனங்கள், கலைகள் மற்றும் பழக்கவழக்கங்கள் முதலிய நடத்தை முறைகள் போன்றவற்றின் தோற்றப் பின்புலம் பற்றிப் பேசும் ‘நாடோடிகள் வரலாறு’ என்பது, பலவகையான அங்கீகரிக்கப்பட்ட ‘வரலாற்றுச் சான்றுகளால்’ கட்டமைக்கப்படும் ஆவணமுறை வரலாற்றிலிருந்து முற்றிலும் வேறுபட்டது. அவ்வாறே, இந்த ஆவணமுறை வரலாறு அல்லது நிறுவனமயப்படுத்தப்பட்ட வரலாற்றியலுக்கு மாற்றாக முன்வைக்கப்பட்ட வாய்மொழி வரலாறு, இனக்குழு வரலாறு, வட்டார வரலாறு, அடித்தள வரலாறு என்பன போன்ற வரலாற்று நெறிமுறைகளிலிருந்தும் வேறுபடக் கூடியது. நாடோடிகளுடைய வாய்மொழிக் கதைகள் பிரதிபலிக்கும் வரலாற்றினை, ‘நாட்டார் வரலாறு’ (Folk History) என்னும் சொல்லாட்சி வெளிப்படுத்தும் கருத்துருவத்தோடு இணைத்துப் புரிந்துகொள்ள வேண்டும்.

'நாட்டார் வரலாறு' அல்லது 'மக்கள் வரலாறு' என்பது, குறிப்பிட்ட சமுதாயத்தைச் சொந்த மக்கள், கடந்த காலத்தில் நடைபெற்ற நிகழ்வுகள் பற்றிக் கொண்டிருக்கக்கூடிய கூட்டுக் கண்ணோட்டத்தைக் குறிக்கிறது என்பர். இக்கருத்தாக்கத்தைப் பயன்படுத்தி, மரபான விளிம்புநிலைச் சமூகங்கள் பற்றி ஆராய்ந்த அறிஞர்கள் தத்தம் ஆய்வுகளைக் கட்டுரைகளாகவும் நூல்களாகவும் வெளியிட்டுள்ளனர். அவர்கள் நாட்டார் வரலாறு பற்றிய தத்தம் வரையறைகளை முன்வைத்துள்ளனர். அவர்களுள் லின்வுட் மான்டெல் அளிக்கும் வரையறை குறிப்பிடத்தக்கது. "குறிப்பிட்ட மக்கள் தங்களைப் பற்றிக் கூறும் வாய்மொழி சார்ந்த மரபான கதைகளின் தொகுப்பே நாட்டார் வரலாறாகும்" என்று வரையறுக்கும் லின்வுட் மான்டெல், அமெரிக்காவின் கெண்டுக்கி நகரின் ஒதுக்கப்பட்ட இடத்தில் வாழ்ந்த ஆப்பிரிக்க – அமெரிக்கர்களின் வரலாற்றைப் பற்றி ஆராய்ந்து எழுதிய போதுதான், தாம் நாட்டார் வரலாற்றையே எழுதுவதாக உணர்ந்து கொண்டதாகக் குறிப்பிடுகிறார். தம்முடைய நூலில் அவர் கையாண்ட நாட்டார் வரலாற்றைப் பற்றி வரையறுக்கும் நிலையில் கூறுவது:

> "குறிப்பிட்ட மக்கள் தங்களைப் பற்றி எடுத்துரைக்கும் மரபான வாய்மொழிக் கதையாடல்களின் தொகுப்பே நாட்டார் வரலாறு. ஆகவே, அக்கதையாடல்களில் விவரிக்கப்படும் சம்பவங்கள், மனிதர்கள் ஆகியோரைப் பற்றிய அக்குழுவினருடைய உணர்வுகளை அக்கதையாடல்கள் பேசுகின்றன. இவ்வரையறையில், நாட்டார் கண்ணோட்டங்கள் ஒரு பகுதியாக இணைத்துக் கொள்ளப்படுகின்றன. ஏனெனில், தகவலாளிகளிடமிருந்து சேகரிக்கப்படும் ஒவ்வொரு கதையாடலிலும் அவை ஓர் ஒருங்கிணைந்த பகுதியாக உள்ளன." (Lynwood Montell, 1996:184)

தங்களுக்காகத் தாங்களே பேசும் வாய்ப்பைச் சாமானிய மக்கள் பெறுவதால், நாட்டார் வரலாறு தனித்துவமானது என்று அணுகும் போக்கின், அது குறித்து முன்வைத்துள்ள கருத்து முக்கியமானது. "கீழிருந்து மேல் நோக்கி எழும் வரலாறுதான் நாட்டார் வரலாறு. அதில் மக்கள் தாங்களே தங்கள் வரலாற்று ஆசிரியர்களாக ஆகிறார்கள்" (மேற்கோள்:

லின் வுட் மான் டெல், ப.186). ரிச்சர்ட் டார்சனும் நாட்டார் வரலாற்றில் கவனம் செலுத்தியவர். அவர் அதனை விளக்கும் நிலையில், "நாட்டார் ஞாபகத்திலும், நாட்டார் மரபிலும் இடம்பெற்றிருக்கக்கூடிய கடந்த காலத்திய நிகழ்வுகள் பற்றிய தனிச்சார்புமுறைக் கூற்றுகளே (Versions) நாட்டார் வரலாறு" என்று வரையறுக்கிறார் (Richard M.Dorson, 1996 : 285).

நாட்டார் வரலாறு பற்றிய வரையறைகளுள் "ஒரு குறிப்பிட்ட சமுதாயத்தின் கடந்த காலம் பற்றிய கூட்டுக் கண்ணோட்டமே நாட்டார் வரலாறு" என்ற வரையறை, ஏனைய வரலாற்று வகைகளிலிருந்து நாட்டார் வரலாற்றைத் தனித்துவமானதாக வேறுபடுத்தக் கூடியது. "உலகிலுள்ள ஒவ்வொரு சமுதாயமும் குழுவும் தத்தமது கடந்த காலம் பற்றி ஒரு கருத்தையோ கண்ணோட்டத்தையோ கொண்டிருக்கும். அவ்வாறு, அதனதன் உறுப்பினர்கள் கடந்த காலத்தைப் பற்றிக் கொண்டிருக்கும் கருத்தானது, அதனதன் சிந்தனைகள், செயல் பாடுகள், கண்ணோட்டங்கள் ஆகியவற்றின் பால் தாக்கத்தை ஏற்படுத்தும்" (Rachelle H. Saltzman, 1997:448)

நாட்டார் வரலாறு என்னும் இந்தக் கலைச்சொல், பொதுவாக, ஏனைய மாற்று வரலாற்று வகைமைகளான வாய்மொழி வரலாறு, இனக்குழு வரலாறு, வாய்மொழி மரபுகள் போன்றவற்றைக் குறிக்கும் சொல்லாகவும் கையாளப்படுகிறது எனச் சுட்டிக்காட்டும் அறிஞர்கள், அதன் தனித்துவத்தை வெளிப்படுத்துகின்றனர். அதாவது, "ஏனைய வரலாற்று வகைகளில் இருந்து, தன்னுடைய தனித்துவம் நிறைந்த பொருளின் அடிப்படையில், நாட்டார் வரலாறு வேறுபடுகிறது. அதன் தனித்துவம் என்பது, கடந்த காலத்தைப் பற்றிக் குறிப்பிட்ட சமுதாயத்தின் ஒட்டுமொத்த மாந்தர்களும் கொண்டிருக்கும் கூட்டுக் கண்ணோட்டம் என்பதில் அடங்கி யிருக்கிறது. ஏனெனில், அந்தக் கூட்டுக் கண்ணோட்டமே, கடந்த காலத்தினை முக்கியத்துவம் வாய்ந்தது என்று தீர்மானிக்கிறது. அத்துடன், எவ்வாறு அந்தக் கடந்த காலமானது நிகழ்காலத்தைப் பாதிக்கிறது என்பதிலும் அதன் தனித்துவம் அடங்கியுள்ளது' (1997:448).

'நாட்டார் வரலாறு' என்பது பற்றிய விளக்கத்தில் 'கடந்த காலம்' முதன்மை இடத்தைப் பெறுகிறது. ஒரு குறிப்பிட்ட

நாட்டார் குழு, தனது கடந்த காலம் பற்றி எத்தகைய கண்ணோட்டத்தைக் கொண்டிருக்கிறது என்பது பற்றி நாட்டார் வழக்காற்றியலர்கள் முதன்மையாக ஆர்வம் காட்டுவார்கள். அதற்கென்று ஒரு காரணமிருக்கிறது. "ஏனெனில், நாட்டார் குழுவினருடைய கடந்த காலம் பற்றிய கண்ணோட்டங்களே, அனைத்து வகையான வழக்காறுகளையும் அவற்றுக்கான சூழல்களையும் வழங்குகின்றன. அதாவது, அக்குழுவினரின் மரபான கைவினைப் பொருட்கள் முதற்கொண்டு அழகியல் வெளிப்பாடுகள் வரையிலும், அவ்வாறே காலந்தோறும் எது பண்பாட்டு ரீதியில் முக்கியத்துவம் வாய்ந்ததாக இருந்து வந்துள்ளது என்பது தொடர்பான குழுவினரின் உள்ளார்ந்த கண்ணோட்டத்தையும் அச்சூழல்கள் நமக்குப் புலப்படுத்துகின்றன" (ப.448).

நாட்டார் வரலாறு, குறிப்பிட்ட சமூகத்தின் பல்வேறு அம்சங்களைத் தன்னில் அடக்கியுள்ளது. குறிப்பாகச் சொல்வோமானால், அச்சமூகம் கொண்டிருக்கும் நம்பிக்கைகள் முதன்மையானவை. மேலும், கடந்த காலத்தில் நடந்த நிகழ்வுகளில் எவை முக்கியமானவையாகக் கருதப்படுகின்றன? அவை முக்கியமானவையாகக் கருதப்படுவதற்குரிய காரண விளக்கங்கள் எவை? எவ்வாறு, குறிப்பிடத்தக்க நிகழ்வுகள் தம்முடைய சமூகத்தைத் தற்காலத்தில் பாதித்துள்ளன என்பது குறித்த மக்களின் விளக்கங்கள் யாவை? இவை அனைத்தையும் நாட்டார் வரலாறு தன்னில் உள்ளடக்கியுள்ளது (1997:448)

அகவயநோக்கு: நெறிமுறையின் அடிப்படை

சார்லஸ் ஹட்சன் (Charles Hudson) என்பவர் நாட்டார் வரலாற்றையும், இனக்குழு வரலாற்றையும் ஒப்பிட்டும் வேறுபடுத்தியும் வரையறுக்கும் முகமாக, நாட்டார் வரலாறு பற்றிய நெறிமுறையில், உட்குழு உறுப்பினர்களின் அகவய நோக்கிற்குக் கொடுக்கப்படும் இடத்தைச் சுட்டிக்காட்டுகிறார். "நம்பகத்தன்மை, பொருத்தப்பாடு ஆகிய நம்முடைய புலனறிதல்கள் ஏற்றுக்கொள்ளத்தக்க வகையில், 'உண்மையாக நடந்தது' பற்றிக் கிடைக்கக்கூடிய அனைத்துத் தரவுகளையும் பயன்படுத்தி மீட்டுருவாக்கம் செய்வதே இனவரலாற்றின் இலக்காகும்.... ஆனால், நாட்டார் வரலாற்றிலோ, மற்றொரு

சமுதாயத்தைச் சேர்ந்த மக்கள் தங்களுடைய நம்பகத்தன்மை, பொருத்தப்பாடு ஆகியவை தொடர்பான புலனறிதல்களால் ஒத்துக்கொள்ளப்பட்ட நிலையில், உண்மையாக நடந்தது என்று எதனை நம்புகிறார்களோ அதனைக் கண்டறிய முனைகிறோம்" என்று நாட்டார் வரலாறு, இனவரலாறு இரண்டினையும் வேறுபடுத்தும் சார்லஸ் ஹட்சன், அவற்றின் நெறிமுறையைச் சுட்டிக்காட்டுகிறார். "இவ்வாறு, இனவரலாற்றின் நெறிமுறையானது புறவய நோக்கினை (etic) அடிப்படையாகக் கொண்டிருக்க, நாட்டார் வரலாற்றின் நெறிமுறையோ அகவயநோக்கினை (emic) அடிப்படையாகக் கொண்டிருக்கிறது" (Larry Danielson, 1996: 189).

நாட்டார் வரலாறு பற்றிய வரையறைகள், நெறிமுறை ஆகியவற்றிலிருந்து சாராம்சமாக விளங்கும் கருத்துகளை நாம் இங்கு நிரல்படுத்திக்கொள்ளலாம்.

★ நாட்டார் வரலாறு அல்லது மக்கள் வரலாறு என்பது, குறிப்பிட்ட சமூகத்தைச் சேர்ந்த மக்கள், கடந்த காலத்தில் நடைபெற்ற நிகழ்வுகள் பற்றிக்கொண்டிருக்கும் கூட்டுக் கண்ணோட்டமாகும்.

★ குறிப்பிட்ட மக்கள் தங்களைப் பற்றிக் கூறும் மரபான வாய்மொழிக் கதைகளின் தொகுப்பே நாட்டார் வரலாறு.

★ நாட்டார் ஞாபகங்கள், நாட்டார் மரபுகள் ஆகியவற்றில் இடம் பெற்றிருக்கக்கூடிய கடந்த காலத்து நிகழ்வுகள் தொடர்பான தனிச்சார்புநிலைக் கூற்றுகளாக நாட்டார் வரலாறு திகழ்கிறது.

★ நாட்டார் வரலாறு, தனது தனித்துவத்தைக் குறிப்பிட்ட சமூகத்தைச் சேர்ந்த மக்கள் கடந்த காலம் பற்றிக் கொண்டிருக்கும் கூட்டுக் கண்ணோட்டத்திலேயே பெற்றிருக்கிறது. கடந்த காலம் பற்றிய அக் கண்ணோட்டமானது, அச்சமூகத்தின் சிந்தனைகள், செயற்பாடுகள், நோக்குகள் ஆகியவற்றில் தாக்கம் செலுத்தும்.

★ நாட்டார் வரலாறு பற்றிய நெறிமுறையில் இரண்டு கருத்துகள் இன்றியமையாதவை: *(1) "கீழிருந்து மேல்*

நோக்கிய வரலாறுதான் நாட்டார் வரலாறு. அதில் மக்கள் தாங்களே தங்கள் வரலாற்றின் ஆசிரியர்களாக ஆகிறார்கள்." *(2)* 'இனவரலாறு, வாய்மொழி வரலாறு போன்றவற்றின் நெறிமுறையானது, புறவய நோக்கினை அடிப்படையாகக் கொண்டிருக்க, நாட்டார் வரலாற்றின் நெறிமுறையோ அகவய நோக்கை அடிப்படையாகக் கொண்டிருக்கிறது.'

நாட்டார் வரலாறு பற்றிய இக்கருத்துகள், அலைகுடிகளுடைய வரலாறு குறித்து அறிந்து கொள்வதற்கான அணுகுமுறையை வகுத்துக்கொள்ள உதவும். காட்டு நாயக்கர், குளுவர், குறவர், நரிக்குறவர், பூம்பூம் மாட்டுக்காரர் முதலிய சமூகங்களைச் சேர்ந்த மக்கள் தத்தம் முதுமுன்னோர்கள் வாழ்ந்த முற்காலம், அப்போது நேர்ந்த அதிசயச் சம்பவங்கள், குழுக்களின் இடப்பெயர்ச்சிகள், திருப்புக் கட்டங்கள், அவற்றை அடியொற்றி எழுந்த இன்றைய வாழ்க்கை முறையின் அன்றைய தொடக்கம், சமூக நிறுவனங்கள், கலை, பண்பாடு போன்றவை பற்றிய தத்தம் அகவய நோக்கு சார்ந்த ஒரு வரலாற்றைத் தலைமுறைத் தலைமுறையாகச் சொல்லி வருகிறார்கள். நடைமுறை தழுவிய வாழ்க்கைமுறை, வாய்மொழிக் கதைகள் என்னும் படைப்புகள் ஆகிய இருவேறு தளங்களிலும் அவ்வரலாறு இழையோடிக் காணப்படுகிறது. ஆனால், அவ்வரலாற்றை, அறிவுவாத நிறுவனச் சார்புடைய ஆவணமுறை வரலாறு பற்றிய கருத்துரு நாம் புரிந்துகொள்ள முடியாது. நாட்டார் வரலாறு குறித்த கருத்துருவங்களால் மட்டுமே சரியாகப் புரிந்துகொள்ளவியலும். அத்துடன், நாடோடிகளின் வாய்மொழிக் கதைகளான தோற்றப் புராணங்கள் எவ்வாறு வாய்மொழி வரலாறாகவே – அதாவது, நாட்டார் வரலாறாகவே வடிவம் கொண்டு, வழங்கி வருகின்றன என்பதை அறிந்துகொள்ள அக்கருத்துருவங்களே நம்மை நெறிப்படுத்துகின்றன.

நாடோடியத் தோற்றம்: மூன்று அணுகுமுறைகள்

இதுகாறும் நாடோடிச் சமூகங்கள் பற்றிப் பல்வேறு அறிஞர்கள் தத்தம் ஆய்வினை மேற்கொண்டுள்ளனர். அவர்களுடைய ஆய்வுகளில், நாடோடிச் சமூகங்களின் இடப் பெயர்வு, நாடோடியத்தின் தோற்றம், அதன்

அடிப்படை இயல்புகள், நாடோடிச் சமூகங்களின் இன்றைய தொடர்ச்சி ஆகியவைக் குறித்துச் சிலவகை அணுகுமுறைகள் வெளிப்பட்டுள்ளன. அவற்றில், சமூக – அறிவியல் மற்றும் வரலாற்றுப்பார்வையும், உட் குழுவினரின் அகவயக் கண்ணோட்டமும் ஒருங்கிணைந்துள்ளன. அவற்றைப் பின்வருமாறு நிரல்படுத்தலாம்:

1. உணவுப்பொருள் ஆதாரங்களை அடைவதற்கான உத்திமுறையைத் தழுவி நாடோடியம் தோற்றம் பெறுதல்.

அந்தந்த வட்டாரங்களில் கிடைக்கும் உணவுப்பொருள் முதலிய இயற்கையான வளங்களை அடைவதற்குரிய சாத்தியப்பாடுகளை வகுத்தளிக்கும் உத்திமுறையே நாடோடியமாகும். அது, குறிப்பிடத்தக்க சமூக – அரசியல் அமைப்புமுறை வடிவங்களை நோக்கி இட்டுச் செல்லக்கூடும். மேலும், வெவ்வேறு வகைப்பட்ட சூழலியல், பொருளியல், அரசியல், சமூகச் சந்தர்ப்பச் சூழ்நிலைகளுக்கு ஏற்ப அமையக்கூடிய விரிவாற்றல் மிக்க, அறிவார்ந்த அணுகுமுறையே நாடோடியம் என்றும் கருதப்படுகிறது (A. Rao & M.J. Casinir, 2003 : 3).

2. போர் மற்றும் அரசியல் நெருக்கடிகளால் உண்டாகும் சூழல்கள் நாடோடியத்தைத் தோற்றுவித்தல்.

மன்னராட்சிக் காலத்தில் நடந்த போர்கள், வேற்று நாட்டவர்களின் ஊடுருவல்கள், போரில் ஏற்படும் தோல்விகள் போன்றவற்றால் உருவான அரசியல் நெருக்கடிகள் என்பன, இருவேறு பிரிவினரிடம் பாதிப்பினை ஏற்படுத்தின. அதனால் அவர்கள் இடப் பெயர்வுக்கும் நாடோடிய வாழ்க்கை முறைக்கும் தள்ளப்பட்டனர். அவர்களுள் மேய்ச்சல் தொழிலில் ஈடுபட்ட மக்களும் போரில் தோல்வி அடைந்த அரசர்களின் படைவீரர்களும் குறிப்பிடத்தக்கவர்கள்.

கி.பி. ஒன்பதாம் நூற்றாண்டிற்குப் பின்னர், நாட்டில் ஏற்பட்ட இசுலாமிய மன்னர்களின் ஊடுருவலை அடுத்து மக்களின் புலப்பெயர்வுகள் நடந்தன. குறிப்பாக சுல்தான் அலாவுதீன் கில்ஜிக்கும் இராஜபுத்திர மன்னர்களுக்கும் இடையே ஏற்பட்ட போர்களில் இராஜபுத்திரர்கள் தோல்வி அடைந்து

தத்தம் நாடுகளை அலாவுதீன் கில்ஜியிடம் பறிகொடுத்தனர் (1295–1315). அதனை அடுத்து, மேய்ச்சல் தொழிலில் ஈடுபட்டுவந்த மக்கள், நாட்டின் தென்பகுதியை நோக்கிப் புலம் பெயர்ந்தனர் (2003:56). அத்துடன், இராஜபுத்திரர்களின் படைகளில் இருந்த வீரர்கள் தோல்விக்குப் பின்னர் காடுகளில் பதுங்கி இருந்து, கில்ஜியின் படையினரோடு மோதினர். இறுதியில், அவ்வீரர்கள் தங்களைப் பாதுகாத்துக் கொள்ளும் வகையில், மூன்று பிரிவினராகப் பிரிந்து முறையே ஆப்கானிஸ்தான் வழியே ஐரோப்பிய நாடுகளுக்கும் (ஜிப்சிகள்), இந்தியாவில் மேற்கு மற்றும் தென்பகுதியை நோக்கியும் புலம்பெயர்ந்து சென்று ஆங்காங்கே இருந்த மலைப் பகுதிகளிலும் காடுகளிலும் தஞ்சம் புகுந்து தலைமறைவு வாழ்க்கை வாழத் தொடங்கினர். இத்தகைய நெருக்கடியின் தொடர்ச்சியாகவே அவ்வாறு புலம்பெயர்ந்தோர் நாடோடி வாழ்க்கை முறைக்கு மாறினர் (D.P. Singhal, 1982 : 31; A. Dhananjayan, 2010:75).

வடஇந்தியாவில் ஏற்பட்ட அரசியல் நெருக்கடியையும் அதனை அடுத்து, மக்கள் இடப்பெயர்வும் நாடோடியத் தோற்றமும் உடன் இயைந்து நிகழ்ந்ததைப் போன்றே, தென்னிந்தியாவில் ஆந்திராவை மையமாகக் கொண்டு ஒரு பெரும் நெருக்கடி தோன்றியது. ஆந்திராவில் ஆட்சி புரிந்து வந்த ராஜராலு டில்லி பச்சாயி என்பவர் காலத்தில், அம்மன்னனுக்குப் பெண் கொடுக்க மறுத்த குடும்பத்தைச் சேர்ந்தவர்களும் ஏனைய பல குழுக்களும் மன்னனுடைய பகைமைக்கும் சினத்திற்கும் ஆளாகாமல் தப்பிக்கும் முகமாகத் தமிழகத்தை நோக்கிப் புலம் பெயர்ந்து வந்தனர். அக்குழுக்களில் பல, நிலைகுடி வாழ்க்கை முறைக்குத் தங்களை ஆட்படுத்திக்கொண்டன. வேறு பல குழுக்கள் நாடோடிய வாழ்க்கை முறையைத் தழுவின (பக்தவத்சல பாரதி, 2003 : 143; A. Dhananjayan, 2010:73 – 74). மண்டிகர் எனும் தோற்பாவைக் கலைஞர்களைப் பற்றிப் பேசும் நிலையில், மகாராஷ்டிராவில் போர் வீரர்களாக இருந்தோர் இசுலாமியரிடம் தோல்வியுற்று, தமிழகம் நோக்கித் தப்பித்து வந்தமை பற்றியும் நாடோடிகளாக மாறியமை பற்றியும் குறிப்பிடுவர் (அ.கா. பெருமாள், 2003: 89–90).

3. இயற்கையிறந்த நிகழ்வுகளும் நாடோடியத்தின் தோற்றமும்.

பெரும்பான்மையான நாடோடிச் சமூகங்கள் தத்தம் முன்னோர்களுடைய காலத்தில் நிலைகுடிச் சமூகங்களாகவே வாழ்க்கைமுறையைக் கொண்டிருந்தன என்றும், கடவுளர்களின் எதிர்பாராத எதிரிடுகைகள் நேர்ந்தபோது, அந்த வாழ்க்கை முறை முற்றிலும் தலைகீழாக மாறியது என்றும் நாடோடிகளின் வாய்மொழிக் கதைகள் பேசுகின்றன. அதாவது, முன்னோர்கள் காலத்தில் அவர்களிடையே எப்போதெல்லாம் கடவுளர்கள் தோன்றினார்களோ அப்போதெல்லாம் சந்தர்ப்பங்கள் அம்முன்னோர்களுக்கு எதிராகவே அமைந்தன. அதனால் கோபமடைந்த கடவுளர்கள் அவர்களைச் சபித்து நாடோடிகள் ஆகுமாறு விதித்தனர். அதனை அடுத்தே ஒவ்வொரு குழுவினரும் வெவ்வேறு தொழில்களைச் செய்தும் இரவலர்களாகப் பொருளீட்டியும் அலைகுடி வாழ்க்கையை வாழத் தொடங்கினர். இவ்வாறு, அலைகுடி வாழ்க்கை முறையின் தோற்றம் பற்றிப் பேசும் புராணங்களில் ஒருவகை வரலாறு பொதிந்திருக்கிறது. அதில், அகமாந்தர்களின் கண்ணோட்டம் (emic) மேலோங்கி இருப்பதை அறிகிறோம். இந்த அகமாந்தர்க் கண்ணோட்டத்தைப் புரிந்துகொள்வதற்கு 'நாட்டார் வரலாறு' ஒரு சரியான நெறிமுறையை வகுத்தளிக்கிறது.

நாடோடிகளின் தோற்றக் கதைகள்

அலைகுடி வாழ்க்கை முறையைத் தழுவிய சமூகங்கள் தோன்றுவதற்கு வித்திட்ட பின்புலங்கள் குறித்து மூன்று வகையான அணுகுமுறைகள் – வரலாற்றுப் பார்வைகள் காணப்படுகின்றன என்பதைக் குறிப்பிட்டோம். முதல் இரண்டு அணுகுமுறைகளும் புறவய நோக்கினை அடிப்படையாகக் கொண்டவை. அதாவது, சுற்றுச்சூழல்களுக்கு ஏற்ப அமைந்த உணவுப் பொருள் ஆதாரங்களைப் பெறுவதற்காக மக்கள் குழுவினர் அச்சூழல்களுக்கேற்ப தங்களைத் தகவமைத்துக் கொண்ட உத்திமுறையே நாடோடியம் என்பது முதலாவது அணுகுமுறை. இரண்டாவது அணுகுமுறையானது, இந்தியத் துணைக் கண்டத்தில் நிலவிய மன்னராட்சி முறையில் ஆங்காங்கே நடைபெற்ற அந்நிய ஊடுருவல், போர், தோல்வி

முதலிய அரசியல் நெருக்கடிகளின் போது நேரிட்ட மக்களின் இடப் பெயர்ச்சியின் விளைவாகத் தோன்றிய வாழ்க்கை முறையே நாடோடியம் என்று கூறுகிறது. இவ்வாறு ஆராய்ச்சியாளர்கள் கூறும் நாடோடியத் தோற்றக் கொள்கையிலிருந்து மாறுபட்டு அமையக்கூடியதே அந்தந்த நாடோடிச் சமூகங்களின் அகவயக் கண்ணோட்டத்தின் ஊடாகக் கூறப்படும் நாடோடிச் சமூகத் தோற்றக் கொள்கையாகும்.

இந்தத் தோற்றக் கொள்கையானது, நாடோடிச் சமூகங்களின் தொன்மூதாதையர் வாழ்ந்த கடந்த காலம் பற்றிய மக்களின் அகவயப்பட்ட கூட்டுக் கண்ணோட்டத்தை அடியொற்றி எழுந்த நாட்டார் வரலாற்றின் வாயிலாக முன்வைக்கப்படுகிறது. அதாவது, நாடோடிகளுடைய சமூகத் தோற்றம் குறித்து, அவர்களிடையே வாய்மொழியாக வழங்கும் தோற்றப் புராணங்களே 'நாட்டார் வரலாறாக' எவ்வாறு திகழ்கின்றன என்பதைக் காட்டுநாயக்கர், குளுவர், குறவர், நரிக்குறவர், பூம்பூம் மாட்டுக்காரர் ஆகிய சமூகங்களின் தோற்றப் புராணங்கள் வாயிலாக விவாதிக்கப்படுகிறது. நாடோடிகள் தங்களுடைய வரலாற்றைத் தாங்களே பேசுவதன் வாயிலாகத் தங்களுடைய வரலாற்று ஆசிரியர்களாக அவர்களே திகழ்கிறார்கள் என்பது குறிப்பிடத்தக்கது. பின்வரும் நாடோடிகளின் தோற்றக் கதைகளில் அவர்களுடைய குரல் எதிரொலிக்கக் கேட்கலாம்.

காட்டுநாயக்கரின் தோற்றக்கதை

பொது மக்கள் வழக்கில் 'குடுகுடுப்பைக்காரர்' எனப் பரவலாக அறியப்பட்ட குறிசொல்லிகள் தமிழகத்தில் குறிப்பிடத்தக்க அலைகுடியினர் ஆவர். 'குடுகுடுப்பை நாயக்கர்', 'ராப்பாடிகள்' என்று அறியப்படும் இவர்கள் காட்டுநாயக்கர் என்னும் சமூகப் பெயரையே தங்கள் அதிகாரபூர்வமான அடையாளமாகக் கருதுகின்றனர். களப் பணியில் ஈடுபட்ட போது, அவர்கள் தங்களுடைய சமூகத்தின் முற்கால இடப்பெயர்வையும், அதனூடாக நிகழ்ந்த நம்பிக்கை மற்றும் சடங்கியல் சார்ந்த தொழிலையும் பற்றிய ஒரு வாய்மொழிக் கதையை விவரித்தார்கள். ஒரு தருணத்தில் ஒன்பது கம்பளத்தாரில் எட்டுப் பேர் மட்டுமே ஜக்கம்மாதேவியின் முன்னர் நடைபெற்ற நிகழ்ச்சிக்குச்

சென்றனர். ஒன்பதாவது குழுவினராகிய காட்டுநாயக்கர் அங்கு செல்லாமல் தூங்கிக் கொண்டிருந்தனர். பின்னர் சபைக்குத் தாமதமாகச் சென்ற அவர்களை நோக்கி, "நீங்கள் சபைக்கு உரிய காலத்தில் வராமல் தூங்கிக் கொண்டிருந்ததால் நீங்கள் நித்திரவார்' எனப்படுவீர்கள். நள்ளிரவில் தூங்காமல் குடுகுடுப்பை அடித்தவாறு, நாடோடிகளாக ஊர்கள் தோறும் சென்று குறிசொல்லிப் பிழைத்துக் கொள்ளுங்கள்" என்று ஜக்கம்மா சபித்தாள். அதனைத் தொடர்ந்து அக்கூட்டத்தினர் குடுகுடுப்பை அடித்துக் குறிசொல்லும் நாடோடிகளாயினர் *(ஆ. தனஞ்செயன், 2003–2004:3–4).*

மேற்கண்ட ஒரு சிறிய கதைப் பகுதியானது, முற்காலத்தில் ஆந்திர நிலப் பரப்பிலிருந்து, அங்கு ஆட்சி புரிந்த ஓர் இசுலாமிய மன்னரின் நெருக்கடி காரணமாகத் தப்பித்துத் தமிழகம் வந்தடைந்த ஒரு பெரும் சமூகக் கூட்டத்தினரின் இடப்பெயர்வுக் கதையின் ஓர் அங்கமாகும். திருச்சி மாவட்ட குடுகுடுப்பை நாயக்கரிடம் வழங்கும் அந்த இடப் பெயர்வுக் கதை வருமாறு:

> 'ஆந்திரப் பிரதேசத்தில் ஆட்சி புரிந்து வந்த இசுலாமிய மன்னனான ராஜராலு டில்லி பச்சாயி என்பவனுடைய அரசில் குதிரைப்படைத் தலைவனாக இருந்தவன் பெரிய கொண்டம நாயக்கர். இவனுடைய மைத்துனன் சின்னப்ப நாயக்கருக்கு ஓர் அழகான மகளிருந்தாள். ஒருநாள் மன்னன் பாச்சாயி, நாயக்கர் வீட்டிற்கு அருகில் வந்தபோது, எதேச்சையாக அவருடைய மகளைப் பார்த்து வியந்து போனான். அவளுடைய அழகில் மயங்கிய மன்னன், அவளைத் திருமணம் செய்துகொள்ள விரும்பினான். வேற்று மதத்தைச் சேர்ந்த மன்னனுக்குத் தங்கள் பெண்ணைக் கொடுத்துச் சம்பந்தம் செய்து கொள்ள விரும்பாத நாயக்கர்கள், தங்கள் வாழிடத்தைவிட்டு நீங்கி, இரவோடு இரவாக அந்தப் பெண்ணோடும் தங்கள் கூட்டத்தாரோடும் தமிழகத்தை நோக்கி வந்தனர். அப்போது மழை பெய்து ஆற்றில் வெள்ளம் கரைபுரண்டு ஓடியது. வெள்ளம் வடிவதற்காகக் காத்திருந்த போது, ஒரு பிரிவினர் மட்டும் அப்படியே தூங்கிவிட்டனர். ஏனைய எட்டு வகையான கம்பளத்தாரும்

தங்களைத் துரத்திவந்த இசுலாமிய மன்னனுடைய படை வீரர்களிடமிருந்து தப்பிக்க வேண்டும் என்று பெருமாளை எண்ணி வழிபட்டனர். அப்போது, ஆற்றங்கரையில் நீண்டு வளர்ந்து நின்ற பொங்கு மரம் ஒன்று, அதிசயமாக அக்கரையை நோக்கி வளைந்து, ஒரு பாலம் போல் வசதி செய்து கொடுக்க, நாயக்கர்களில் எட்டுப் பிரிவினரும் ஆற்றைக் கடந்து சென்றுவிட்டனர். இதனை அறியாது தூங்கிக் கொண்டிருந்த இன்றைய காட்டுநாயக்கர்களின் முன்னோரைக் கண்ட சிவபெருமான், அவர்களை 'நித்ரவார்' (தூங்குவோர்) என்று பெயரிட்டு அழைத்தார். அத்துடன், தான் வைத்திருந்த சிறிய உடுக்கையை (குடுகுடுப்பை) அவர்களிடம் கொடுத்து, இரவு முழுவதும் தூங்காமல் குடுகுடுப்பை அடித்தவாறு வீடுவீடாகச் சென்று குறிசொல்லிப் பிழைத்துக்கொள்ளுமாறு 'வாக்கு'க் கொடுத்தார் (பக்தவத்சல பாரதி, *2003 : 141*).

இரவில் உறங்காமல் விழித்திருந்து ஊர்தோறும் வீடுவீடாகச் சென்று குறிசொல்லிப் பிழைத்துக் கொள்ளுமாறு பணித்த சிவனின் வாக்கை ஒரு சாபமாகக் கருதும் காட்டு நாயக்கர்கள் 'விழித்திருக்கக்கூடிய நெருக்கடியான காலத்தில் உறங்கியதாலேயே வாழ்க்கையில் பின்தங்கிய நிலைக்கு ஆளாகிவிட்டதாக' எண்ணுகின்றனர். இவ்வாறு தூங்கிய அத்தருணமே காட்டுநாயக்கரின் முன்னோர் மத்தியில் சற்றும் எதிர்பாராத ஒரு திருப்புமுனைக்கு வித்திட்டுவிட்டது. அதாவது, குடுகுடுப்பையை அசைத்து ஒலிக்கச் செய்தவாறு, 'கடந்த காலத்தில் நிகழ்ந்தது, வருங்காலத்தில் நிகழப்போவது' ஆகியவற்றை அறிந்து குறிசொல்லும் தொழில் புரிந்து நாடோடிகளாக வாழ்க்கையைத் தொடங்கினர்.

மிகவும் பழங்காலத்தில் நிகழ்ந்ததாகக் கருதப்படும் ஓர் அரிய, வியப்புக்குரிய சம்பவமே காட்டுநாயக்கர்களுக்கு ஒரு புதிய வரலாற்றுத் திருப்புக் கட்டத்திற்கு வித்திட்டது. அதனுடைய இடைவிடாத தொடர்ச்சியாகவே இன்றைய காட்டுநாயக்கரின் தொழிலும் வாழ்க்கை முறையும் அமைந்துவிட்டன.

காட்டுநாயக்கர் நினைவுகூர்ந்திடும் இடப்பெயர்வுக் குறித்த சம்பவங்கள் மற்றும் குடுகுடுப்பை அடித்துக் குறிசொல்லித்

தொழில் புரியும் நாடோடிச் சமூகத் தோற்றம் பற்றிய புராண வழக்காற்றினை வேறு சில நாடோடிக் குழுக்களும், தெலுங்கைத் தாய்மொழியாகக் கொண்ட நிலைகுடிச் சமூகங்கள் சிலவும் தத்தம் வாய்மொழி வரலாற்று மரபாகக் கொண்டிருக்கின்றன. எடுத்துக்காட்டாக அலைகுடிச் சமூகமான பன்றிக் குளுவரின் தோற்ற வரலாற்றைக் கூறும் கதையைக் குறிப்பிடலாம். இக்கதை முற்காலத்தில் ஆந்திரப் பிரதேசத்தை ஆண்ட இசுலாமிய மன்னன் ஒருவனுக்குத் தங்கள் அழகிய பெண்ணை மணம் செய்து கொடுக்க மறுத்துத் தப்பித்து வந்த காட்டுநாயக்கரின் இடப்பெயர்வுக் கதையோடு ஏறக்குறைய இணையொத்துள்ளது (குளோரியா வீ. தாஸ், 2003:277). குளுவரின் கதையில், இசுலாமிய மன்னுக்கு அஞ்சியே தங்கள் முன்னோர், பெண்ணை அவனுக்குத் திருமணம் செய்து கொடுக்க இணங்கியதாகவும் முதல் நாள் இரவு நவாபு அவர்களுக்கு விருந்தளித்த இடத்தில் கவிழ்த்து வைத்த ஒரு கூடையில் ‘ வெட்டிய மாட்டுத் தலையை மறைத்து வைத்திருந்ததைக் கண்ட குளுவர் சமூக முன்னோரில் இருவர் அதிர்ச்சி அடைந்தவர்களாக மணப்பந்தலில் ஒரு நாயைக் கொண்டு வந்து, மணப்பெண் போல் அலங்கரித்துச் சேலையால் போர்த்தி உட்கார வைத்துவிட்டு அரண்மனை வளாகத்தை விட்டு மணப்பெண் மற்றும் கூட்டத்தாரோடு இரவோடு இரவாக வெளியேறித் தப்பித்தனர் என்றும் செய்திகள் இடம்பெற்றுள்ளன.

ஆந்திராவின் பெல்லாரி என்னும் பகுதியிலிருந்தே அம் முன்னோர்கள் தப்பித்து வெளியேறியதாகவும் அக்கதையில் குறிப்பிடப்பட்டுள்ளது. இவ்வாய்மொழிக் கதையைப் பொறுத்த வரையில் அதில் காணப்படும் ஒரு சில செய்திகள் நமது கவனத்திற்குரியவையாகும். இந்த இடப்பெயர்வுப் பற்றிய கதை, தெலுங்கைத் தாய்மொழியாகக் கொண்ட நாடோடிச் சமூகங்களின் வாய்மொழிச் சேமக் கிடங்கில் வழங்கிவரும் நிலையில் அலைகுடிகளைப் போலவே தெலுங்கு பேசும் நிலைகுடிச் சமூகங்களிடத்தும் வழங்குகிறது என்பது குறிப்பிடத்தக்கதாகும்.

இடப்பெயர்வு குறித்துப் பேசும் இவ்வாய்மொழிக் கதையானது, ஒவ்வொரு சமூகத்திடமும் ஒரு சில கதைக்கூறுகள் விடுபட்டும் மாறுபட்டும் அமையுமாறு வழங்கி வருகிறது.

ஆனால், ஆந்திராவிலிருந்து தெற்கு நோக்கி – அதாவது, தமிழகத்தை நோக்கி இடப் பெயர்ச்சி செய்த ஒரு கூட்டத்தினர் தொடர்பான கதை நிகழ்வுகள் என்பன, ஒவ்வொரு சமூகத்தினர் கூறும் கதையிலும் பொதுவாக ஒத்துக் காணப்படுகின்றன. இப்பெயர்வு பற்றிய ஒரு பொதுவான கதையைத் தெலுங்கைத் தாய்மொழியாகக் கொண்ட அலைகுடிச் சமூகங்களும் நிலைகுடிச் சமூகங்களும் தமக்குள் பொதுவாகப் பகிர்ந்து கொண்டிருப்பதை அறிகிறோம்.

எழுத்தாளர் கி. ராஜநாராயணன், கோபல்ல கிராமம் என்னும் தனது நாவலில், தெலுங்கு மக்களின் இடப்பெயர்வுப் பற்றிய இக்கதையைக் கையாண்டுள்ளார். “ஆந்திர தேசத்திலிருந்து கம்மவார் மட்டும் இங்கே வரவில்லை. ரெட்டியார், கம்பளத்தார், செட்டியார், பிராமணர், பொற்கொல்லர், சக்கிலியர் இப்படி எத்தனையோ” என்று பல்வேறு சமூகக் குழுக்கள் தமிழகத்திற்கு இடம்பெயர்ந்து வந்துக் குடியேறியதைப் பற்றிக் குறிப்பிடுகிறார் (கி. ராஜநாராயணன், 1993:39 – 53). குறிப்பாகக் கம்மவார் சமூகத்தினர் ஆந்திராவிலிருந்து இடம்பெயர்ந்து, தமிழகத்தின் தென்பகுதிக்கு வந்து சேர்ந்து, பல்வேறு இடங்களில் நிலங்களைச் சீர்திருத்திக் குடியமர்ந்த வரலாற்றினைப் பேசும் வாய்மொழி வரலாற்றுத் தன்மை கொண்ட நாவலாகவோ இனவரைவியல் நாவலாகவோ அமையும் கோபல்ல கிராமம் (காண்க : ஆ. தனஞ்செயன், 2015 : 29 – 32), பல்வேறு தெலுங்குச் சமூகங்களின் வாய்மொழிச் சுழற்சியில் வழங்கிவரும் இடப்பெயர்ச்சிக் கதை, அக் குறிப்பிட்ட கம்மவார் சமூகத்தினரின் கண்ணோட்டத்திலிருந்து நாவலில் பதிவு செய்யப்பட்டுள்ளது. சில நூறு ஆண்டுகளுக்கு முற்பட்ட மூதாதையர் காலத்தில் நிகழ்ந்த இடப்பெயர்வுப் பற்றிய வாய்மொழிக் கதையினைத் தொடர்ந்து உயிர் வாழும் கூட்டு மரபாகவோ, குறிப்பிட்ட சாதி மரபாகவோ பேணி வரும் மேற்குறித்த கம்மவார் சமூகத்தின் அக உறுப்பினர் என்னும் நிலையில் கி. ராஜநாராயணன் தமது நாவலில் ‘பயன்பாட்டு வழக்காறாகக் கையாண்டுள்ளார். ஆனால், அலைகுடிச் சமூகங்களான காட்டுநாயக்கர், பன்றிக் குளுவர் உள்ளிட்ட சமூகங்கள் அவ்வாய்மொழிக் கதையைத் தத்தம் கதை மரபாக வாய்மொழிச் சுழற்சியில் இன்றுவரையில் முகாமை இடத்தில் வைத்துப் பேணி வருகின்றன என்பதும் குறிப்பிடத்தக்கது.

இந்த இடப் பெயர்ச்சியைப் பற்றிய கதையைப் பொறுத்தவரையில் இருவேறு வகைப்பட்ட சமூகங்களில் எந்த ஒன்றும் அது தனக்கு மட்டுமே உரிய கதை மரபு என்று ஏக உரிமை பாராட்டுவதாக அறிய முடியவில்லை. ஆயினும், ஒவ்வொரு சமூகக் குழுவும் தன்னுடைய கடந்த காலம், அதனோடு தொடர்புடைய இடப்பெயர்ச்சி, குடியமர்வு, அல்லது அலைகுடியாகத் தோன்றியது என்பன பற்றிய வரலாற்று ஞாபகங்களின் வாய்மொழி ஆவணமாகக் கொண்டிருக்கிறது என்பதை மட்டும் நம்மால் அனுமானிக்க முடிகிறது.

தெலுங்கு பேசும் மக்களின் பல்வேறு குழுக்கள் (குறைந்தது ஒன்பது குழுக்கள்) தமது பூர்வீக வாழிடப் பகுதியை விட்டுக் குடிப்பெயர்ச்சி செய்து தமிழகத்தில் குடியேறியது பற்றி வழங்கும் வாய்மொழிக் கதையின் நுவல் பொருளில் காணப்படும் மீவியற் பண்பு, நடப்பியல்பு ஆகியவற்றின் காரணமாக அக்கதையானது, புராணம், பழமரபுக்கதை ஆகிய இரண்டின் இயல்புகளையும் ஒருங்கே கொண்டிருக்கிறது.

குறவரின் தோற்றக் கதை

கைவினைத் தொழில் மூலம் கூடை, முறம் முதலிய பருப்பொருள் வகைமைகளை உருவாக்கிப் பொருளீட்டிய அலைகுடிச் சமூகத்தினராக விளங்கியவர்கள் 'வேட்டுவர்', 'வேடுவர்' என்று பலவாறு அடையாளப்படுத்தப்படும் குறவர்களாவர். பல்வேறு பிரிவுகளைக் கொண்ட இந்த இனக்குழுச் சமூகத்தில் குறிப்பிடத்தக்க வகையில் சமூக மாறுதல்கள் ஏற்பட்டுவிட்டாலும் தனது இனக்குழுப் பண்பாட்டு அடையாளத்தை மட்டும் ஒருபோதும் கைவிட்டுவிடவில்லை. ஆதியில் அலைகுடித் தன்மையோடு கைவினைத் தொழிலும் இணைந்த ஒரு வாழ்க்கை முறைக்குத் தங்கள் முன்னோர் திடீரென்று தள்ளப்பட்ட ஓர் அரிய தருணத்தை விவரிக்கும் வாய்மொழிக்கதை ஒன்று குறவர்களிடம் வழங்கி வருகிறது.

'முன்னொரு காலத்தில் நிலைகுடிச் சமூகத்தினராகவும் செல்வ வளம் மிக்கவர்களாகவும் இன்றைய குறவரின் முன்னோர்கள் வாழ்ந்து வந்தனர். அவர்கள் வாழ்ந்த வீதியில் ஒருநாள் பார்வதி பிச்சை எடுக்கப் போனாள். தங்கத் தூணில் சாய்ந்து வெள்ளித் தூணில் காலை

உதைத்தவாறு அமர்ந்திருந்த குறவரின் வீட்டு வாசலில் போய் நின்று, தனக்குப் பிச்சை இட்டு ஆதரிக்குமாறு பார்வதி வேண்டினாள். ஆனால், குறவர்களோ 'பிச்சையுமில்லை ஒன்றுமில்லை' என்று சொல்லிப் பிச்சைப்போட மறுத்துவிட்டனர். ஏமாற்றம் அடைந்த பார்வதி, பரமசிவனிடம் திரும்பிச் சென்று 'குறவன் தங்கத் தூணில் சாய்ந்துகொண்டு, வெள்ளித் தூணில் காலை உதைத்தவாறு பிச்சையுமில்லை ஒன்றுமில்லை என்று சொல்லிவிட்டான்', என்று ஏமாற்றத்துடன் சொன்னாள். அதனைக் கேட்ட சிவபெருமான், திருவோட்டை எடுத்துக்கொண்டு குறவர்களிடம் சென்று பிச்சை இடுமாறு கேட்டார். குறவர்களோ தங்கள் வீட்டு முகப்பில் கட்டிக்கிடந்த நாயை அவிழ்த்துவிட்டு சிவனை விரட்டினர். நாய் சிவனைத் துரத்திச் சென்று கடிக்கவே, சிவன் தன் திருவோட்டைக் கீழே போட்டுவிட்டு நாயிடம் இருந்து விடுபட்டு ஓடும்போது, மிகுந்த கோபத்தோடு குறவர்களை நோக்கி சாபம் விட்டார். 'கொல்லன் அருவா, கொசவன் ஓடு, வேலி முள்ளுன்னு தெருத் தெருவா நீங்க எங்கே போனாலும் சாகும் நிலையில் உள்ள நாய்கூட உங்களை வள்வள்ன்னு குரைக்கும்' என்று சாபம் விட்டவாறே சிவன் ஓடினார். அலைகுடி வாழ்க்கைமுறை, கைவினைத் தொழில் ஆகியவற்றோடு கூடிய ஒருவகை சமூக ஒழுங்குமுறை மிகவும் முற்காலத்தில் தங்கள் மூதாதையரிடம் தோன்றுவதற்குக் காரணமாக அமைந்தது சிவன் விட்ட சாபமேயாகும் என்னும் கதை விளக்கும், இவ்வாய்மொழிக் கதை குறவரிடம் வழங்குகிறது (மணி கோ. பன்னீர் செல்வம், 2009 : 37-38)

சிவனின் சாபம் காரணமாகத் தங்கள் முன்னோர் நிலைகுடி வாழ்க்கை முறையை இழந்து, அலைகுடி வாழ்க்கை முறையைத் தழுவும் நிலைக்குத் தள்ளப்பட்டதாக நம்பும் குறவர் சமூகத்தினரிடையே வேறொரு கதையும் வழங்குகிறது. அக்கதையின் அடிப்படையில் தங்களை 'நம்பிராசன் கூட்டத்தவர்', 'வள்ளியின் மக்கள்' என்று கருதும் இச்சமூகத்தினர், தங்களுடைய மூதாதையரின் தோற்றமூலத்தை முருகன் – வள்ளி பற்றிய வாய்மொழிக் கதையிலிருந்து இனம் காணுகின்றனர்.

மேலும் அதன் வாயிலாக, தங்களுக்கென ஓர் இனக்குழுப் பண்பாட்டு அடையாளத்தையும் வெளிப்படுத்திக் கொள்கின்றனர். அதற்குச் சான்றாக, குமரி மாவட்டத்திலுள்ள குமரக் கோயிலில் நடைபெறும் வள்ளி – முருகன் திருக்கல்யாண விழாவின்போது நடத்தப்படும் சடங்கியல் நாடகம் அமைகிறது. ஆனால், குறவர்களுடைய அலைகுடி வாழ்க்கை முறையின் தோற்றத்திற்கும் முருகன் – வள்ளி பற்றிய வாய்மொழிக் கதைக்கும் தொடர்பு எதுவுமில்லை என்பது குறிப்பிடத்தக்கது.

நரிக்குறவர் தோற்றக்கதை

தமிழ்நாட்டில் காணப்படும் பல்வேறு அலைகுடிச் சமூகங்களுள் தனித்துவமான அடையாளத்துடன் திகழ்வது நரிக்குறவர் சமூகமாகும். கொக்கு, மடையான், காடை, கௌதாரி முதலிய பறவைகளையும், நரி முதலிய விலங்குகளையும் வேட்டையாடுவதாலும், கொம்புத்தேன் எடுத்தல், புலிப் பல் மற்றும் ஏனைய அணிமணிகள் விற்றல் போன்ற தொழில்களில் ஈடுபடுவதாலும், வேட்டை மற்றும் சேகரிப்புச் சமூகத்தவராக விளங்கும் நரிக்குறவர்கள், நிலைக்குடி மக்களால் 'குருவிக்காரர்கள்' என்றழைக்கப்படுகின்றனர். குஜராத்தி, மராட்டி, இந்தி முதலிய மொழிகள் கலந்த வாக்ரிபோலி என்னும் ஒருவகைக் கலப்பு மொழியைத் தாய்மொழியாகக் கொண்ட இம்மக்கள், தங்களுக்கே உரிய ஒருவகை ஒலிப்புமுறை தழுவிய பேச்சுமொழி வடிவில் தமிழைத் தொடர்புமொழியாகக் கையாளுகின்றனர். அவ்வகையில், நரிக்குறவர்கள் இருமொழிச் சமூகத்தினராவர். பெரும்பான்மையாக எழுத்தறிவற்ற மக்கள் நிறைந்த இச்சமூகம், தமிழகத்தில் மிக அண்மையில்தான் இனக்குழுச் சமூகமாக அறிவிக்கப்பட்டுள்ளது. இம்மக்களின் முன்னோர்கள் சில நூற்றாண்டுகளுக்கு முன்னர் குஜராத் – மகாராஷ்டிர நிலப்பகுதியிலிருந்து, அரசியல் – சமூகக் காரணங்களால் தமிழகத்தில் குடியேறினர். மூதாதையரின் இடப்பெயர்வு, அலைகுடி வாழ்க்கைமுறையின் தோற்றம், வேட்டைத் தொழில் ஆகியவை பற்றிய வரலாற்று நோக்கினை அம்மக்களின் வாய்மொழிக் கதைகளில் இழையோடக் காணலாம்.

ஆடு மேய்க்கும் தொழிலைச் செய்து வந்த மூன்று சகோதரர்கள் ஒருநாள் தாகம் எடுக்கவே, குடிநீர் தேடி அலைந்தனர். மூன்றாம் சகோதரன் மட்டும் முதலில் நீரைத் தேடி ஓர் ஆற்றங்கரைக்கு வந்தான். ஆற்றில் ஒரு பெண் குளித்துக் கொண்டிருந்தாள். நீர் அருந்த வந்தவன் மறைந்து நின்று பார்த்துத் தன்னை மறந்து அவளை ரசித்தான். இரண்டாமவன், ஆற்றங்கரைக்கு வந்து தண்ணீர்த் தாகம் மறந்து, குளிப்பவளைப் பார்த்து ரசித்தான். இப்போது மூத்தவன் ஆற்றங்கரைக்கு வந்து, தனது சகோதரர்களைத் தேடாமல் நீரை அள்ளிக் குடித்தான். அவ்வாறு குடிக்கையில் கையில் ஏதோ சிக்கியது. சிக்கிய இழைகளை விரலிலிருந்து நீக்கும் போது ஆற்றுநீரில் மூழ்கி எழுந்த ஒரு பெண், 'என் தலை முடியைப் பிடித்து இழுக்கிறாய், எனக்கு வலிக்கிறது' என்று குரலெழுப்பினாள். 'நான் இக்கரையில் தண்ணீர் குடிக்கிறேன்; நீ அக்கரையில் குளிக்கிறாய். உன் கூந்தல் என் விரலில் எப்படிச் சிக்கிக்கொள்ளும்? இது பாசி' என்றான். 'உன் விரல்களில் மாட்டியிருக்கும் முடியைச் சிக்கெடுத்து நீளமாக வைத்துப்பார். அது என்னைத் தொடும்' என்றாள். கடைசியில் அது அப்பெண்ணின் கூந்தல்தான் என்பதை அறிந்த முதலாமவன், 'தாயே என்னை மன்னித்துக்கொள். தாகம் காரணமாகக் கவனிக்கவில்லை' என்றான்.

சினத்துடன் அவள் சொன்னாள்: 'என் பெயர் சீதாதேவி. இந்த வனத்தில் வசிக்கிறேன். உன்னுடைய இரண்டு சகோதரர்களும் மறைந்து நின்று நான் குளிப்பதைப் பார்த்து ரசித்தனர். என்னை முதலில் பார்த்த கடைசிச் சகோதரன் குடுகுடுப்பைக்காரனாக வீடுவீடாகச் சென்று குடுகுடுப்பை அடித்துக் குறிசொல்லிப் பிச்சை எடுத்து அலைந்து திரியட்டும்' என்று சபித்தாள். 'இரண்டாம் சகோதரன் லம்பாடியாகத் தெருத்தெருவாகச் சென்று உடலில் ரத்தம் கசியும் வரை உடம்பில் சாட்டையால் அடித்தவாறே பிச்சை எடுத்து அலைந்து திரிவானாக' என்று சபித்தாள். இவ்வாறு சபித்தவள் முதல் சகோதரனுக்கு ஒரு பந்தயம் வைத்தாள். தன்னுடைய

நான்கு தலைமுடிகளைக் கொண்டு, கை வளையல்களை இணைத்து ஒரு கண்ணியைத் தயார் செய்து ஆடுகள் வரும் வழியில் வைத்தாள். அதில் நல்ல ஆடு சிக்குமா நொண்டி ஆடு சிக்குமா?' என்று அவனிடம் கேட்க, அவன் 'நொண்டி ஆடு' எனப்பதில் சொன்னான். கண்ணியில் நல்ல ஆடு சிக்கிக்கொள்ளவே பந்தயத்தில் தோற்றுப் போனான். அதனால், அவனை நரிக்குறவனாகக் காடெலாம் அலைந்து திரிந்து வேட்டையாடியும் பிச்சை எடுத்தும் திரிவாயாக என்று சபித்தாள். சகோதரர்கள் மூவரும் தனித்தனியே நாடோடிகளாக அலைந்து திரிந்தவாறு தான் சொன்ன தொழிலையே செய்ய வேண்டும். அவ்வாறு செய்யத் தவறினாலோ அம்மூவரும் இறக்க நேரிடும் என்றும் எச்சரித்தாள்.

இவ்வாறு, சீதை சபித்ததனாலேயே முற்காலத்தில் உடன்பிறந்த சகோதரர்களாக இருந்தவர்கள், ஒருவருக் கொருவர் தொடர்பின்றிப் பிரிந்து சென்று வெவ்வேறு தொழில்களைச் செய்து, குடுகுடுப்பைக்காரனாகவும் சாட்டையடிக்காரனாகவும் நரிக்குறவனாகவும் ஆகி, அலைகுடி வாழ்க்கை முறைக்கு வித்திட்ட முன்னோடிகளாக ஆனார்கள் (பத்மபாரதி, 2003 : 183–184).

இந்தத் தோற்றக் கதையோடு மாறுபடும் வகையில் வேறு இரண்டு கதைகளும் வழங்குகின்றன.

இச்சமூகத் தோற்றப் புராணத்தைப் பொறுத்த வரையில் மூன்று வெவ்வேறு அலைகுடிகளான நரிக்குறவர், குடுகுடுப்பைக்காரர், லம்பாடி அல்லது சாட்டையடிக்காரர் ஆகியவர் உடன்பிறந்த சகோதரர்களாக விளங்கிய மூவரை முன்னோடிகளாகக் கொண்டு தோன்றியவை என்பதை வெளிப்படுத்துகிறது. ஆயினும், இக்கதையில் நரிக்குறவருக்குக் கிடைக்கும் முக்கியத்துவம் ஏனைய சமூகங்களுக்குக் கிடைக்கவில்லை. மேலும், குடுகுடுப்பைக்காரர் சமூகத்தைப் பொறுத்தவரையில், அதன் தோற்றத்தைப் பற்றி முதன்மை இடம் கொடுத்துப் பேசும் வாய்மொழிக்கதை ஒன்று, அதன் மக்களிடையே வழங்குகிறது. அவ்வாறே லம்பாடிக்கென்றும்

வேறு கதை மரபுகள் உள்ளன. லம்பாடியைச் சாட்டை யடித்துப் பிழைத்துக்கொள்ளுமாறு சீதை சபித்தாள் என்று ஒரு குறிப்பு கதையில் இடம் பெற்றுள்ளது. இது குழப்பத்தை ஏற்படுத்துகிறது. ஏனெனில், லம்பாடிகளும் சாட்டையடிக்காரர்களும் வெவ்வேறு சமூகப் பிரிவினராவர். எனவே, மேற்கண்ட கதை, குறவரின் கண்ணோட்டத்தைப் பிரதிபலிப்பதாகக் கருதலாம். மேலும், இந்தக் கதை மற்றொரு அம்சத்தையும் நமக்கு நினைவூட்டுகிறது. சீதை குளிக்கும் காட்சி, அதனை மறைந்து நின்று பார்த்து ரசிக்கும் சகோதரர்கள், அதனை அறிந்த சீதை சினமுற்று அவர்களை நாடோடிகளாக ஆகுமாறு சபிப்பது என்னும் இக்கூறுகள் அடங்கிய இவ்வாய்மொழிக்கதை, வேறு இரண்டு வாய்மொழிக் கதைகளின் முக்கியக் கதைக் கூறுகளை நினைவூட்டுகிறது. அவ்விரண்டு கதைகளிலும் ஏறக்குறைய இரண்டு இணையொத்த சம்பவங்கள் இடம் பெறுகின்றன. அவ்விரண்டு சம்பவங்களிலும் முறையே தனது அழகைப்பார்த்துக் கேலி செய்து சிரித்தவர்களைக் கண்டு சீதை சினந்து சாபமிடுகிறாள். நீர் நிலையில் குளித்துக் கொண்டிருந்த சீதையை நோக்கிய இரண்டு சகோதரர்களைத் தென்னிந்தியாவிற்குச் சென்று நாடோடிகளாக ஆகிப் பிழைத்துக்கொள்ளுமாறு சாபம் கொடுக்கிறாள் (கரசூர் பத்மபாரதி, 2004 : 22-26)

'சீதை சாபமிடுதல்' என்னும் இக்கதைக் கூறு, போண்டோ பழங்குடி மக்களின் வாய்மொழிக் கதையிலும் முக்கிய இடம் பெறுகிறது. ராமன், சீதை, இலட்சுமணன் ஆகியோரோடு வனவாசம் செய்த காலத்தில், ஒரிசா மாநிலம் போண்டோ மலையடி வாரத்தில் ஓடிய ஓடை ஒன்றில் சீதை நிர்வாணமாகக் குளித்துக்கொண்டிருந்தாள். ஓடைக்குக் குடிநீர் எடுக்கச் சென்ற போண்டோ இனக்குழுப் பெண்கள், சீதை குளித்துக் கொண்டிருந்த கோலத்தைக் கண்டதும் தங்களுக்குள் சிரித்துக் கொண்டார்கள். தான் குளிக்கும் விதத்தைப் பார்த்துச் சிரித்த அப்பெண்கள் மேல் கோபமுற்ற சீதை, 'இனிமேல் நீங்கள் ஆடையே உடுத்தக் கூடாது. அப்படி மீறி உடுத்தினால், நீங்கள் அழிந்துவிடுவீர்கள்' என்று சாபமிட்டாள்.

அது முதற்கொண்டு போண்டோ பெண்கள், முறையான ஆடை எதனையும் உடுத்தாமல், சணலால் அமைந்த கயிறு போன்ற பின்னல் இழைகளையே ஆடை போல் வடிவமைத்து

உடுத்திக்கொள்கின்றனர். இவ்வழக்கம் தற்காலத்திலும் தொடர்ந்து இடம் பெற்றிருக்கிறது என்னும் தகவலை மானிடவியலர்கள் தாங்கள் எழுதிய ஆய்வுகளில் வெளிப்படுத்தியுள்ளனர்.

இவ்வாறு, அலைகுடிகளின் வழக்காறுகளிலும் இனக்குழுக்களின் வழக்காறுகளிலும், அந்தந்தச் சமூகங்களின் சமூக நிறுவனங்கள், பழக்க வழக்கங்கள் போன்றவை தோற்றம் பெற்றதற்குக் கடவுளர்களும், புராண, இதிகாசப்பாத்திரங்களும் காரணிகளாகச் செயல்பட்டிருப்பது பற்றிய கதைக் கூறுகள் இடம்பெற்றிருப்பது கவனத்திற்குரியதாகும்.

பூம்பூம் மாட்டுக்காரரின் தோற்றக்கதை

உறுமி மேளத்தை (பூம்பூம் மேளம்) வாசித்தவாறு ஊர்ஊராகச் சென்று, அலங்கரிக்கப்பட்ட காளை அல்லது பசுமாட்டைக் கொண்டு வித்தைகள் காட்டியும், ரவனா மேளம், நாதசுவரம் முதலிய இசைக்கருவிகளைக் கையாண்டு பாட்டுப்பாடியும் நிலைகுடி மக்களை ரசிக்க வைத்து, அவர்களிடமிருந்து சன்மானம் பெற்று வாழ்க்கை நடத்தும் அலைகுடிச் சமூகமே 'பூம்பூம் மாட்டுக்காரர்' அல்லது 'பெருமாள் மாட்டுக்காரர்' என்று பொது மக்களால் அழைக்கப்படுகிறது. 'பூவிடையர்', 'ஆதியன்', 'தாசரி' என்று வேறு பெயர்களால் தங்களை அழைத்துக்கொள்ளும் இந்நாடோடிகள் தமிழகத்தில் பரவலாகவும், ஆந்திரா, மகாராஷ்டிரா, மத்தியப் பிரதேசம் உள்ளிட்ட ஏனைய மாநிலங்களில் ஆங்காங்கும் வாழ்கின்றனர். 'கங்கேத்துலு', 'நந்திவாலா' என்பன போன்ற பெயர்களைக் கொண்டு அவர்கள் அம்மாநிலங்களில் அடையாளப்படுத்தப்படுகின்றனர்.

பூம்பூம் மாட்டுக்காரர் சமூகமும் கடந்த காலத்தினைத் தளமாகக் கொண்டுதான் தனது தோற்றம் பற்றிய வரலாற்றைத் தனது வழக்காறுகள் மற்றும் ஒட்டுமொத்த நடத்தை முறைகள் ஆகியவற்றின் வாயிலாக நினைவுகூர்கிறது.

மிகவும், கடந்த காலத்தில் வாழ்ந்த பூவிடையரின் முதுமுன்னோர், ஏனைய நிலைகுடிகளைப் போல் நிலபுலன்கள், வீடு – வாசல், மாடு – கன்றுகள் என்று அனைத்து வசதிகளோடும் நிலைகுடி வாழ்க்கை முறையையே கொண்டிருந்தனர். யாசகன் வடிவில் வந்த

இராமனை அம்முன்னோர் அவனுடைய பசிபோக்க யாசகம் கொடுத்துப் பரிகாரம் செய்யாமல் பலமுறை ஏமாற்றியதால், சினம் கொண்ட இராமன் தன்னுடைய சுயரூபம் காட்டி, அம் முன்னோரைச் சபித்தான். அவர்கள் தங்கள் உடைமைகள் அனைத்தையும் இழந்து, நாடோடிகளாக ஊர்ஊராகத் திரிந்து, தான் கொடுத்த காளைமாட்டைக் கவனமாகப் பராமரித்து, அதனைக் கொண்டு, வித்தை காட்டியும், பூம்பூம் மேளத்தை (உறுமி மேளம்) வாசித்தும் இரந்துண்டு வாழுமாறு விதித்தான். கடைசியாக, சுரைவிதைகளைக் கொடுத்து நிலத்தில் விதைத்துப் பயிர் செய்து அறுவடை செய்யும் நிலையில் சுரைக்காய்களைப் பிச்சைப்பாத்திரமாகப் பயன்படுத்திக் கொள்ளுமாறும் சொன்னான்.

அவன் தனது சாபத்தின் தொடர்ச்சியாக முன்னோரிடம் மற்றொன்றையும் உறுதியாக மொழிந்தான். 'இனிமேல் எக்காலத்திலும் அவர்கள் வேளாண்மை செய்ய முடியாது. அப்படிச் செய்தாலும் பயிர் விளையாது; நாசமாகிவிடும்.'

சுரைவிதைகளை விதைத்து அவர்கள் செய்த வேளாண்மையே இறுதியாகச் செய்த வேளாண்மையாகும். நிலத்தில் உழுது பயிரிட்டு உற்பத்தி செய்து, நிலையாக ஓரிடத்தில் தங்கி இருந்து வாழும் வாழ்க்கை முறை இராமனின் சாபத்தோடு கானலாக மறைந்து போயிற்று. அலைகுடிகளாக இரந்துண்டு வாழும் வாழ்க்கை முறையே சாபமாகவும் சாபவிமோசனமாகவும் பூவிடையரின் முன்னோருக்கு விதிக்கப்பட்டது. அந்தச் சாபத்தின் விதிமுறைக்கு இயைந்தே இன்றளவும் பூம்பூம் மாட்டுக்காரர்கள், பெருமாள் மாட்டோடு பூம்பூம் மேளத்தை இசைத்தவாறு ஊர்ஊராக அலையும் வாழ்க்கையை ஒரு சாபவிமோசனப் பயணமாகத் தொடர்ந்து கடைப்பிடித்து வருகின்றனர் (ஆ. தனஞ்செயன், 2007 : 54–56, 2015 : 151–154).

பூவிடையருடைய முன்னோர் இராமனை ஏமாற்றியதால், அவனால் சபிக்கப்பட்டு நாடோடிகளாக மாறினர் என்பது தொடர்பான இக்கதைமரபே அல்லாமல், மற்றொரு கதையும் ஆவணப்படுத்தப்பட்டுள்ளது.

முற்காலத்தில் திருப்பதி வேங்கடாசலபதி கோயிலில் பூத்தொடுத்து விநியோகம் செய்து வந்த பூவிடையர்களின் முன்னோர் நிலைகுடிகளாக வாழ்ந்து வந்தனர். திருப்பதிக் கோயிலுக்கு அளிக்கப்பட்ட காணிக்கைகளில் இயற்கையாகப் பிறழ்வுப்படைப்புகளாக அமைந்த இரட்டை வால் பசுங்கன்றுகள், ஐந்து கால் எருதுகள், நான்கு கொம்பு மாடுகள் போன்றவை இடம் பெற்றிருந்தன. இந்நிலையில் பூக்காரர்களாக விளங்கிய பூவிடையர்கள், அவ்வகை மாடு, கன்றுகளை மேய்த்துப் பராமரிக்குமாறு பணிக்கப்பட்டனர். இவ்வாறு இயற்கையின் பிறழ்வுப்படைப்புகளைக் காத்துப் பேணுவதைத் தங்கள் தலையில் விடிந்த பாவமாகக் கருதிய பூவிடையர் வேங்கடாசலபதியை வேண்டினர். அவர்களுடைய வேண்டுதலைக் கேட்ட வேங்கடாசலபதி, அவர்கள் முன் எழுந்தருளினார். அவர்தம் குறைகளைக் கேட்ட வேங்கடாசலபதி, 'பெருமாள் மாடு' என்று பின்னர் அடையாளப்படுத்தப்பட்ட காளைமாட்டை அவர்களிடம் கொடுத்து, பாவவிமோசனத்திற்கு வழி கூறினார்.

'பக்தர்களே, உங்கள் குழந்தைகளை எப்படிக் கண்ணுங்கருத்துமாகப் பராமரிப்பீர்களோ, அப்படியே இந்தக் காளை மாட்டைப் பராமரித்து வரவேண்டும். அத்துடன், இந்தக் காளையை நாள்தோறும் வீட்டுக்கு வீடு கொண்டு சென்று பிச்சை எடுத்து வந்தால், உங்கள் பாவம் நீங்கும்' என்று பாவவிமோசனத்திற்கு உபாயம் கூறி மறைந்தார். அன்று முதற்கொண்டு, தங்கள் பாவத்திற்கு விமோசனம் தேடும் வகையில், பூவிடையர்கள் பெருமாள் மாட்டுடன் பிச்சை எடுத்து ஊர்ஊராகச் சென்று அலைகுடி வாழ்க்கையை வாழ்ந்து கொண்டிருக்கின்றனர். (தர்ஸ்டன், 1909 : 262-263)

பூம்பூம் மாட்டுக்காரர்களின் மேற்சுட்டிய இரண்டு தோற்றக் கதைகளும் அவர்களுடைய முதுமுன்னோர் தம் காலத்தில் அலைகுடி வாழ்க்கை முறைக்கு வித்திட்ட புதிர்மை நிறைந்த சம்பவங்களைப் பற்றிக் கூறுகின்றன. முதுமுன்னோர்களும் புராணயுகம் அல்லது தெய்வ யுகத்தைச் சேர்ந்தவர்களும் எதிரெதிரே சந்தித்துக்கொண்ட அக்கடந்த

காலம் என்பது, வரலாற்றுத் தன்மையும் புராணத்தன்மையும் கலந்து மயங்கித்தோன்றும் காலமாகும். ஆற்றொழுக்கான, நிலைகுடிப்பாங்கான வாழ்க்கை முறையை முற்றிலும் தலைகீழாகப் புரட்டிப் போட்டு நாடோடி வாழ்க்கை முறையைத் தங்கள் மீது திணித்த அந்தப் புராணப்பாங்கான சம்பவத்தின் தர்க்க நியாயத்தை முதுமுன்னோர் காலந்தொட்டு இன்று வரையில் கேள்விக்கு உட்படுத்தாமல் அப்படியே ஏற்றுக்கொண்டு நாடோடிய வாழ்க்கை முறையைத் தொடர்ந்து கடைப்பிடித்து வருகின்றனர்.

தோற்றக் கதைகளின் செயல்பாடுகள்

தோற்ற மூல வரலாறு பேசும் இத்தகைய வாய்மொழிக் கதைகளின் பங்கினைச் செயற்பாட்டியல் கண்ணோட்டத்தில் ஆராய்ந்தோமானால், அவை குறிப்பிட்ட பண்பாட்டினை உறுதிப்படுத்தக்கூடிய முக்கிய செயல்பாட்டினை ஆற்றுகின்றன என்பதை அறிந்துகொள்ளலாம். பொதுவாகப் புராணம் பற்றிய செயல்பாட்டினைக் குறித்து மாலினோவ்ஸ்கி வெளிப்படுத்தியுள்ள கருத்தினை இங்கு நினைவுகூர்வோமானால் அது மிகவும் பொருந்துவதாக அமையும். அதாவது, புராணம் என்பது ஒரு நடைமுறை வழிகாட்டியாகச் செயல்படுகிறது என்பதுதான் அவருடைய கருத்தின் சாராம்சமாகும்.

மாலினோவ்ஸ்கியின் புராணம் பற்றிய கருத்துகள் பூம்பூம் மாட்டுக்காரர்களின் தோற்றக் கதைகளுக்கும் பொருந்துகின்றன. அவ்வகையில், 'நாடோடி வாழ்க்கை முறையில் ஒட்டுமொத்த பரிமாணத்திற்கும் ஆதாரமாக அமைந்து, தொழில், வாழ்க்கை முறை முதலிய அனைத்திற்கும் ஐதிகப் பிரமாணங்களாக (charters) அல்லது நடைமுறை வழிகாட்டிகளாகப் பூம்பூம் மாட்டுக்காரர்களின் புராணக் கதைகள் செயல்படுகின்றன என்பதை அவர்களுடைய வாழ்க்கை முறையே சுட்டிக்காட்டுகிறது (ஆ. தனஞ்செயன், 2015:166).

பூம்பூம் மாட்டுக்காரர்களுடைய தோற்ற மூலம் பற்றிப் பேசும் வாய்மொழிக் கதைகளுக்கு மட்டும் மாலினோவ்ஸ்கியின் கருத்துகள் பொருந்தும் என்பதில்லை. ஏனைய நாடோடிச் சமூகங்களான காட்டுநாயக்கர், குளுவர், குறவர், நரிக்குறவர் உள்ளிட்ட பெரும்பாலான அலைகுடிச் சமூகங்களின்

தோற்றத்தைக் குறித்துப் பேசும் வாய்மொழிக் கதைகளுக்கும் அக்கருத்து பொருந்துவதாகும். பொதுவாக இத்தோற்றக் கதைகள், சமூகம், அதன் ஏனைய நிறுவனங்கள், சிறப்புத் தன்மையுடைய கலை வடிவங்கள், தொழில்கள் போன்றவற்றின் தோற்றத்திற்கான காரணத்தை விளக்கிக் கூறுவதோடல்லாமல், வேறு சில செயல்பாடுகளையும் ஆற்றுகின்றன.

அதாவது, ஏற்கனவே கூறியதைப் போல், பண்பாட்டை உறுதிப்படுத்துவது என்னும் செயல்பாட்டைத் தாண்டி, யதார்த்த நிலையிலிருந்து தப்பித்தல், தற்போதைய நடத்தை முறைகளை நியாயப்படுத்தல் அல்லது சமாதானம் செய்து கொள்ளுதல் என்பன போன்ற செயல்பாடுகளையும் அவ்வாய்மொழிக் கதைகள் வழங்குகின்றன. இவ்வாறு, பன்முகச் செயற்பாடுகளை ஆற்றக்கூடிய வாய்மொழிக் கதைகளை, அந்தந்த நாடோடிக் குழுவோடு தொடர்புப்படுத்தி, வேறு கண்ணோட்டத்தில் அணுகுவதற்குரிய வாய்ப்பினையும் நாம் பரிசீலிக்க வேண்டும்.

நாடோடிகளின் தோற்றக் கதைகளை அம்மக்களுடைய ஒட்டுமொத்த வாழ்க்கைப் போக்கிற்கான நடைமுறை வழிகாட்டிகளாகவும் பண்பாட்டை உறுதிப்படுத்துவனவாகவும் நோக்கும் அணுகுமுறைக்கு அப்பால் சென்று, அவற்றில் பொதிந்திருக்கும், அம் மக்களின் ஏனைய கருத்துகளையும் சிந்தனைகளையும் அறிந்துகொள்வதும் இன்றியமையாதது. அவ்வகையில், அவ்வாய்மொழிக் கதைகள், நாடோடிகளுடைய வரலாற்றையும், உலகக் கண்ணோட்டத்தையும் எவ்வாறு ஆவணப்படுத்தி வைத்துள்ளன என்பதை இனங்கண்டு வெளிப்படுத்த முனையலாம். முதற்கண், 'நாட்டார் வரலாறு' என்னும் கருத்துருவத்தினை அடியொற்றிச் சென்று, எவ்வாறு நாடோடிகள் தங்கள் வாய்மொழிக் கதைகளின் ஊடாகத் தங்கள் கடந்த காலத்தையும் வரலாற்றையும் பேசுகிறார்கள் என்பதைப் புலப்படுத்தலாம்.

நாடோடிகளின் வரலாறு

நாம் வரலாறு என்ற குறிப்பிட்டாலே அது, எழுத்து வடிவில் கிடைக்கும் சான்றுகளின் அடிப்படையில் எழுதப்படும் வரலாற்றையே குறிக்கும். ஆனால், இந்த ஆவண முறை வரலாற்றிலிருந்து முற்றிலும் வேறுபடுவதே நாட்டார் வரலாறு.

குறிப்பிட்ட சமூகம், கடந்த காலத்தில் நடந்த நிகழ்வுகள் பற்றிக் கொண்டிருக்கும் கூட்டுக் கண்ணோட்டத்தினையே நாட்டார் வரலாறு மையப்படுத்துகிறது. மேலும், எந்த ஒரு சமூகத்தை எடுத்துக்கொண்டாலும், அது தனது கடந்த காலத்தைப் பற்றிய ஒரு கருத்தையோ கண்ணோட்டத்தையோ நிச்சயம் கொண்டிருக்கும். அதன் உறுப்பினர்களுடைய கடந்த காலம் பற்றிய கருத்தென்பது, அச்சமூகத்தின் சிந்தனைகள், செயல்பாடுகள், கண்ணோட்டங்கள் ஆகியவற்றின் பால் தாக்கத்தை ஏற்படுத்தும்.

'நாட்டார் வரலாறு' என்பது, ஏனைய வரலாற்று வகைகளான இனக்குழு வரலாறு, வாய்மொழி வரலாறு, வட்டார வரலாறு போன்றவற்றிலிருந்து, அதனுடைய தனித்துவம் மிக்க சாராம்சத்தின் அடிப்படையில் வேறுபடக் கூடியது. அந்தத் தனித்துவம் என்பது, ஒரு மக்கள் குழுவைச் சேர்ந்த ஒட்டுமொத்த உறுப்பினர்களின் கடந்த காலம் பற்றிய கூட்டுக் கண்ணோட்டம் என்பதில் அடங்கியுள்ளது. அதாவது, அக்குழுவினரின் எந்த ஒரு கூட்டுப்பார்வை, கடந்த காலத்தினை முக்கியத்துவம் வாய்ந்தது என்று தீர்மானிக்கிறது? அத்துடன், அந்தக் கடந்த காலம், எவ்வாறு குழுவினரின் நிகழ்காலத்தைப் பாதிக்கிறது என்பதில் அடங்கியுள்ளது.

நாட்டார் வரலாறு பற்றிய இத்தகைய அடிப்படையான கருத்தாக்கங்களை நமது கவனத்தில் நிறுத்தி, நாடோடிகளின் வாய்மொழி வழக்காறுகளைக் குறிப்பாகத் தோற்றக் கதைகளைத் தொகுத்து நோக்கும் போது, அவை, அந்தந்த நாடோடிக் குழுவினரின் கடந்த காலம் பற்றிய கூட்டுக் கண்ணோட்டத்தின் ஆவணங்களாகத் திகழ்கின்றன என்று துணிந்து கூறலாம்.

நாட்டார் வழக்காறுகளும் வரலாறும் : விவாதம்

"பொதுவாக நாட்டார் வழக்காறுகள் மக்கள் வரலாற்றைப் பேசுகின்றன' என்னும் கூற்றில் இருக்கக்கூடிய உண்மை நிலையை மையப்படுத்திக் கடந்த காலத்தில் மேற்குலகில் மிக நீண்ட அளவில் நேர்மறையாகவும் எதிர்மறையாகவும் விவாதங்கள் நடந்துள்ளன. நாட்டார் வழக்காறுகள் தொடர்ந்து மாறுதலுக்கு ஆட்படக்கூடியவை. எனவே அவற்றை வரலாற்று ஆதாரங்களாக எடுத்துக்கொள்ள முடியாது என்று வரலாற்றியலர்கள்

எதிர்வாதம் வைத்தனர். இந்நிலையில் 'நாட்டார் மரபுகள் என்பன எப்போதும் வரலாற்று உண்மை என்னும் தளத்தை ஆதாரமாகக் கொண்டுள்ளன' என்று அறிஞர்கள் சிலர் வாதிட்டனர். நாட்டார் வழக்காறுகளை 'மிகைப்படுத்தப்பட்ட வரலாறாகவும்', 'வரலாற்றுக் கண்ணாடியாகவும்' அறிஞர்கள் சிலர் அணுகினர் (காண்க: ஆ. தனஞ்செயன், 2016 : 45–57)

இந்நிலையில், 'தங்களுக்குத் தாங்களே குரல் கொடுக்க இயலாதவர்களின் குரலாகத் திகழ்வது 'வாய்மொழி வரலாறு' என்று வாய்மொழி வரலாற்றின் பங்கினை மதிப்பிடும் வகையில் அத்துறையில் செயல்பட்ட அறிஞர்கள் வருணித்தனர். 'நம்பகத்தன்மை வாய்ந்த எழுத்து வடிவ ஆவணங்கள், ஏனைய சான்றுகள் ஆகியவற்றைக் கொண்டு எழுதப்படுவதே வரலாறு' என்னும் நிறுவனமுறை வரலாற்றுக்கு மாற்றாக, எழுத்து மொழியோ, எழுத்திலக்கியமோ, வேறு ஆவணங்களோ இல்லாத பெருந்திரளான இனக்குழுச் சமூகங்களும் விளிம்புநிலைச் சமூகங்களும் தத்தம் வரலாற்றைப் பேசுவதற்கான நெறிமுறைத் தளத்தை வகுத்தளித்த மாற்று வரலாற்று வரைவியல் தோற்றுவிக்கப்பட்டது. அத்தகைய மாற்று வரலாற்று வடிவங்களுள் ஒன்றான நாட்டார் வரலாறு, பொருள், அதிகாரம், கல்வி முதலிய அனைத்துத் தளங்களிலும் ஒதுக்கப்பட்டவர்களாகக் கிடக்கும் அலைகுடி மக்களின் குரலையும் கண்ணோட்டத்தையும் வெளிப்படுத்த உதவும் பொருத்தமான முறையியலாகும். "கீழிருந்து மேல் நோக்கி எழும் வரலாறுதான் நாட்டார் வரலாறு. அதில் மக்கள் தாங்களே தங்கள் வரலாற்றாசிரியர்களாக ஆகிறார்கள்" என்னும் போட்கினின் விளக்கம் மிகவும் பொருந்தக்கூடியது. அதுபோலவே, "மக்கள் தங்களைப் பற்றி எடுத்துரைக்கும் மரபான வாய்மொழிக் கதையாடல்களின் தொகுப்பே நாட்டார் வரலாறு" என்னும் வரையறையும், "நாட்டார் ஞாபகத்திலும் நாட்டார் மரபிலும் இடம் பெற்றிருக்கக்கூடிய கடந்த காலத்திய நிகழ்வுகள் பற்றிய தனிச்சார்புமுறைக் கூற்றுகளே நாட்டார் வரலாறு என்னும் வரையறையும், "குறிப்பிட்ட சமுதாயத்தின் கடந்த காலம் பற்றிய கூட்டுக் கண்ணோட்டமே நாட்டார் வரலாறு" என்னும் வரையறையும், அதனோடு சேர்த்து "அந்தச் சமூக உறுப்பினர்கள் கடந்த காலத்தைப்

பற்றிக்கொண்டிருக்கும் கருத்தானது, அதன் சிந்தனைகள், செயல்பாடுகள், கண்ணோட்டங்கள் ஆகியவற்றின்பால் தாக்கத்தை ஏற்படுத்தும்" என்று முன்வைக்கப்பட்ட கருத்தும் நாடோடிகள் தலைமுறைத் தலைமுறையாக வாய்மொழி மரபுகளாகப் பாதுகாத்து வழங்கிவரும் தோற்றப் புராணங்களை அணுகுவதற்குரிய பார்வையை நமக்கு அளிக்கின்றன.

எழுதப்பட்ட ஒரு நிலைப் பனுவல் என்பது, கலைஞர்களின் நிகழ்த்துகை என்னும் செய்முறை வாயிலாக ஒருவகை நீட்சி வடிவத்தைப் பெறுவதைப் போல, நாடோடிகள் தலைமுறைகள் தோறும் பேணிவரும் வாய்மொழிப் புராணங்கள் விவரிக்கும் செய்திகளின் சாரம்சமாகவும் நீட்சியாகவுமே அவர்களுடைய அலைகுடி வாழ்க்கைமுறை அமைந்துள்ளது. இந்தச் செயல் பாட்டின் அடிப்படையில்தான் மாலினோவ்ஸ்கி புராணங்களை ஐதிகப் பிரமாணமாக அணுகினார். ஏறக்குறைய மாலினோவ்ஸ்கி முதலியோரின் புராணங்கள் பற்றிய செயற்பாட்டியல் கொள்கை வழியாக இந்தியத் தோற்றப் புராணங்களை அணுகும் ரொமிலா தாப்பரின் புராணங்கள் பற்றிய பார்வை, நாடோடிகளின் தோற்றப் புராணங்களைப் புரிந்துகொள்வதற்குத் துணைபுரியும்.

குறிப்பிட்ட சமுதாயத்தின் கடந்த காலத்தோடு தொடர்புடைய நிகழ்வுகள் என்பன பெரும்பாலும் 'புராண வடிவம் பெறுகின்றன' எனக் கூறும் ரொமிலா தாப்பர் 'அப் புராணத்தை ஒருவகை மூல முன்மாதிரி வரலாறு' என்று அணுகுகிறார். மேலும், கடந்த காலத்தின் முக்கியத்துவம் வாய்ந்த ஒரு கண்ணோட்டத்தினைப் பாதுகாத்து வைப்பதற் காகவும் அதற்கு முதன்மைத் தன்மை கொடுப்பதற்காகவும் தேர்ந்தெடுத்த சிந்தனைகளின் விவரணை வடிவில் யாக்கப்பட்ட வடிவமே புராணம்' என்றும் விளக்குகிறார்.

புராணம் குறித்து ரொமிலா தாப்பர் தொடர்ந்து கூறும் கருத்துகள், நாடோடிகளின் தோற்றப் புராணங்களோடு இணையொத்து நோக்கி உள்வாங்கிக் கொள்வதற்கு இன்றி யமையாதவை. "புராணம் என்பது ஒரு நிலையில் நேரிடைத் தன்மை வாய்ந்த கதையாக, ஒரு விவரணையாகத் திகழ்கிறது; மறுநிலையில், சமூகத்தை ஒன்றாக இணைத்து உருவாக்கியிருக்கும் ஒருங்கிணைந்த மதிப்பீடுகளைப் பிரதிபலிக்கிறது. அது

நம்பிக்கைகளை விதிகளாக வரையறுக்கிறது; அறநெறியை உறுதிப்படுத்துகிறது; சடங்கை' இயற்றுவதற்குரிய சான்றினைப் பகர்கிறது; சமூக விதிகளையும் வழங்குகிறது. பகுத்தறிவுக்குப் புறம்பான வெளிப்பாட்டு வடிவத்தில் அமைந்திருந்தாலும், புராணமானது கடந்த காலத்து மனிதனுடைய நடத்தையினை நியாயப்படுத்துகிறது. நம்பிக்கையின் ஐதிகப் பிரமாணமாக எவ்வளவு காலத்திற்குத் திகழ்கிறதோ அவ்வளவுக்கு அவ்வளவு, அது, சமூகரீதியிலான முக்கியத்துவத்தைப் பெறுகிறது. ஆனால், அது புராணமாகப் பார்க்கப்படும்போது, அது தனது செயல்திறத்தை இழந்துவிடுகிறது. ஒரு நம்பிக்கையின் ஐதிகப் பிரமாணமாக விளங்கும் நிலையில், பண்பாட்டுத் தொடர்ச்சியைப் பாதுகாப்பதற்கு உதவுகிறது. அத்துடன், அது தன்னுடைய கதைக் கருவின் வாயிலாகப் பண்பாட்டு நடுவுநிலையை அளிக்கிறது. ஆகவே, ஒரு வரலாற்று மரபில் புராணத்தின் அடிக்கருத்துகள் என்பன, தொடர் ஒழுங்கின் காரணிகளாகச் செயல்படுகின்றன." (Romila Thapar, 2000: 756)

ரொமிலா தாப்பர், புராணத்தை வரையறுத்து, அதன் இயல்புகள், செயல்பாடுகள் பற்றிச் செறிவாகக் குறிப்பிட்டுள்ள கருத்துகள், மாலினோவ்ஸ்கியின் புராணம் பற்றிய கருத்துகளோடு மிகவும் பொருந்துமாறு அமைந்துள்ளன. அத்துடன், இக்கருத்துகள், நாடோடிகளுடைய வாழ்க்கைமுறை, அவர்களுடைய பண்பாடு ஆகியவற்றின் பால் அவர்களுடைய புராணங்கள் கொண்டிருக்கும் இடையறாத பிணைப்பைப் பற்றிப் புரிந்துகொள்ள நமக்கு உதவுகின்றன.

புராணங்களுக்கும் நாடோடிகளுடைய சமூக ஒழுங்குமுறைக்கும் இடையே ஓர் உறுதியான தொடர்புக் கண்ணியாக விளங்குவது, அப்புராணங்கள் விவரிக்கும் கடந்த காலத்திய சம்பவங்களும், அவற்றின் விளைவாக அமைந்த நிகழ்காலத்திய சமூகத் தொடர்ச்சியும் ஆகும். இது யதார்த்தமானதாகும். இங்கு ஒரு கேள்வி எழலாம். புராணத்தின் – புராணம் விவரிக்கும் செய்திகளின் ஆதாரத் தன்மையைப் பற்றி எழும் கேள்வியை விலக்கிவிட முடியுமா என்பதுதான் அக்கேள்வி. இக்கேள்விக்கான பதிலை, ரொமிலா தாப்பரின் ஒரு கூற்றிலிருந்துப் பெறலாம். அதாவது, "புராணத்தின் வரலாற்று

ரீதியிலான ஆதாரத்தன்மையை உறுதிப்படுத்துவதற்கான முயற்சி அல்ல. ஆனால், அது சமூக உறுதிப்பாட்டுடன் தொடர்புபடுத்தும் வண்ணம் ஏன் ஏற்றுக்கொள்ளப்படுகிறது என்பதற்கான காரணத்தைத் தேடிக் கண்டுபிடிப்பது இன்றியமையாதது" (Romila Thapar, *2000 : 757*), 'நாட்டார் வரலாறு' என்பதும் தனது இலக்காகக் கொண்டிருப்பது புராணம் முதலிய வழக்காறுகளில் காணப்படும் செய்திகளின் வரலாற்று ஆதாரத்தன்மையை உறுதிப்படுத்துவது அல்ல. மாறாக, 'குறிப்பிட்ட மக்கள் தங்களுடைய கடந்த காலம் பற்றிக் கொண்டிருக்கும் கண்ணோட்டம் என்ன என்பதைப் புரிந்துகொள்வதே ஆகும்.'

மேற்கண்ட கருத்துகளுக்கு இணங்க, நாடோடிகளுடைய மூதாதையர் காலத்தில் கடவுளர்கள் எதிரிடுகையால் ஏற்பட்ட திருப்புக் கட்டங்கள் உள்ளிட்ட அசாத்தியமான நிகழ்வுகள் பற்றிய வரலாற்று ரீதியிலான ஆதாரத்தை நிறுவிக் காட்டுவது என்பது நிச்சயம் நம்முடைய இலக்காக இருக்கவியலாது. ஆனால், நாடோடிகள் தங்கள் சமூக ஒழுங்கமைப்புடன் புராணச் சம்பவங்களை இணைத்துத் தொடர்புபடுத்தி ஏற்றுக்கொள் வதற்கான காரணம் என்ன என்பதைக் கண்டறிவது நமது நோக்கமாக இருக்க வேண்டும்.

தர்க்க ரீதியிலான விதிகளுக்கு அப்பாற்பட்ட நம்பிக்கை என்பது ஏனையவற்றை விட முக்கியத்துவம் வாய்ந்த வலிமையான காரணியாக நாடோடிகளிடம் செயல்படுகிறது. முகமறியாத தொன்மூதாதையர் வாழ்ந்த கடந்த காலம், அப்போது நிகழ்ந்த சம்பவங்கள் ஆகியவற்றை இணைத்துப் பிணைத்துக் கட்டி உறுதிப்படுத்தும் கயிறாக அந்நம்பிக்கை செயல்படுகிறது. நிலவுலகினைச் சேர்ந்த தொன் மூதாதையர்க்கும் 'அந்தர உலகைச் சேர்ந்த கடவுளர்க்குமிடையே ஏற்பட்ட வெவ்வேறு எதிரிடுகைகள் காரணமாக நிகழ்ந்த வினோதமான நிகழ்வுகள் இடம் பெற்ற கடந்த காலம் என்னும் அடித்தளத்தில்தான் இன்று புலப்பாட்டிற்குரியதாக விளங்கும் நாடோடிகளின் சமூக வாழ்க்கையானது நிலை கொண்டிருக்கிறது. அதாவது, நாடோடியத்தின் மூலவித்து வேரோடியிருக்கும் நிலமாக அக்கடந்த காலம் திகழ்கிறது.

நாட்டார் வரலாறு, ஒரு குறிப்பிட்ட சமூகத்தின் கடந்த காலத்திற்கே முக்கியத்துவம் அளிக்கிறது என்பதையும் நாம் ஏற்கனவே குறிப்பிட்டோம். அதாவது, 'ஏதேனும் ஒரு குறிப்பிட்ட சமூகம், தனது கடந்த காலத்தில் நடந்த நிகழ்வுகள் பற்றிக் கொண்டிருக்கும் கூட்டுக் கண்ணோட்டம்தான் நாட்டார் வரலாறு.' உலகில் காணப்படும் ஒவ்வொரு சமூகமும் ஒவ்வொரு குழுவும் தத்தம் கடந்த காலத்தைப் பற்றி ஒரு கருத்தையோ கண்ணோட்டத்தையோ கொண்டிருக்கும். அதனதன் உறுப்பினர்களிடம் கடந்த காலம் பற்றி வழங்கும் கருத்தென்பது, அதனதன் சிந்தனைகள், செயல்பாடுகள், கண்ணோட்டங்கள் ஆகியவற்றின் பால் தாக்கத்தை ஏற்படுத்தும். (1997:48)

பொதுவாக நாடோடிகளிடம், தத்தம் முன்னோர் காலம் பற்றி வழங்கும் சிந்தனையே, நிகழ்கால வாழ்வில் இடையறாத தாக்கத்தைச் செலுத்தி வருகிறது. தங்களுடைய அன்றாட வாழ்க்கைக்குத் தேவையான உணவு ஆதாரத்தைத் தேடிப் பெறுவதற்கு வெவ்வேறு தொழில்களைச் செய்யும் நாடோடிகளின் அன்றாட வாழ்க்கை தொடர்பான நடத்தைகளில், அவரவர் முன்னோரின் காலம் பற்றிய கண்ணோட்டத்தின் பெருமளவிலான தாக்கம் பிரதிபலிப்பதாகவே உள்ளது. அவர்களுடைய சிந்தனைகள், செயல்பாடுகள், பார்வைகள் ஆகியவற்றின்பால் கடந்த காலத்தின் தாக்கத்தினைப் பார்க்கிறோம்.

சிந்தனை, செயல்பாடு, பார்வை ஆகிய மூன்றையும் நாம் 'பண்பாடு' என்பதன் வாயிலாகவும் புரிந்துகொள்ளலாம். அதாவது, ஒரு குறிப்பிட்ட சமூகத்தைச் சேர்ந்த உறுப்பினர்கள் என்னும் வகையில், அவர்கள் பெற்றிருப்பது, சிந்திப்பது, செய்வது அனைத்தையும் பண்பாடு என்பது தன்னில் அடக்குகிறது. மக்கள் தங்கள் அன்றாட வாழ்க்கையில் பயன்படுத்தும் அனைத்து வகையான பருப்பொருட்களையும் 'பெற்றிருப்பன' ண்பது குறிப்பிடுகிறது. அவ்வாறே, 'சிந்திப்பன' என்பது, மக்கள் தத்தம் தலையில் – அதாவது, மூளையில் எப்போதும் சுமந்து கொண்டிருக்கக்கூடிய சிந்தனைகள், மதிப்பீடுகள், அணுகுமுறைகள் ஆகியவற்றைச் சுட்டுகின்றன. 'செய்வன' என்பது, ஒட்டுமொத்த நடத்தைமுறைகளைக் குறிப்பிடுகிறது. இவை மூன்றும் பண்பாட்டின் கூறுகளாகும்.

இவையாவும் குறிப்பிட்ட மக்களின் வாழ்க்கைமுறையாக – அதாவது, பண்பாடாக வெளிப்படுகிறது (Gary Ferraro, 1992 : 18).

நாடோடிச் சமூகங்களின் சிந்தனை, செயல்பாடு, பார்வைகளில் செல்வாக்குச் செலுத்தும் கடந்த காலம் பற்றிய கண்ணோட்டம் என்பது, அந்தந்தச் சமூகத்தின் தோற்றப் புராணத்தை ஆதாரமாகக் கொண்டிருக்கிறது. எனவே, சமூகத்தை ஒருங்கிணைத்து அதனைச் செயல்படுத்தும் வலிமையான காரணியாகத் திகழும் தோற்றப் புராணத்தின் பங்கினை ஒவ்வொரு சமூகமும் தனது நடத்தை முறைகள் வாயிலாகப் பிரதிபலிக்கிறது.

நாடோடிச் சமூகங்களின் தோற்றப்புராணங்கள், ஒவ்வொரு குழுவின் உறுப்பினர்களும் ஒருமித்த நிலையில் வாழும் வகையில் ஒருங்கிணைக்கும் பணியை ஆற்றுகின்றன. அறுதியிட்டுக் கூறவியலாத மூதாதையரின் காலத்தில் – அதாவது, இயற்பண்பும் மீவியற்பண்பும் குறுக்கீடு செய்து கொண்டதும் கடவுளர்களின் கை ஓங்கியிருந்ததுமான கடந்த காலத்தில் நடந்த அதியதார்த்த, வினோத நிகழ்வுகள் பற்றிய நம்பிக்கைகளை மக்களிடத்தில் ஊட்டி, தலைமுறைகள் தோறும் பின்பற்றத்தக்க விதிகளாக அவை வரையறுக்கின்றன.

தோற்றப் புராணங்கள் முன்னிறுத்தும் கடவுளர்கள், இரவலர்களாக மாறுவேடம் பூண்டு முன்னோர் மத்தியில் வளைய வருகிறார்கள்; இல்லையேல் தத்தம் சுயரூபடத்துடன் திகழ்கிறார்கள். பத்து வகையான அவதாரங்களுள் அடங்கும் கடவுளர்களுள் ஒருவரும், இதிகாச முதன்மைப் பாத்திரமுமான இராமனும், அவ்வாறே அவருடைய மனைவியுமான சீதையும் நாடோடிகளின் முன்னோர் மத்தியில் எதிரிடுகைகள் செய்கின்றனர். நாடோடிகளான முன்னோர்கள் விதிகளையோ, விழுமியங்களையோ பின்பற்றுவதற்குத் தவறும் நிலையில், மேற்குறிப்பிட்ட தெய்வீக மாந்தர்களால், அவர்கள் தத்தம் இயல்பு நிலைக்கு எதிரான வேறொரு நிலைக்குச் செல்லும் வகையில் சபிக்கப்படுகிறார்கள்; தண்டிக்கப்படுகிறார்கள். எனவே, நாடோடிச் சமூகங்களுள் பெரும்பான்மையானவற்றின் மக்கள், தத்தம் முன்னோரின் சபிக்கப்பட்ட வாழ்க்கை முறையையே தற்காலத்தில் தொடர்வதாகக் கருதுகின்றனர்.

நாடோடிகளின் தோற்றப் புராணங்கள் யாவும், நாடோடிச் சமூகங்களின் ஒவ்வொன்றும் ஆதியில் நிலைகுடியாகவோ வேறு தொழிலில் ஈடுபட்டிருந்ததாகவோ குறிப்பிடுகின்றன. முன்னோர்கள் வேளாண்மையில் ஈடுபட்டிருந்தனர்; அவர்கள் செல்வ வளமிக்க வாழ்க்கை நடத்தினர்; அத்துடன் அவர்கள் புத்திசாலிகளாகவும் குயுக்தி மற்றும் தந்திரபுத்தி உடையவர்களாகவும் காணப்பட்டனர். தங்களிடம் வந்து ‘பசிக்கிறது. தானம் செய்யுங்கள்’ என்று இருந்து நிற்பவர்களிடம் எந்தவிதமான தயவு தாட்ண்யமும் இன்றிப் பிச்சை இட மறுத்து இரவலர்களை விரட்டியடிக்கும் அளவுக்குக் கஞ்சத்தனம் நிறைந்தவர்கள் (பூம்பூம் மாட்டுக்காரர்), உல்லாச வாழ்க்கையை அனுபவித்தவாறே ஓய்வெடுத்த முன்னோரிடம் பிச்சை கேட்க வந்த ‘மறைஉருவ’ சிவன் – பார்வதியைக் கருணை எதுமின்றி, நாயை ஏவி விரட்டியடித்தவர்கள் (குறவர்). நெருக்கடி மிகுந்த தருணங்களில் விரைந்து செயல்படாமல் அசமந்தமாக உறங்கியவர்களாகவும், கடவுளர் அழைத்த நேரத்தில் வரத் தவறியவர்களாகவும் முன்னோர்கள் விளங்கினர். அதன் பயனாகவே கடவுளர்களால் சபிக்கப்பட்டனர் (காட்டுநாயக்கர்), நாடோடிகளின் தோற்றப் புராணங்களில் கடவுளர்கள் இரவலர்களாக வந்து, முன்னோருக்குப் பாடம் புகட்டுகிறார்கள்.

ஒவ்வொரு சமூகமும் ஒவ்வொரு தொழிலில் ஈடுபட்டுப் பிழைத்துக்கொள்ளுமாறு கடவுளர்களால் பணிக்கப்பட்ட நிலையில், அவ்வொவ்வொன்றும் ‘இரத்தல்’ முதலாக ஏனைய தொழில்களைக் காலாகாலமாக இறுகப் பற்றியுள்ளன. பாடல் முதலிய கலைகளை நிகழ்த்தி, அவற்றிற்குச் சன்மானமாக அரிசி முதலிய தானியங்களைப் பெறுவதையோ காசு வாங்குவதையோ இழிவாகக் கருத வாய்ப்பில்லை. ஏனெனில், தத்தம் பெயரைச் சொல்லியோ புகழ் பாடியோ மக்களிடம் இரந்து பெற்ற பொருள்களைக் கொண்டு வாழ்க்கை நடத்துமாறு அலைகுடி மக்களைப் பணித்தவர்களே கடவுளர்கள்தாம். கடவுளர்களின் சாபத்திலிருந்து விமோசனம் பெறுவதற்காகவே அவர்கள் இரவலர்களாக வாழ்கிறார்கள். கடவுளர்களால் விதிக்கப் பட்டவாறே முன்னோர் காலந்தொட்டுக் குறிப்பிட்ட தொழில் களைச் செய்கிறார்கள். காலத்திற்கேற்ப, மரபுத் தொழில்களை விட்டுவிட்டு வேறு தொழில்களைச் செய்பவர்களைக் காண

நேர்ந்தாலும் அவர்கள் எண்ணிக்கையில் சிறுபான்மையாகவே உள்ளனர். பெரும்பான்மையானவர்கள் செய்து கொடுத்த சத்தியத்தை மீறாதது போல், தலைமுறைத் தலைமுறையாகப் பழைய தொழில்களைச் செய்து உணவு ஆதாரத்தைப் பெறுகிறார்கள். வாய்மொழிப் பாடல்களைப் பாடுவது, இசைக் கருவிகளை இசைப்பது, நடனமாடுவது உள்ளிட்ட நிகழ்த்துக் கலைகளில் ஈடுபடும் அலைகுடிச் சமூகங்களையும், குறிசொல்லிப் பிழைப்பவர்களையும், கைவினைப் பொருள் செய்து விற்பவர்களையும் இன்றும் காணவியலும். முழுமையான அலைகுடி வாழ்க்கை முறையானது, அரை நாடோடியத்தை நோக்கிச் சென்றுவிட்டாலும், முழுமையான நிலைகுடி வாழ்க்கை முறைக்கு மாறிய மாற்றம் நிகழவில்லை.

இன்று வரையில், தலைமுறைத் தலைமுறையாகத் தொடர்ந்து கொண்டிருக்கும் அலைகுடி வாழ்க்கை முறை என்னும் யதார்த்தமான சமூகக் கட்டமைப்பு, தொன் மூதாதையர் காலத்தில் கடவுளர்களின் எதிரிடுகைகளால் நேர்ந்த வியக்கவைக்கும் சம்பவங்களில்தான் தனது அடித்தளத்தைக் கொண்டிருக்கிறது. அதனைப் பற்றி எடுத்துரைக்கும் வாய்மொழிக் கதையான தோற்றப் புராணம் என்பது, நாடோடியத்தை நெறிப்படுத்தும், ஐதிகப் பிரமாணமாகவும், நாடோடிகளின் கடந்தகால நிகழ்வுகள் தொடர்பான தற்சார்புநிலைக் கூற்றாகவும், கூட்டுக் கண்ணோட்டத்தை முன்னிறுத்தும் நாட்டார் வரலாறாகவும் திகழ்கிறது.

நாடோடிகளின் வாழ்வியலும் உலகக் கண்ணோட்டமும்

குறிப்பிடத்தக்க மாற்றங்கள் எவையுமற்ற ஒரு வகை வார்ப்புமுறையைத் தழுவிய தங்களுடைய வாழ்க்கை முறையின்மேல் நேர்முகமாகவோ மறைமுகமாகவோ ஆதிக்கம் செலுத்தக் கூடிய கடந்த காலம் அல்லது பழமையை மைய அச்சாகக் கொண்டு இயங்குவது நாடோடிகளின் வாழ்வியலாகும். நிரந்தரமாக ஓரிடத்தில் தங்காமல் அதாவது, தங்கினாலும் ஊர்ஊராகச் சென்று, குறிப்பிட்ட இடத்தில் கூடாரம் அமைத்துச் சிறிது காலம் தங்கியிருந்து சுற்றுவட்டாரங்களில் வாழும் நிலைக்குடி மக்களிடையே தொடர்பு கொண்டு, தங்களுக்கு அன்றாடம் தேவைப்படும் உணவு ஆதாரத்தைப் பல்வேறு கலை மற்றும் அறிவுமரபுகளை முன்வைத்து, அவற்றிற்கு உரிய சன்மானத்தை மக்களிடமிருந்துப்; பெற்றுத் தத்தம் குழுவினரோடு பசியாற்றிக் கொள்ளும் அலைகுடி வாழ்க்கை முறையைத் தழுவியவை நாடோடிச் சமுகங்கள். “நிரந்தர அலைகுடிகள்” (eternal wanderers), “முதுகில் தங்கள் வீடுகளைச் சுமப்பவர்கள்” (with homes on their backs), “அலைபவர்கள்” (ghumkar) எனப்பலவாறு அடையாளப்படுத்தப்பட்ட அந்நாடோடிச் சமுகங்கள் தற்காலத்தில் எங்கெல்லாம் தற்காலிகமாகத் “தங்கல்” என்னும் முறையைக் கையாண்டு தத்தம் பொருள் தேடும் தொழிலில் ஈடுபட்டனரோ மேற்கொண்டு அந்தந்த இடங்களிலேயே தத்தம் குடியிருப்புகளை அமைத்துக் கொண்டுவிட்டனர். ஆயினும்,

காலங்காலமாகப் பின்பற்றி வந்த, ஊர்ஊராகச் சென்று பொருள் தேடும் அலைகுடி வாழ்க்கை முறையை மட்டும் அவர்கள் கைவிட்டுவிடவில்லை. நாடோடியம் (Nomadism) என்னும் அசைவியக்கம் என்பது அவர்களுடைய வாழ்க்கை முறையைத் தீர்மானிக்கும் இன்றியமையாத கூறாகத் திகழ்கிறது.

தனியார்கள் உரிமை கொண்டாடாத ஒதுக்குப்புறமான இடங்களைத் தேர்ந்தெடுத்து அங்குத் தத்தம் வீடுகளை அமைத்துக் கொண்டு தனித்தனிக் குடும்பங்களாக வசிக்கும் நாடோடிக் குழுவினரின் குடியிருப்புகள் என்பன தமிழகத்தின் சிற்றூர்கள் மற்றும் நகர்ப்புறங்களில் தோற்றம் பெற்ற வரலாறு என்பது ஏறக்குறைய ஐம்பதாண்டுக் காலம் கடந்ததாகும். நிலைக்குடி வாழ்வின் அடையாளமான இக்குடியிருப்புகள் நாடோடி மக்கள் ஒரு குறிப்பிட்ட இடத்தில் நிரந்தரமாகத் தங்கிவிட்டாலும், தத்தம் அன்றாட உணவுப் பொருள் தேவையை எதிர்கொள்வதற்கு, வேற்றிடங்களைத் தேடிச் சென்று, பல வகையான தொழில் மற்றும் கலைத் திறன்களை வெளிப்படுத்திப் பொருளீட்டும் நாடோடியம் என்னும் முறையை மட்டும் முற்றிலும் கைவிட்டுவிடவில்லை. இது ஒருவகை அரை நாடோடிய முறையைத் தழுவியது. அலைகுடிச்சமூகங்களின் மக்களுடைய வாழ்க்கை முறையைத் தீர்மானிக்கக்கூடிய அவற்றின் பொருளாதாரத் தேடல் முறைகளும், மரபின் மேல் உள்ள இறுக்கமான பிடிமானமும் முறையே தம்மில் மாற்றத்தை ஏற்காமலும், நெகிழ்வை அனுதிக்காமலும் அலைகுடி வாழ்க்கை முறையை ஏறக்குறைய உள்ளது உள்ளவாறு நீடிக்க வைத்திருப்பதிலும் பங்காற்றக்கூடிய காரணிகளாக எவைஎல்லாம் இருக்கவியலும் என்னும் கேள்வி எழுவது இயல்பேயாகும். நாடோடியம் அல்லது அலைகுடி வாழ்க்கை முறையானது, அந்தந்த அலைகுடிச் சமுகத்தினரிடையே தோன்றவதற்கும் நீடித்திருப்பதற்கும் எதிரமுரணான இருவேறு காரணிகள் கூறப்படுகின்றன.

ஒரு காரணமானது, அந்தந்த மக்களுடைய அகவயப்பார்வையை (அ) உட்குழுவினர் பார்வையை அடிப்படையாகக் கொண்டது. அதாவது, தத்தமது சமூகத்தின் வாழ்வதாரம் என்பது நாடோடியத்தை ஓர் இடம்விட்டு மற்றோர் இடம் நோக்கிச் சென்று பொருள் தேடுவதை

அடிப்படையாகக் கொண்டது. ‘அது மாற்ற முடியாதது. ஏனெனில், நாடோடியமானது கடவுளர்களால் முன்னோர் காலம் முதற்கொண்டே தீர்மானிக்கப்பட்ட வழியாகும். அவ்விதியை நம்மால் ஒருபோதும் எந்தத் தலைமுறையாலும் மீறமுடியாது’ என்னும் கருத்தியல் சாராம்சத்தைப் பிரதிபலிக்கக் கூடிய அகவயக் கண்ணோட்டம் ஆகும். இது, பல நாடோடிச் சமூகங்களிடத்துக் காணப்படுகிறது. இக்கண்ணோட்டத்தைப் பிரதிபலிக்கும் வகையில், அந்தந்த மக்களிடத்தில் வாய்மொழி வழக்காறுகள் வழங்கிவருகின்றன.

அலைகுடிச் சமூகங்களின் இத்தகைய அகவயக் கண்ணோட்டத்திற்கு அப்பால், நாடோடியத்தின் தோற்றத்திற்கும் அதன் நீடித்த இருப்பிற்கும் சொல்லப்படும் மற்றொரு காரணியானது அறிஞர்களின் புறவயப் பார்வையைத் தழுவியது. அதாவது, அறிவியலற் கண்ணோட்டத்தை அடிப்படையாகக் கொண்டது நாடோடியம் பற்றி ஆய்வு மேற்கொண்டிருப்போர், அதன் தோற்றம் மற்றும் அதன் நீடித்த நிலை ஆகிய இரண்டும் சுற்றுச்சூழலை அடிப்படையாகக் கொண்ட பொருளியல் வளங்களைக் கையகப்படுத்தும் உத்திமுறையால் தீர்மானிக்கப்படக் கூடியதே அல்லாமல் இயற்கை இறந்த ஆற்றல்களால் தீர்மானிக்கப்படுவது அல்ல என்று கூறுகின்றனர்.

“...நாடோடியம் என்பது அடிப்படையில் குறிப்பிடத்தக்க சமுகஅரசியல் ஒழுங்கமைப்பு வடிவங்களைத் தொடர்புப் படுத்தியோ உலகக் கண்ணோட்டம் என்றோ அணுகப்படவில்லை இயற்கை வளங்களைப் பெறுவதற்குச் சாத்தியப்படுத்துக்கூடிய ஓர் உத்திமுறையாகவே முதன்மை நிலையில் நாடோடியம் கருதப்படுகிறது. அது ஒரு நடைமுறையாகும். அதாவது, உத்திமுறையாகவோ ஏனைய நடைமுறை உத்திமுறைகளோடு இணைந்ததாகவோ இருக்கலாம். அது, குறிப்பிடத்தக்க சமுக அரசியல் ஒழுங்கமைப்பு வடிவங்களைப் பெறுவதற்கு வாய்ப்பளித்திருக்கலாம். மேலும் நாடோடியம் என்பது, இங்கே, பலவகைப்பட்ட சுற்றுச்சூழல், பொருளியல், அரசியல், சமூகச் சூழ்நிலைகளுக்கு ஏற்ப, தன்னைத் தயார்ப்படுத்திக்கொண்ட புனர்வடிவமாகவும் அறிவார்ந்த எதிர்வினையாகவும் அணுகப்படுகிறது” (Rao Q Casimir, 2008:3).

இவ்வாறு நாடோடிகளான மரபுச்சமுகத்தினரின் அகவயக் கண்ணோட்டத்திற்கு முற்றிலும் நேரெதிர் நிலையில் நாடோடியத்தை பற்றிய தங்கள் அணுகுமுறையை அறிஞர்கள் பலர் முன்வைத்துள்ளனர். சுற்றுச்சூழல்கள் உள்ளிட்ட புறவயமான கூறுகளுக்கு ஏற்ப, குறிப்பிட்ட மக்கள் தங்களைத் தகவமைத்துக் கொள்ளும் வகையில், இடம் விட்டு இடம் பெயர்ந்துச்சென்று பொருளைத் தேடும் வாழ்க்கை முறையைப் பேணுதல் என்பது நாடோடியத்தின் அடித்தளமாக உள்ளது. ஆனால், நாடோடிகளின் வாழ்க்கை முறையை உற்றுநோக்கி, அதன் இயல்பை வெளிப்படுத்தும் அறிஞர்களின் கண்ணோட்டத் திலிருந்து முற்றிலும் மாறுபடும் வகையில்தான் நாடோடிய வாழ்க்கை முறையைக் கடைப்பிடித்து வாழும் அம்மக்களின் கருத்துக்கள் அமைந்துள்ளன. குறிப்பாக அலைகுடிகளுடைய வழக்காறுகள் என்னும் வாய்மொழி ஆவணங்கள் என்பன, அவர்களுடைய யதார்த்த வாழ்க்கைமுறை பற்றிய அகவயமான உணர்வுகள் சார்ந்த மதிப்பீட்டினையே முன்வைக்கின்றன. நாடோடிகளின் வாழ்க்கை முறை பற்றிய அம்மக்களின் அகவயப் பார்வையில் அமைந்த மதிப்பீட்டினை நாம் வேறு சொற்களில் கூறுவோமானால்,'உலக கண்ணோட்டம்' என்றே கூறலாம்.

நாடோடியம் : உலகக் கண்ணோட்டம்

நாடோடியம் என்பது தனது அடிப்படையில், அலைகுடி மக்கள் வாழக்கூடிய நிலவியல் மற்றும் சுற்றுச்சூழல்களுக்கு ஏற்றவாறு தங்களைத் தகவமைத்துக் கொள்ளும் கூரறிவுநோக்கு மற்றும் இருத்தலியல் நோக்கு ஆகியவற்றைப் பிரதிபலிப்பதாகும். அவ்வாறே, பண்டைக் காலத்தில் வாழ்ந்த தங்கள் முன்னோரிடையே நடந்த எதிர்பாராத, அதிசயமான நிகழ்வுகளை அடியொற்றிய நம்பிக்கை சார்ந்த வரலாறு அதனோடு தொடர்புடைய சமயச்சிந்தனைகள், குற்றவுணர்வு, அறநெறி, தலைவிதிக் கொள்கை, மதிப்பீடுகள் போன்றவற்றின் பொருண்மைகளையும் ஒருசேரத் தொகுத்து வைத்திருக்கும் உலகக் கண்ணோட்டம் என்பதே நாடோடிகளுடைய வாழ்க்கை முறையில் ஊடுருவிக்கிடப்பது. அவர்தம் உலகக் கண்ணோட்டத்தை இனம்கண்டு விளக்கி உரைப்பது,

நாடோடியகளுக்கு இயலாதெனினும், அவர்தம் வாழ்க்கை முறையோடு தொடர்புடைய நடத்தைசார் வெளிப்பபாடுகள், வாய்மொழி வழக்காறுகள், சடங்கியல் கூறுகள்,நிகழ்த்துகைக் கலைவடிவங்கள் போன்றவை அம்மக்களின் உலகக் கண்ணோட்டத்தைச் சுட்டிக்காட்டும் ஆதாரங்களாகத் திகழ்பவையாகும்.

இந்த அனுமானப் பொருளை முன்னெடுப்பாகக் கொண்டு தொடரும் இக்கட்டுரை, 'வாழ்க்கையைப் பற்றிய மெய்யியல்', 'இலட்சியநெறி', 'நாட்டார் சிந்தனை' என்பன போன்ற மாற்றுக் கலைச்சொற்களில் பேசப்படும் உலகக் கண்ணோட்டம் பற்றிய வரையறைகள், அணுகுமுறைகள் ஊடாக அலைகுடி மக்களின் பண்பாட்டில் ஊடுருவியிருக்கும், அவர்களுடைய உலகக் கண்ணோட்டத்தை, அவர்தம் நாட்டார் வழக்காறுகள், நடத்தை முறைகள் ஆகியவற்றின் வாயிலாக வெளிப்படுத்த முனைகிறது.

உலகக் கண்ணோட்டம்

உலகக் கண்ணோட்டம் (world view) என்பது, ஒருவகையில் குறிப்பிட்ட பண்பாட்டைச் சேர்ந்த மக்களுடைய வாழ்க்கை முறையை உற்றுநோக்கிப் பெறக்கூடிய சாராம்சம் அல்லது கருத்தியல் எனலாம். பண்பாட்டு மானிடவியலர்கள் பண்பாடுகளைப் புரிந்து கொள்வதற்குக் கண்டுபிடித்துப் பயன்படுத்திய பல்வேறு கருத்துருவங்களில் உலகக் கண்ணோட்டமும் ஒன்று. பண்பாட்டு ஆய்வுகளில் உலகக் கண்ணோட்டத்திற்கு முக்கியத்துவம் கொடுத்தல் என்பது *1950*ஆம் ஆண்டுகளில் தொடங்கியது. சிக்காக்கோ பல்கலைக்கழகத்தினைச் சேர்ந்த ஆராய்ச்சி அறிஞர்களுடைய தீவிர முயற்சி காரணமாக உலகக் கண்ணோட்டம் என்பது ஆய்வுப் பொருளாக மாறியது. அப்பல்கலைக் கழகத்தின் ஆராய்ச்சியாளர்களுக்குத் தலைமை தாங்கி வழிநடத்தியவர் இராபர்ட் புளூம்ஃபீல்ட் (Robert Bloom field) என்னும் மானிடவியல் அறிஞராவார். அவர்எழுதிய யூக்கட்டனின் நாட்டார் பண்பாடு (The Folk Cultural of Yucatan - 1941) என்னும் நூலில்தான் முதன்முதலாக உலகக்கண்ணோட்டம் பற்றி தொடக்கநிலைக் கருத்துருவத்தை அவர் அறிமுகப்படுத்தினார். ஆனால், அவர் எழுதிய "புராதன உலகக் கண்ணோட்டம்"

(Primitive world view, 1952) என்னும் தலைப்பிலான கட்டுரையில்தான் உலகக் கண்ணோட்டம் என்றால் என்ன என்பது பற்றிய தெளிவான கருத்துருவம் வெளிப்பட்டது. அவ்வாறு உலகக் கண்ணோட்டத்தை விளக்குகையில், தனிமனிதனுக்கு முக்கியத்துவம் கொடுத்தே வரையறை செய்தார். அதாவது, தான்மை (self) என்பதுதான் உலகக் கண்ணோட்டத்தின் மைய அச்சாகத் திகழ்கிறது' என்று கூறினார். குறிப்பிட்ட சமூகத்தைச் சேர்ந்த ஒரு தனிமனிதன், உலகக் கண்ணோட்டத்தின் 'தான்மை' என்ற மைய அச்சு என்னும் வழிமுறையின் ஊடாகவே தன்னைச் சுற்றியிருக்கும் அமைத்தினோடும் தன்னைத் தொடர்புப்படுத்தித் தன்னைக் காண்கிறான்' என்கிறார் இராபர்ட் ரெட்ஃபீல்ட்.

பொதுவாக,'உலகக் கண்ணோட்டம்' பற்றி வரையறுத்து விளக்க முற்பட்ட மானிடவியலறிஞர்கள் பலர், தமக்குள் ஒத்தும் மாறுபட்டும் அமையக் கூடிய வகையிலேயே அடுக்கடுக்கான பல வரையறைகளை நம்முன் வைத்துச் சென்றுள்ளனர். அந்த வரையறைகளுள் கணிசமானவற்றை இங்குக் கொடுக்கிறோம். அவற்றின் ஊடாக, உலகக் கண்ணோட்டம் பற்றிய ஒரு செறிவான புரிதலைப் பெறுவதற்கு முயற்சிப்போம்.

உலகக் கண்ணோட்டம் : சில வரையறைகள்

உலகக் கண்ணோட்டம் என்னும் கருத்துருவம் பற்றி, "ஒரு தனிமனிதனோ ஒரு குழுவைச் சேர்ந்த மக்களோ உலகை எவ்வாறு பார்க்கின்றனர் என்பது பற்றிய அணுகுமுறையே உலகக் கண்ணோட்டமாகும்" என்றும், "உலகத்தை உற்றுநோக்கி, அதனில் அர்த்தம் கண்டறிந்து, விளக்கும் வகையில் அமைந்த பண்பாட்டின் தனித்துவமான வழிமுறையே உலகக் கண்ணோட்டமாகும்" (Kotak, 1991:268) என்றும் விளக்குவார்.

பண்பாட்டின் ஒட்டுமொத்த பரிமாணத்தை அறிந்து கொள்வதற்கும், பண்பாடுகளை ஒன்றோடொன்று ஒப்பிட்டு நோக்கிப் புரிந்து கொள்வதற்கும் பண்பாட்டு மானிடவியலில் கையாளப்படும் கருத்தாக்காங்களில் ஒன்றாக உலகக் கண்ணோட்டம் விளங்குகிறது. அதனை வரையறுக்கும் நிலையில், "தங்களுக்குள்ளாகவும் தங்களைச் சுற்றிலும் இருக்கக் கூடிய உலகத்தைப் பற்றி, ஒரு குறிப்பிட்ட சமுகக் குழுவைச் சேர்ந்த தனிமனிதரிடத்திலோ அக்குழுவினரிடத்திலோ காணப்படும்

சிந்தனைகளின் தொகுப்பே உலகக் கண்ணோட்டமாகும்” என்று விளக்குவர். மேலும், அதன் செயற்பாட்டினை விளக்கும் போது, “தனிமனிதர்களிடம் காணப்படும் உலகம் பற்றிய சிந்தனைகளை, அவர்தம் பண்பாட்டிற்கு அப்பாற்பட்டதாக அல்லாமல், அதன் எல்கைக்கு உட்பட்ட நிலையிலேயே அத்தனிமனிதர்களுடைய பார்வைக் கோணத்தின் ஊடாக உலகக் கண்ணோட்டம் விளக்க முற்படுகிறது” என்பர் (Mendelson, 19 :576).

‘வாழ்க்கையைப் பற்றிய நோக்கு’,‘வாழ்க்கையைப் பற்றிய தத்துவம்’ அல்லது ‘இலட்சியவியல்’ என்று வேறு கலைச்சொற்றொடர்களில் கூறப்படும் உலகக் கண்ணோட்டமானது தனிமனிதன் அல்லது மக்கள் குழு தன்னைச் சுற்றிச் சூழ்ந்திருக்கும் உலகத்தை நோக்கும் வழிமுறையாக வரையறுக்கப்படுகிறது (Allison, 1997).

“ஒரு குறிப்பிட்ட பண்பாடு, தன்னைச் சுற்றியிருக்கும் உலகத்தோடு தான் கொண்டிருக்கும் தொடர்பை எப்படிப் பார்க்கிறது, அவ்வுலகோடு தான் கொண்டிருக்கும் தொடர்பை எவ்வாறு வெளிப்படுத்துகிறது என்பன பற்றிய அம்முறையையே உலகக் கண்ணோட்டம் குறிப்பிடுகிறது” (Barre Toelken, 1996:263) எனவும் குறிப்பிட்ட பண்பாட்டின் அறிதல்சார் நோக்கு இருத்தலியல் நோக்கு போன்றவை ‘உலகக் கண்ணோட்டம்’ என்னும் கலைச்சொல்லாக்கத்தின் ஊடாக அடையாளப்படுத்துகிறது (Clifford Geertz, 1973) என்றும் உலகக் கண்ணோட்டத்தை விளக்குவர்.

நாட்டார் வழக்காறுகளும் உலகக் கண்ணோட்டமும்

‘ஒவ்வொரு சமுக மக்களின் வாழ்க்கையிலும் சாராம்சமாக ஊடுருவியிருப்பது உலகக் கண்ணோட்டமாகும்’ என்னும் கருத்து பொதுவாக மானிடவியல், நாட்டார் வழக்காற்றியல் துறைகளின் அறிஞர்கள் பலராலும் முன்வைக்கப்படும் ஒன்று. ஆயினும், அந்தந்தச் சமூக மக்களிடையே வழங்கும் நாட்டார் வழக்காறுகள் என்பன அவர்தம் உலகக் கண்ணோட்டத்தை வெளிப்படுத்திக் காட்டும் ஆதாரங்களாகத் திகழ்வது பற்றி அறிஞர்கள் சிலர் விவாதித்துள்ளனர்.

‘ஒரு குறிப்பிட்ட மக்கள் சமுகத்தின் உலகக் கண்ணோட்டத்தை அறிந்து கொள்வதற்கு உதவும் திறவுகோலாகச் செயல்படுவன, அக்குறிப்பிட்ட சமுகத்தின் நாட்டார் வழக்காறுகளே ஆகும்’ என்னும் கருத்தில் இணக்கமான நிலைப்பாட்டினராக ஆலன் டண்டீஸ், ஜேன் வன்சினா, பார் கோய்க்கன், கிளிஃபோர்ட் கீர்ட்ஸ், ஃபோர்ட் போன்றோர் இடம்பெறுகின்றனர்.

மொழியியல் அறிஞரான நார்வும் ரஸ்ஸில் ஹேண்ட்சன் என்பவருடைய மொழியியல் தொடர்பான கருத்துருவம் ஒன்றை அடியொற்றி, பார்; தோயில்க்கன், குறிப்பிட்ட மக்கள் தங்கள் உலகக் கண்ணோட்டம் பற்றிய சிந்தனைகளை எவ்வாறு தம்முடைய நாட்டார் வழக்காறுகள் வாயிலாக வெளிப்படுத்துகிறார்கள் என்பதை அறியமுடியும் என்று கூறுகிறார்.

பொருட்கள் பற்றிய காட்சிக் கோணங்களைக் குறிப்பிட்ட முறைகளில் பாராட்டுவதற்கு நாம் பழக்கப்படுத்தப்பட்டிருக்கிறோம். நமது அனுபவத்தில் இடம்பெறும் கூறுகள், குத்துமதிப்பான தொகுப்பாக அமைவதில்லை... பார்த்தல் என்பது காட்சிசார் அனுபவத்தைப் பெறுவது மட்டுமல்ல் அது, காட்சிசார் அனுபவத்தை அடைவதற்கான வழிமுறையாகவும் அமைகிறது. கண்டுபிடிப்பு வகைமாதிரிகள் பற்றிய நார்வுட் ரஸ்சல் ஹான்சனின் இக்கருத்தை மேற்கோளாக எடுத்துக் காட்டும் தோயில்க்கன் பின்வருமாறு தொடரகிறார்: “மொழியியல் கோட்பாட்டில் தீவிரமாக விவாதிக்கப்பட்ட இப்பொருள், தீர்வுகாணப்படாத ஒன்று. ஆனால், இப்பேசுபொருள் பற்றிய விவாதத்திற்குத் தீர்வுகாணமுடியாவிட்டாலும், பண்பாட்டு உலகக் கண்ணோட்டம் பற்றிய ஒரு பொதுவான கருத்துருவத்தை வளர்த்தெடுக்க நம்மால் முடியும். இந்த மொழியியல் விவாதங்களில் இருந்து, சில முன்னெடுப்புகளை அடியொற்றி, என்னிலடங்காத மரபான உணர்வு மற்றும் கருத்து வெளிப்பாடுகளில் இருந்து நாம் பெற்றுக் கொண்ட உற்றுநோக்கல்கள் வாயிலாக, ஒரு குறிப்பிட்ட பண்பாட்டைச் சேர்ந்த உட்குழு உறுப்பினர்கள், தங்களைச் சுற்றியிருக்கும் உலகத்தினை, எத்தகைய வழிமுறைகள் ஊடாகப் பார்த்துப் புரிந்து கொண்டு, நாட்டார் வழக்காறுகள் வாயிலாக எவ்வாறு

பிரதிவினையாற்றுகிறார்கள் என்பது பற்றிய முக்கியத்துவம் வாய்ந்த கண்ணோட்டங்களை நாம் அடையமுடியும். கலைப்பாங்கான வெளிப்பாட்டு வடிவங்கள் பலவற்றை உள்ளடக்கிய நாட்டார் வழக்காறு என்பது பெரிதும் நாட்டார் குழுவின் விருப்பத்திற்கிணங்கக் கட்டுப்படுத்தப்படுவதால், நாட்டார் நிகழ்த்துகைகளில், பண்பாட்டு உலகக் கண்ணோட்டங்களை மேலதிகமாக வெளிப்படுத்தும் தொடர்ச்சியான காட்சியியல் உருமாதிரிகளை (tableau) அல்லது உருவவகைமாதிரிகளை (paradigm), தனிமனிதர்களால் சுயேட்செயாகப் படைக்கப்படும் வெளிப்பாட்டு வடிவங்களில் காண்பதினம் கூடுதலாக நாம் பார்க்கவியலும் என்கிறார் பார் தோயில்க்கன்.

உலகக் கண்ணோட்டத்தின் அடிப்படையில் நிறுவனப் பண்பாட்டிற்கும் நாட்டார் பண்பாட்டிற்கும் இடையே வேறுபாடு காணப்படுமா என்னும் கேள்வியை எழுப்பி, அதற்கு அறிஞர்களின் ஆய்வுக் கண்டுபிடிப்புகளின் அடிப்படையில் பதில் அளிக்கிறார் தோயில்க்கன். அதாவது, ‘உலகக் கண்ணோட்டத்தின் அடிப்படையில், முறைசார் பண்பாட்டிற்கும் நாட்டார் பண்பாட்டிற்கும் இடையே காணப்படும் வேறுபாடு என்பது, ஒருவர் கற்பனை செய்தவாறு, அவ்வளவு கூர்மையானதல்ல’ என்றும்,‘பண்பாட்டு உலகக் கண்ணோட்டங்களின் செயல்பாடுகளில் இருந்து மிகச்சிறிய அளவிலேயே விதிவிலக்கு அமையும்’ என்றும் கூறுகிறார் தோயில்க்கன் (Barre Toelken, 1996: 261-262).

உலகக் கண்ணோட்டம் பற்றிய ஆய்வில் நாட்டார் வழக்காறுகளுக்கு உரிய இடம் பற்றி அழுத்தம் கொடுத்துப் பேசியவர்களுள் ஆலன் டண்டிஸ் குறிப்பிடத்தக்கவர். ‘இப்பொருள் பற்றிய தேடலில் இன்றியமையாத ஆதாரங்களாகத் திகழ்வன நாட்டார் வழக்காறுகளே’ என்பது அவருடைய அணுகுமறையாகும். உலகக் கண்ணோட்டத்தின் இயல்பு, பண்பாட்டில் அது பெறக்கூடிய இடம் முதலியவைப் பற்றிய அவருடைய கருத்துக்கள் முதன்மையானவை.

“உலகக் கண்ணோட்டம என்பது, பொதுவாக வெளிப்படையாகத் தோன்றக்கூடியது என்பதை விட,

மறைமுகத்தன்மை உடையது என்பதே சரியானது. மக்கள் தாங்களாகவே தங்களுடைய உலகக் கண்ணோட்டங்களைப் பற்றி அறிந்துகொண்டிருப்பார்கள் என்று சொல்ல முடியாது. அத்துடன், அவற்றை எடுத்துரைப்பதும் அவர்களுக்குக் கடினமானது" எனக் கூறும் ஆலன் டண்டிஸ், "பண்பாடு என்பது, முழுமையான கண்ணோட்டமுடையது; உலகக் கண்ணோட்டமானது, அவ்வொட்டு மொத்தமான பண்பாடு எங்கும் ஊடுருவியிருப்பது பண்பாட்டுத் தரவின் எந்த ஒரு பகுதியிலும் அதாவது, உறவுமுறை, குழந்தை வளர்ப்பு, அரசியல் அல்லது பொருளியல் என்று எப்பகுதியிலும் ஒருவர் உலகக் கண்ணோட்டம் பற்றிய ஆய்வுக்கு மிகவும் முக்கியத்துவம் வாய்ந்த மூலாதாரமாக அமைவன நாட்டார் வழக்காறுகளே ஆகும்" என்று கூறுகிறார். (J.D. Mehra, 1977:50). சமயம், நம்பிக்கைகள், சடங்குகள், பழக்க வழக்கங்கள் போன்றவை உலகக் கண்ணோட்டத்தை வெளிப்படுத்துவதில் பங்கு வகிக்கின்றன என்பதையும் அறிஞர்கள் சுட்டிக்காட்டியுள்ளனர். "உலகக் கண்ணோட்டம் என்பது, நம்பிக்கை ஒழுங்கமைப்பு வாயிலாக மட்டும் வெளிப்படுத்தப்படவில்லை. வழக்கங்கள், சடங்குகள், நடத்தைகள் ஆகியவற்றிலிருந்தும் வருவிக்கப்படுவதும் ஆகும். மேலும், நம்பிக்கைகள், அந்நம்பிக்கைகள் எழுவதற்குக் காரணமான சூழல்கள் ஆகியவற்றிற்கு இடையே ஒரு நெருக்கமான தொடர்பு இருக்கிறது என்று வலுவாகக் கருதப்படுகிறது" (Daryl ford, 1954).

பண்பாடும் உலகக் கண்ணோட்டமும்

ஒரு குறிப்பிட்ட சமுதாயத்தின் வாழ்க்கை முறையில் மறைமுகமாக ஊடுருவியிருக்கும் நிகழ்வினமே உலகக் கண்ணோட்டமாகும் (world view) மக்கள் தாம் வாழும் சமுக வாழ்க்கையை உற்று நோக்கும் நிலையில், அதன்பாலிருந்துப் பிரித்தெடுக்கப்படும் கருத்தியல் சாராம்சமாக உலகக் கண்ணோட்டம் கருதப்படுகிறது (J.D. Mehra, 1977).

பொதுவாக, அன்றாட வாழ்க்கையில் ஈடுபட்டு இயங்கும் மக்களுடைய நடத்தை முறைகளின் தொகுப்பாகப் பார்க்கப்படுவது பண்பாடாகும். அது முழுமையான கண்ணோட்டமுடையது. அத்தகைய பண்பாடு எங்கும் ஊடுருவி

யிருப்பதே உலகக்கண்ணோட்டம் என்றும், பண்பாட்டுத் தரவுகள், நிறுவனங்கள் ஆகிய அனைத்திலும் உலகக் கண்ணோட்டத்தை நோக்கமுடியும் என்றும் கூறுகிறார் ஆலன் டண்டீஸ்.

உலகக் கண்ணோட்டத்தின் இயல்புகளாகச் சிலவற்றை அறிஞர்கள் சுட்டிக்காட்டுகின்றனர். அதாவது, உலகக் கண்ணோட்டமானது எப்போதும் வெளிப்படைத் தன்மை அற்றது; மறைமுகப் பண்புடையது. தத்தம்உலகக் கண்ணோட்டத்தை மக்கள் அறிந்திருப்பார்கள் என்று எதிர்பார்க்க முடியாது. அதைப்பற்றி எடுத்துரைப்பதும் அவர்களுக்குக் கடினமானது.

உலகக் கண்ணோட்டமும் பண்பாண்மையும்

உலகக் கண்ணோட்டம் பற்றி விவாதித்த அறிஞர்களுள் குறிப்பிடத்தக்கவர் கிளிஃப்போர்ட் கீர்ட்ஸ். அவருடைய "பண்பாண்மை, உலகக் கண்ணோட்டம் மற்றும் புனிதக் குறியீடுகள் பற்றிய பகுப்பாய்வு" (1968) என்னும் கட்டுரை செறிவு மிக்கது. தம்முடைய காலத்திய மானிடவியற் புலம் தழுவிய விவாதங்களில் பண்பாட்டு அடிப்படையில் சிலவகைக் கருத்துருவங்கள் முதன்மை இடம்பெற்றிருந்ததைப் பற்றிக் கிளிஃப்போர்ட் கீர்ட்ஸ் குறிப்பிடுகிறார். அவற்றுள் பண்பாண்மையும் (ethos), "உலகக் கண்ணோட்டமும் குறிப்பிடத்தக்கவை. மதிப்பீட்டுக் கூறுகளான அறநெறி (மற்றும் அழகியல்) பற்றிய நோக்குகள் என்பன பண்பாண்மை என்னும் கலைச்சொல்லாக்கத்தின் வாயிலாகத் தொகுப்பாகப் பொருண்மைப்படுத்தப்பட்டன. அவ்வாறே, அறிதல்சார் நோக்கு, இருத்தலியல் நோக்கு முதலியவை உலகக் கண்ணோட்டம் என்னும் கலைச்சொல் மூலம் அடையாளப்படுத்தப்பட்டன.

கிளிஃப்போர்ட் கீர்ட்ஸ், பண்பாண்மை, உலகக் கண்ணோட்டம் பற்றி மட்டுமே பேசாமல், அவற்றோடு ஒருங்கிணைந்த சமயம், சமயக் குறியீடுகள், அறநெறி, அழகியல், மதிப்பீடுகள் போன்றவற்றையும் இணைத்துப் பேசுகிறார். மேற்குறித்த பொருண்மைகள் பற்றிய கீர்ட்ஸ் விளக்கங்கள் பண்பாட்டுத் தளத்தில் இன்றியமையாதவை. குறிப்பிட்ட மக்களுடைய பண்பாண்மை என்பது அவர்தம்

வாழ்க்கையின் குரலாகவும், பண்பியல்பாகவும், தரநிலையாகவும் அமைகிறது; அவ்வாறே அதனுடைய அறநெறி, அழகியல் பாணி, மனநிலையாக அமைகிறது. தங்களைப் பற்றிய உள்ளார்ந்த மனப்பாங்காக அமைவது பண்பாண்மையாகும்; அவர்களுடைய வாழ்க்கை பிரதிபலிக்கும் அவர்தம் உலகு பற்றிய மனப்பாங்காகவும் பண்பாண்மை திகழ்கிறது. அவர்களுடைய உலகக் கண்ணோட்டம் என்பது, தெளிவான வரிசை ஒழுங்கில் இடம்பெற்றிருக்கும் பொருட்கள் பற்றிய அவர்தம் சித்திரமாகும்; இயற்கை பற்றிய கருத்தாக்கம்; தான்மைபற்றிய கருத்தாக்கம் மற்றும் சமுதாயம் பற்றிய கருத்தாக்கமாகும். ஒழுங்கு பற்றிய மிகவும் பரந்துபட்ட சிந்தனைகளை உலகக் கண்ணோட்டம் தன்னுள் கொண்டிருக்கிறது.

சமய நம்பிக்கையும் சடங்கும் தம்மிடையே முரண்பட்டு, ஒன்றை ஒன்று உறுதிப்படுத்திக் கொள்கிறது, உலகக் கண்ணோட்டம் எடுத்துரைக்கும் இயல்பான நடத்தைமுறைச் செயற்பாடுகளில் பொதிந்திருக்கும் வாழ்க்கை முறையைப் (way of life) பிரதிநிதித்துவம் செய்ய வைப்பதன் வாயிலாகப் பண்பாண்மை என்பது அறிவார்ந்த அடிப்படையில் நியாயப்படுத்தப்படுகிறது; உலகக் கண்ணோட்டம் சித்திரிக்கக் கூடிய இயல்பான நடத்தைமுறை ஒழுகலாறுகள் வாயிலாகப் பொருண்மைப்படுத்தப்படும் வாழ்க்கை முறையைப் பிரதி நிதித்துவப்படுத்தச் செய்தலின் வாயிலாகப் பண்பாண்மை என்பது, அறிவார்த்தமாக ஏற்றுக் கொள்ளத் தக்கதாக நிறுவப்படுகிறது. இயல்பான நடத்தைமுறை சார்ந்த ஒழுகலாறுகள் பற்றிய படிமமாகவும், அதனை அடியொற்றிய வாழ்க்கை முறையானது, அதன் ஆதாரப்பூர்வமான வெளிப்பாடாகவும் முன்வைக்கப்படுவதால், உலகக் கண்ணோட்டமானது, உணர்வுப்பூர்மாக ஏற்றுக் கொள்ளத்தக்கதாக ஆக்கப்படுகிறது (ப.127).

குறிப்பிட்ட மக்கள் நடைமுறையில் கொண்டிருக்கும் மதிப்பீடுகள், வாழ்தலின் பொது ஒழுங்கு ஆகிய இரண்டினுக்கும் இடைப்பட்ட ஒரு பொருட்செறிவான தொடர்புப் பற்றிய செயல்முறை விளக்கம் என்பதற்குள்ளாக, அது (அத்தொடர்பு) ஓர் இன்றியமையாத கூறாக அனைத்துச் சமயங்களிலும் தன்னை இனம் காண்கிறது. என்றாலும் அம்மதிப்பீடுகள் அல்லது

அவ்வொழுங்கானது பொருள் கொள்ளப்பட வேண்டும். எந்த ஒரு சமயமாக இருந்தாலும்ம சரி, அதுதான் ஒரு பகுதி அளவில் பொதுவான அர்த்தங்களின் தொகுப்பைப் பாதுகாத்து வைத்திருக்கும் ஒரு முயற்சியாகும். அந்த அர்த்தங்களின் அடிப்படையிலேயே ஒவ்வொரு தனிமனிதனும் தனது அனுபவத்தை விளங்கிக் கொண்டு தன்து நடத்தை முறையை ஒழுங்கமைத்துக் கொள்கிறான் (Clifford Geertz, 1973: 126-127).

தனிமனிதனும் உலகக் கண்ணோட்டமும்

உலகக் கண்ணோட்டம் பற்றிய வரையறைகளைப் பார்க்கும் போது, அவை இரண்டு அம்சங்களுக்கு முக்கியத்துவம் கொடுப்பதை அறிந்து கொள்ள இயலுகிறது. ஒன்று, 'தான்மை' (individual) என்பது; மற்றொன்று குழு என்னும் கூட்டாண்மை (collectivity) என்பது. தனிமனிதன் மனத்தகத்திலிருந்து தோன்றுவதே உலகக் கண்ணோட்டம்' என்று அறிஞர்கள் சிலர் தங்களுடைய வரையறைகளில் தனிமனிதக்கு முதன்மை இடம் கொடுக்கின்றனர். எடுத்துக்காட்டாக போஸ் (N.K. Bose, 1971) என்பவர், "புதிய அறிவு, கடந்த கால வரலாறு மீதான நம்பிக்கை என்பவற்றின் ஊடாக மனிதனிடத்தில் உள்ளார்ந்த அகவய நிலையிலிருந்து ஊற்றெடுப்பது உலகக் கண்ணோட்டமாகும்" என்று கூறுவதைச் சுட்டிக் காட்டலாம். தனிமனிதனுக்கும் உலகக் கண்ணோட்டத்திற்கும் இடைப்பட்ட பிணைப்பு எத்தகையது என்பதையும் விளக்கியுள்ளனர். "ஒரு தனிமனிதனின் உலகக் கண்ணோட்டம் என்பதன் வளர்ச்சியானது அவனுடைய குழந்தைப் பருவத்திலேயே முளைவிடத் தொடங்கி, வாழ்க்கை முழுவதும் இடையறாமல் தொடரகிறது" அத்துடன், "மொழியியல் ரீதியிலான கலவைக் கூறுகளின் வளர்ச்சி என்பதோடு இணைந்து, தனிமனிதன் என்பவன் பலவகையான நடத்தைமுறைகள் மற்றும் புரிந்து கொள்ளல் தொடர்பான விதிமுறைகளுக்கு ஆட்படுகிறான்" ( ).

உலகக் கண்ணோட்டம் என்பது, தனிமனிதனுக்கே முக்கியத்துவம் கொடுக்கக் கூடியது என்பதும் சிலருடைய அனுமானமாகும். தனிமனிதனின் 'தான்மை', உலகம் என்னும் இரண்டினையும் ஒப்பிடும் நிலையில் இக்கருத்து வெளிப்படுத்தப்படுகிறது. அதாவது, "பண்பாட்டு

மானிடவியலர்களுடைய தனிமனிதத ஆளுமைக் கோட்பாடுகளின்பால், உலகக் கண்ணோட்டம் மிகச் சொற்பமான அளவிலேயே சார்ந்திருந்த போதிலும், அது, உலகத்திற்கு நேரெதிர் நிலையில், தனியனின் 'தான்மை' என்பதற்கே முக்கியத்துவம் கொடுக்கிது" என்று கூறுவர்.

ஒரு குறிப்பிட்ட மக்களின் வாழ்க்கைமுறை, பண்பாடு என்பனவற்றோடு ஊடுருவியிருக்கும் நிகழ்வினமாக உலகக் கண்ணோட்டம் விளக்கப்படுகிறது, "தன்னுடைய இருத்தலின் வாயிலாக வாழ்க்கை முறைகளின்பால் தாக்கம் செலுத்துவது எதுவோ அதுவே உலகக் கண்ணோட்டமாகும்" (J.D Mehra, 1977:61). "சிந்தனைகள், நம்பிக்கைகள், அணுகுமுறைகள் போன்றவைப் பற்றிய அறிதல்சார் பார்வைக்கு அழுத்தம் கொடுக்கும் நிலையில், ஓர் உலகக் கண்ணோட்டமானது, விதி, உணர்வுத் தாக்கம் பற்றிய கோணங்களிலிருந்து ஒரு போதும் தெளிவாகப் பிரித்துப் பார்க்க முடியாதது. இவ்வாறு, உலகக் கண்ணோட்டமானது, பண்பாண்மை (விழுமியங்களுடன் தொடர்புடையது), சிந்தனை முறைகள், தேசியப் பண்பு ஏன், பண்பாடு போன்ற கருத்துருவங்களோடும் ஊடுருவிக் கலந்ததாகத் தோன்றுவது" (E.M. Mendolson:576).

முறையியல்: வழக்காறுகள் என்னும் திறவுகோல்

'தன்னுடைய இருத்தலின் வாயிலாகக் குறிப்பிட்ட மக்களுடைய சமுக வாழ்க்கை முறையின்பால் தாக்கம் செலுத்துவது எதுவோ அதுவே உலகக் கண்ணோட்டமாகும்' என்னும் முத்தாய்ப்பான விளக்கத்தை அடியொற்றி, அக்குறிப்பிட்ட மக்களுடைய உலகக் கண்ணோட்டத்தை அறிந்துகொள்வதறக்கான வழிமுறைகள் பற்றி யோசிக்கும் நிலையில் 'நாட்டார் வழிக்காறுகள்தாம், அம்மக்களின் உலகக் கண்ணோட்டத்தை அறிந்து கொள்வதற்கு உதவும் வாயில்களாகவோ திறவுகோல்களாகவோ செயல்படுகின்றன' என்னும் கருத்து நமது கவனததை ஈர்க்கிறது. ஆலன் டன்டீஸ், ஜேன் வன்சினா, பார் தோயில்க்கன், கிளிஃபோர்ட் கீர்ட்ஸ், ஃபோர்ட் போன்றோர்தம் ஆய்வுகள் இக்கோணத்திற்கு வலிமையூட்டுவனவாகும்.

தமிழக நாடோடிகளுடைய உலகக் கண்ணோட்டத்தை அறிந்து கொள்வதற்கான முதன்மையான ஆதாரங்களாக அம்மக்களின் வழக்காற்று வடிவங்களையே நாம் சாரந்திருக்க வேண்டும். இதில், நமக்கு வழிகாட்டக்கூடிய நெறிமுறையை ஜேன் வன்சினாவின் கருத்துக்களிலிருந்து அமைத்துக் கொள்வது பொருத்தமானதாக அமையும். 'குறிப்பிட்ட சமுக மக்களுடைய வாழ்க்கை முறையை உற்றுநோக்கி,'அதன் வாயிலாகப் பெறப்படுவதே உலகக்கண்ணோட்டம்' என்னும் கருத்துருவத்தின் அடிப்படையில் நோக்குவோமானால்;, ஓர் இனவரைவியலனின் களப்பணிக்கு நிகரான ஒரு களப்பணியின் வாயிலாகக் திரட்டப்படும் தரவுகள், உலகக் கண்ணோட்டத்தை அறிந்து கொள்ள இன்றியமையாதவையாகும். அதே சமயத்தில், உட்குழு உறுப்பினர் அல்லாத ஒரு வெளியாள், ஒரு குழுவினரின் உலகக் கண்ணோட்டத்தைக் கண்டறிவதற்கு ஒரு சில வழிமுறைகளைச் சுட்டிக்காட்டுவர். அவற்றுள் முக்கியமானது, அக்குழுவினரின் சமயவடிவமாகும். 'சமயம் என்பது, பொதுவான அர்த்தங்களின் தொகுதியைப் பாதுகாத்து வைத்திருக்கக்கூடிய ஒரு முயற்சியாகும்' என்னும் கிளிஃபோர்ட் கீர்ட்சின் வார்த்தைகளால் சமயத்தைப் புரிந்து வைத்திருக்கிறோம். எனவே, ஜேன் வன்சினா கூறுவது போல், 'சமயத்தை மையப் பொருளாகக் கொண்டு, உலகக் கண்ணோட்டத்தை ஆராய முற்படலாம். அத்துடன், உரையாடல் மற்றும் உற்றுநோக்கல் மூலம் அறிந்துகொள்ளலாம். கட்புலனுக்கு அகப்படாத எந்தெந்தச் சக்திகளை எல்லாம் மக்கள் நம்புகின்றனர்? அவற்றோடு மக்கள் எத்தகைய தொடர்களைக் கொண்டிருக்கின்றனர் என்பதையும் ஆராயவேண்டும்' என்பர் (Jan vansina, 1985: 133).

மற்றொரு வழிமுறையும் முன்னிறுத்தப்படுகிறது. அதாவது, குறிப்பிட்ட மக்களின் தோற்றமரபுகளைப் (Origin traditions) பற்றி ஆராய்வதே இரண்டாவது வழிமுறையாகும். உலகம் எவ்வாறு தோன்றியது? மக்கள் எவ்வாறு படைக்கப்பட்டனர்? தற்போதைய நிலையில் இருப்பதுபோல் அம்மக்கள் எவ்வாறு உருவானார்கள்? ஏனைய பிற தோற்றக்கதைகள், வழக்கம், நடை முறைகள் போன்றவற்றுள் ஏதேனும் ஒன்றைப் பற்றிப் பேசுவதாக இருக்கலாம். (மேலது, 1985: 133).

ஜேன் வன்சினா குறிப்பிடுவனவற்றுள் 'தோற்றமரபுகள்" என்பது சிறப்பிடம் பெறுவது. அதாவது, வாய்மொழி மரபுகளில் அடங்கக்கூடிய புராணக் கதைகள், பழமரபுக் கதைகள், காரணவிளக்கக் கதைகள் உள்ளிட்டவை நாடோடி மக்களின் உலகக் கண்ணோட்டத்தை ஆவணப்படுத்தி வைத்திருக்கும் பொருத்தமான மூலாதாரங்களாகும். பொதுவாக உலகம் மற்றும் அதன்கண் காணப்படும் மக்கள், விலங்கினங்கள், பறவைகள், தாவரங்கள், பருப்பொருட்கள் ஆகிய அனைத்தையும் பற்றிய தோற்றக்கதைகளை ஒவ்வொரு சமுகமும் தனது வழக்கில் பெற்றிருக்கும். இத்தகைய கதைகளைத் தோற்றப்புராணங்கள் (Origin myths) என்பர். ஜேன் வன்சினா தனது நூலில் 'புராணம்' என்னும் சொல்லாட்சியைக் கையாளுவதைக் தவிர்த்துத் தோற்ற மரபுகள் என்னும் சொல்லாட்சியையே கையாளுகிறார். இக்கட்டுரையில் தோற்றப்புராணம் என்பதையே நாம் கையாள்கிறோம்.

புராணம்: சாபமும் வரமும்

நிலைக்குடி மக்களுடைய சமயங்களில் நாட்டார் சமயத்தை விட சைவம், வைணவம் ஆகியவற்றின் தாக்கமே நாடோடிகளிடத்துக் காணப்படுகிறது. இந்திய நாடோடிகள் மட்டுமல்லாது உலகளவில், ஜிப்சிகள் உள்ளிட்ட நாடோடிச் சமுகங்களிடத்தும் வழங்கும் கதைகளில் நிலைக்குடிகளின் கடவுளர்களே நாடோடிகளுடைய முன்னோர்தம் வாழ்க்கையைச் சோதிக்கிறார்கள். வெவ்வேறு காரணங்களுக்காக அவ்வாழ்க்கை முறையைத் தலைகீழாக மாற்றுகிறார்கள். சபித்தல் என்னும் தண்டனையை உச்சரித்தலே புதிர்மையான நிலைமாற்றத்தைச் சாத்தியப் படுத்துகிறது. உறைவிடம் மட்டுமல்லாமல் வேளாண்மை முதலிய தொழில்களின் வாயிலாகப் பெறும் வாழ்வாதாரம் உள்ளிட்ட நிலைக்குடியத்தின் அனைத்து வசதிவாய்ப்புகளும் பறிபோன நிலையில், தங்கள் அன்றாட உணவுப்பொருள் ஆதாரத்தைப் பெறுவதற்கு நாலாபுறமும் அலைந்துத் திரிந்துத் தேடுதலே வழிமுறையாக விதிக்கப்படுகிறது. விதிமுறைகளை மீறியது என்பதே தண்டனைக்கான காரணமாகும். தண்டனை (சாபம்) மற்றும் அத்தண்டனையை அனுபவித்து, அதிலிருந்து மீளுவதற்கான வழிமுறையாகவும்

(விமோசனம் பெறுதல்) நாடோடியத்தை அடையாளம் காணுமாறு தோற்றப்பபுராணங்கள் நமக்கு உதவுகின்றன. உற்றுநோக்கலுக்கு அப்பாற்பட்ட காலத்திய நிகழ்வுகளையும் அவற்றின் எதிர்விளைவுகளின் தொடர்ச்சியையும் முற்றிலும் ஏற்றுக் கொண்டதற்கான அடையாளமாகவே நடைமுறையில் செயல்படும் நாடோடிகளின் வாழ்க்கைமுறை அமைகிறது. ஒருவகையில் சாபத்தையே வரமாகக் கருதுவது அல்லது அவ்வாறு மாற்றிக் கொண்டது என்பது பற்றிய அணுகுமுறையே தங்களுடைய வாழ்கை முறை பற்றிய நோக்காக அவர்களுடைய நடத்தை முறைகளில் விரவியிருப்பதைப் புரிந்து கொள்ளமுடியும். அதன் ஊடாகவே நாடோடிச் சமுகங்களின் பண்பாண்மை (ethos) யும் வெளிப்படுகிறது.

சாபத்தின் வாயிலாகத் தங்கள் நிலைக்குடி வாழ்க்கை முறையை நாடோடியமாகத் தலைமுறைகள் தோறும் தொடருமாறு மாற்றிய கடவுளர்க்கு எதிரான பகடி செய்யும் பாணியையோ அலைகுடி வாழ்க்கை முறைக்கு வித்திட்ட புராணச் சூழலைக் கேள்விக்கு உட்படுத்தும் தொனியை எதிரொலிக்கும் குரலையோ எங்கும் கேட்க முடிந்ததில்லை. ஒருவகையில் இது, தோற்றப்புராணத்தையும் அதற்கேற்றவாறு அமைந்த வாழ்க்கை முளையையும் முற்றிலும் நம்பி ஏற்றுக் கொண்டிருக்கும் நாடோடிகளுடைய மனோநிலையை வெளிப்படுத்துகிறது. எனவே, (1) ஒவ்வொரு நாடோடிச் சமுகத்திடமும் வழங்கும் தோற்றப்புராணம் (2) அதனை அடியொற்றியதாக அமைந்த சமுக நிறுவனங்கள் அல்லது வாழ்க்கை முறை (3) இவற்றை ஒருங்கிணைத்துப் பொருண்மைப் படுத்திக் கொண்டு நாடோடியத்தைத் தொடர்ந்துப் பேணும் உட்குழுவினரின் மனப்பாங்கு ஆகிய இம்மூன்றின் இணைப்பில் ஊடுருவியிருக்கும் கருத்துருவமாக நாடோடிகளுடைய உலகக் கண்ணோட்டத்தைப் புரிந்து கொள்ளலாம்.

நாடோடியம் நிலைக்குடியம் ஆகிய இரண்டும் தெளிவற்ற இணைச் சேர்க்கைகள் (fuzzy sets) என்று கூறுவர். அடிப்படையில், படிநிலை வரிசைப்படுத்தப்பட்ட கருத்துருவங்களாக யோசிக்கப்பட்டவையாகும். அதாவது, அனைத்துமே தரநிலைக்குரியது என்பது பற்றிய ஒரு கோட்பாடு உருவகப்பொருளில் சொல்வோமானால், ஒவ்வொன்றும்

மீள்சக்தி உடையது எனில் பொருந்துவதாகும். இந்தத் தெளிவற்ற நிலையானது (fuzziness) நாடோடியம், நிலைக்குடியம் ஆகிய பொதுவான நிகழ்வினங்களோடு இணைத்து நோக்கத்தக்கதாகத் தோன்றுகிறது. இவை இரண்டும் எங்கும் கோட்பாட்டு ரீதியிலான தொடர் ஒழுங்கின் முடிவுகளாக அமைகின்றன. அதனூடாக, ஒட்டுமொத்த சமுகங்களோ அவற்றின் பகுதிகளோ வெவ்வேறு காலக்கட்டங்களில் இரண்டு திசைகளிலும் பெயர்ந்துச் செல்லவோ ஊசலாட்டம் புரியவோ செய்கிறது. (Aparna Rao, michad J casimir, 2003:3).

உலகக் கண்ணோட்டம் : வாழ்க்கையைப் பற்றிய நோக்கு

'நாடோடியம், நிலைக்குடியம் என்னும் இரண்டு நிகழ்வினங்களும் தெளிவற்ற இணைச் சேர்க்கைகள் மற்றும் அவ்விரண்டும் வெவ்வேறு காலக்கட்டங்களில் இருவேறு திசைகளில் புடைபெயரவும் ஊசலாடவும் செய்யக் கூடியவை' என்னும் கருத்துருவத்தை மனதிற் கொண்டு, நாடோடியத்தை நோக்க வேண்டும். நடைமுறைத் தேவைகள், சுற்றுச் சூழல்கள் மற்றும் அவற்றிற்கு இயைந்தவாறு தகவமைத்துக் கொள்ளும் உத்திமுறையாக நாடோடியம் பார்க்கப்படுகிறது, புறவயமான இவ்வறிவுநோக்கிற்கு நேரெதிராக, உட்குழுவினருடைய அகவயப்பட்ட பார்வையை அடியொற்றியதாக நாடோடியம் அல்லது வாழ்க்கைமுறை பற்றிய நோக்குகள் முன்வைக்கப்படுகின்றன. அவற்றை அவர்களுடைய வழக்காறுகள் பிரதிபலிக்கின்றன.

கடந்த காலம் அல்லது தொன்மூதாதையர் காலம் என்பது நாடோடிகளைப் பொறுத்த வரையில் இறந்த காலமல்ல, அது நிகழ்காலமாக நீட்சிப்பெற்றுத் தொடரக்கூடியது. ஒரு பெரும் அதிசய நிகழ்வு அரங்கேறிய அக் கடந்தகாலம், குறிப்பிட்ட நாடோடி மக்களுடைய சமுக ஒழுங்கமைப்பின் தோற்றத்திற்கு வித்திட்ட ஊற்றுமூலமாகும். மேலும், அக்காலக்கட்டமானது, இயற்கை இறந்த ஆற்றல்கள் அல்லது கடவுளர்களின் செயல்பாடுகள் வாயிலாகப் புதிர்மைத் தன்மை வாய்ந்த ஓர் உலகம் நிறுவப்பட்ட தருணமாகும். இதிலிருந்துத் தொடங்கிய நாடோடியம் என்னும் வாழ்க்கை முறையானது, கடவுளர்கள் பற்றிய சிலவகை நம்பிக்கைகளை இணைத்துக் கொண்டே

தொடங்கியது என்பதையே அவர்களுடைய சிந்தனைகளின் வெளிப்பாடுகளான புராணங்கள் காட்டுகின்றன.

இங்கு, கிளிஃபோர்ட் கீர்ட்ஸ் சமயம் பற்றிப் பேசும் ஒரு கருத்தை நினைவு கூரலாம். "... எந்த ஒரு சமயமாக இருந்தாலும் சரி, அது ஒரு பகுதி அளவில், பொதுவான அர்த்தங்களின் தொகுப்பைப் பாதுகாத்து வைத்திருக்கும் ஒரு முயற்சியாகும். அந்த அர்த்தங்களின் அடிப்படையிலேயே ஒவ்வொரு தனிமனிதனும் தனது அனபவத்தை விளங்கிக் கொண்டு, தனது நடத்தை முறையை ஒழுங்கமைத்துக் கொள்கிறான்" (Clifford Geertz, 1973: 127).

கிளிஃபோர்ட் கீட்சின் பார்வையில் முக்கிய பங்கு வகிக்கும் சமயத்தின் இடத்தில், நாடோடிகளின் தோற்றப்புராணங்களும் அவை விவரிக்கும் அதிசய நிகழ்வுகளும் பொருத்திப் பார்க்கத் தக்கவையாகும். அந்த அதிசய நிகழ்வுகளில் முதன்மைப் பங்கு வகிக்கும் பாத்திரங்களான கடவுளர்கள் வைணவம், சைவம் முதலிய சமயங்களில் முதன்மையானவர்கள். பெருமாள் (வேங்கடாசலபதி), ராமன், சிவன், பார்வதி, காளி, பிரம்மா (ஏனாதிகள்) என்பன போன்ற சமய மூலவர்களே நாடோடிகளுடைய முன்னோரின் நிலைக்குடி வாழ்க்கை முறையில் ஏற்பட்ட பெரிய திருப்புக்கட்டத்திற்குக் காரணமானவர்கள். ஒவ்வொரு சமுகமும் ஏதோ ஒரு வகையில் தவறிழைத்தமை, விதிமீறியமை அல்லது விழுமிய மீறல் என்பன போன்ற காரணங்களுக்காகக் கடவுளர்களால் சபிக்கப்பட்டது இங்கு, சாபம் மற்றும் சாபவிமோசனம் இரண்டிற்குமான முறையே தண்டனை மற்றும் தீர்வாகக் கடவுளர்களால் விதிக்கப்பட்டது நாடோடியமாகும். அதாவது, கடவுளர்கள் அறிவுறுத்திய வழிகாட்டலின்படி மேற்கொள்ளப்படும் சாபவிமோசனப் பயணம் என்பது சில கருத்துக்களைத் தருவித்துக் கொள்ளத் தூண்டுகிறது:

1. புராணக்கதையை அடியொற்றி நோக்கும் போது, நிலைக்குடியத் திலிருந்து சமுக விலக்கத்திற்கு ஆட்படுத்தப்பட்ட முன்னோரின் வழித்தோன்றல்களே இந்நாடோடிகள்.

2. கடவுளரின் வெறுப்புக்கு ஆளானதால், அவர்தம் ஆளுகைக்கு அப்பாற்பட்ட புனிதவெளிக்கு அப்பாற்பட்ட

புனிதமற்ற வெளியில் அதாவது, சமுதாய விளிம்பில் இயங்குகிறார்கள்.

3. கடவுளர்களுடைய அருளைப் பெற்று, சாபத்திலிருந்து விடுபடுவதற்காக மேற்கொள்ளும் யாத்திரையாக நாடோடியம் அமைகிறது. இரத்தல் அல்லது சன்மானம் பெறுவதன் மூலம் பொருளியல் தேவையை அடைவதற்கான உத்திமுறைகளாக இருப்பினும், கடவுளரின் வேடமிடல், புனித அடையாளங்களைத் தரித்தல், கடவுளரைப் புகழும் பாடல்கள் பாடுதல், இசைக்கருவிகளை இசைத்தல், குறிகூறுதல் உள்ளிட்ட நம்பிக்கை, மற்றும் சடங்கியல் கூறுகளை முன்னிறுத்தும் ஒப்பனைகள், நிகழ்த்துகை வடிவங்கள் ஆகியவற்றின் வாயிலாக நாடோடிகள் தங்களைத் திருநிலைப்படுத்திக் கொள்வதற்காகப் புனிதயாத்திரையாளர்களாகப் பயணம் செய்கிறார்கள்.

4. புனித அடையாளங்கள், குறியீடுகளோடு நிலைக்குடிகள் மத்தியில் வலம் வரும் நாடோடிகளுடைய அசைவியக்கம் என்பது மீவியல் தன்மை உடையது.

மேற்குறிப்பிட்ட கூறுகளை நிரல்பட விவாதிக்க வேண்டும்.

புராணமும் நாடோடியமும்

ஒரு பக்கம், தங்கள் முன்னோர் கடவுளர்களால் அலைகுடிகளாகச் சபிக்கப்பட்டவர்கள் தண்டிக்கப்பட்டவர்கள் என்பதில் சபித்த கடவுளர்களைக் குற்றஞ்சாட்டும் ஒரு தொனியும் மற்றொருபுறம் ஒருவகைக் கழிவிரக்கப் பொருளும் தொக்கி இருப்பதை நாடோடிகளின் சபிக்கக்கட்ட வரலாற்றை இயம்பும் கதைகள் உணர்த்துகின்றன. கடவுளர்கள் வெளிப்பட்டுத் தங்கள் முன்னோரைச் சபித்தமை என்பது இடம்பற்ற வெவ்வேறு தன்மையிலான சூழல்களைப் பேசும் கதைகளில் முந்தைய இயல்பு வாழ்க்கை முறையான நிலைக்குடித்தன்மையைத் தலைகீழாக மாற்றி அமைத்து அலைந்துத் திரிந்து வாழுமாறு நாடோடியம் திணிக்கப்பட்டமை என்னும் தருணங்கள் (situations) விவரிக்கப்படுகின்றன. அத்தலைகீழாகப் புரட்டிப்போட்டமை என்பது நிகழ்வதற்கு மூலகாரணியாக அமைந்தது, ஓர் ஒழுங்கை (order) அல்லது விதியைப்

பின்பற்றாமல் மீறியது ஆகும்; எப்போதும் சமுதாயத்தின் விதியை மீறுவோர் அதற்கான பலனை தண்டனையை எதிர்கொள்ள வேண்டும். அதுவே, நாடோடிகளின் முன்னோர் வரலாற்றில் நிகழ்ந்திருக்கிறது. அவ்வரலாற்றுக் காலம் என்பது, விதிமுறைகளையும் அவ்விதிகளை மீறுவோருக்கான தண்டனையையும் தீர்மானிப்பதற்கான அதிகாரத்தை உடையவர்களாகக் கடவுளர்களையே கொண்டிருந்தது. 'எல்லாம் வல்ல சக்திகளாகத் திகழந்த கடவுளர்களின் தண்டனை முறையான 'சாபம்' என்பது முந்தையை வாழ்க்கை முறையைப் புரட்டிப்போடும் தண்டனையை ஏற்றுக்கொள்வது மற்றும் அதனை அனுபவிப்பதன் வாயிலாக மட்டுமே விடுதலையை (விமோசனம்) பெறவியலும் என்னும் உடனியைந்த இருமைப்பொருளை (சாபம்சாபவிமோசனம்) உள்ளடக்கியுள்ளது. அதாவது, முன்னோர் காலத்தில் கடவுளர்களால் விதிக்கப்பட்ட சாபம் என்பது (தலைகீழாக்கப்பட்ட நிலைக்குடி வாழ்க்கை) தண்டனையிலிருந்து விடுதலை அடையும் வரையில் அதாவது, சாபவிமோசனம் அடையும் வரையறுக்கப்படாத காலம் வரையில், அத்தண்டனை (அலைகுடி வாழ்க்கை முறை) அனுபவித்தே ஆக வேண்டும். சுருங்கச் சொன்னால், சாபம் என்பது நிரந்தரமானது; முடிவற்றது. இந்த உட்பொருளையே நாடோடிகளின் வாழ்க்கை பற்றிய பார்வை அல்லது மனோநிலை என்பது தன்னில் பொதிந்து வைத்துள்ளது.

நாடோடியத்தைப் பேசும் கதைகளைத் தற்காலத்தில் எடுத்துரைக்கும் அலைகுடி மக்கள், தங்களுடைய சமகாலத்தைப் பிரதிபலிக்கும் வகையில், விமர்சனத் தொனி ஏதுமற்ற முறை யிலேயே எடுத்துரைப்பது நமது கவனத்தில கொள்ளத்தக்கதாகும். அதாவது, முன்னோர் காலத்திய மரபை மீறாமல் பின்பற்றும் வண்ணம், நாடோடியத்தை உயிரோட்டமாகப் பாதுபாத்துக் கொண்டிருக்கும் அம்மக்கள், தங்கள் முன்னோரையோ சாபமிட்ட கடவுளர்களையோ, சம்பவங்களையோ விமரசனத்திற்கு உட்படுத்தாத போக்கையே நாம் காண்கிறோம். இந்தக் கேள்வி கேட்காத மௌனம் என்பது, நாடேடியத்தை எப்போதும் மீறவெண்ணாத வாழ்க்கை முறையாக அணுகும் அவர்தம் அணுகுமுறையைக் காட்டுகிறது.

இங்கு, அமெரிக்கக் கறுப்பர்களின் வாய்மொழி கதைகளைப் பற்றிக் குறிப்பிடவேண்டும். அடிமை முறையை அடிப்படையாகக் கொண்ட பொருளியல் உற்பத்திச் சூழலில் ஆஃப்பரிக்காவிலிருந்து அடிமைத் தொழிலாளிகளாக அமெரிக்காவில் தருவிக்கப்பட்ட கறுப்பர்களின் வழி மரபினரான அமெரிக்கக் கறுப்பர்கள், வெள்ளையரின் நிறவெறி, இனவெறிக் கொள்கை மற்றும் பொருளியல் ஆதிக்கம் ஆகியவற்றின் காரணமாகக் காலந்தோறும் ஒடுக்கப்பட்டிருந்தனர். இப்பின்புலத்தில், அவர்கள் படைத்த நாட்டார் வழக்காறுகளில் காரண விளக்கம் பழமரபுக் கதைகள் குறிப்பிடத்தக்கவை கறுப்பர்களின் நிறம், உருவம், தலைமுடி ஏனைய உடல் உறுப்புகள், அறிவுக் கூர்மை அற்ற மந்தபுத்தி, வறுமை உள்ளிட்ட பல்வேறு கூறுகள் பற்றிப் பேசும் அக்கதைகள், கறுப்பர்களின் எதிர்மறைப் பண்புகள் அனைத்திற்கும் அவர்களுடைய புத்திக்கூர்மை இன்மையும் அவ்வாறே கடவுளுக்குக் கீழ்ப்படியாமை, சோம்பறித்தன்மை பேராசை போன்றவையே காரணம் என்றும், கறுப்பர்கள் ஒரு வகையில் கடவுளர்களால் சபிக்கப்பட்டவர்கள் என்றும் விளக்கும் போக்கில் அமைந்திருந்தன. அத்துடன், தங்களுடைய சபிக்கப்பட்ட நிலைமைக்குத் தாங்களே காரணம் என்று நியாயம் கற்பித்துக் கொள்ளும் அணுகுமுறைகள் அவற்றில் வெளிப்பட்டன. ஆனால், அக்கதைகளைச் சேகரித்த ஆய்வாளரிடம் கறுப்பினத் தகவலாளிகள் விவரித்த போது, தங்களைப் பற்றிய எதிர்மறை அம்சங்கள் இடம்பெற்றிப்பினும், தங்களுக்கு வெள்ளையர் முதலிய இனத்தினர்க்கம் இடையே இடையீட்டாளராகச் செயல்பட்ட கடவுளர்கள் குறித்து, பல்வேறு கோணங்களில் எள்ளல், நையாண்டி, நகைச்சுவைகள் மூலம் கடவுளர்களை விமரசனத்திற்கு ஆட்படுத்தும் தோரணியைக் காண முடிந்தது. அவர்கள் எப்போதும், தங்களுக்கு எதிரிடையாகவும், வெள்ளையர்களுக்குச் சாதகமாகவும் செயல்பட்டவராகக் கடவுளைக் குத்திக் காட்டிப் பேசும் ‘தெய்வ நிந்தனையும்’ கதைகளை எடுத்துரைத்த நிகழ்த்துகை முறையின் ஊடாக கதைசொல்லிகளின் குரலில் எதிரொலித்தன (Daryl Cumber Dance, 1978: 3-4). கறுப்பர்களுடைய காரணவிளக்கக் கதைகளில், எதிரொலிக்கும் கடவுளர்க்கு எதிரான விமரிசனம் அல்லது ‘தெய்வ நிந்தனைக்’ குரலை, நாடோடிகளுடைய

தோற்றப்புராணக் கதைகள் முதலிய வழக்காறுகளில் ஒருபோதும் கேட்க முடிந்ததில்லை.

தங்கள் முன்னோர் வாழ்ந்த என்றோ ஒரு காலக்கட்டத்தில் அது எத்தகைய காரணமாக இருப்பினும் எதிர்பாராத விதத்தில் தோன்றிய கடவுளர்கள், முன்னோரிடையே ஆற்றொழுக்காகப் போய்க் கொண்டிருந்த நிலைக்குடி வாழ்க்கை முறையை மாற்றி, அதற்கு நேரெதிரான அலைகுடி வாழ்க்கை முறையை அவர்கள் மேல் வலுக்கட்டாயமாகச் சுமத்தித் 'தலைவிதியையே' மாற்றியமைத்த விதத்தை முன்னிறுத்தும் புராணக் கதைகளில், தங்கள் முன்னோருக்கு எதிரான கடவுளர்தம் செயல்பாட்டை விமர்சிக்கும் தொனியில் அமைந்த குரலை எந்த ஒரு இடத்திலும், ஒரு முணுமுணுப்பு என்ற அளவில் கூட, (சில விதிவிலக்குகள் தவிர) நம்மால் கேட்க முடிந்ததில்லை.

நாடோடிகளின் முன்னோர்தம் இடப்பெயர்வுப் புராணம் ஆந்திராவில் இசுலாமிய மன்னரின் படையினரிடம் சிக்கிக் கொள்ளாமல், தப்பித்துத் தமிழ்நாட்டை நோக்கி ஒரு கூட்டத்தினர் வந்த போது, ஆற்று வெள்ளப்பெருக்கின் காரணமாக மேற்கொண்டு செல்லமுடியாமல், பெருந்தவிப்போடு, ஆற்றங்கரையில் காத்திருந்த நிலையில் பேரதிசய நிகழ்வாக ஒரு புன்கு மரம் அக்கரையை நோக்கிச் சாய்ந்து, பாலம் போல் செயல்பட்டு, கூட்டத்தினர் அக்கரையை அடைய உதவியது, ஆனால், அந்நெருக்கடியான சூழலில், கூட்டத்தில் இருந்த ஒரு குழுவினர் மட்டும் அதை அறியாமல், ஓடிவந்த களைப்பினால் அயர்ந்து உறங்கிக் கொண்டிருந்தனர். ஆதனைக் கண்ட காளி அல்லது சிவன், வெகுண்டு அக்குழுவினர் இரவெல்லாம் விழித்திருந்து, ஊர்ஊராகச் சுற்றிவந்துக் குடுகுடுப்பை அடித்துக் குறி சொல்லிப் பிழைத்துக் கொள்ளுமாறு சபித்தார். குடுகுடுப்பைக்காரரின் தோற்றப்புராணத்தைப் பேசும் குரலில் 'இரவுபகல் பாராமல் தப்பித்து ஓடிவந்த களைப்பின்' காரணமாகத் தூங்கியது ஒரு குற்றமா, அதற்காகத் தண்டித்தது நியாயமா? என்று சிவனின் செயல்பாட்டை விமரசிக்கும் தொனியைக் கேட்கமுடியவில்லை.

தங்களுடைய மாடமாளிகையில் அரசபோக வாழ்க்கை வாழ்ந்த குறவர்தம் முன்னோர், இரவலனாக வந்த சிவனுக்குப்

பிச்சையிட மறுத்ததோடு நாயை ஏவி விரட்டச் செய்தமைக்காகப் பார்வதிதேவி அவர்களை நாடோடிகளாக ஆகுமாறு சபித்தாள். தம்முடைய அலைகுடி வாழ்க்கை முறைக்கு வித்திட்ட சம்பவத்தைப் பற்றி விவரிக்கும் கதையில் சிவன்பார்வதி பற்றிய எதிரிடை விமர்சனம் ஏதும் பிரதிபலிக்கவில்லை. ஆனால், சிவனையே நாயை ஏவி விரட்டியது ஏனையோர்க்கு அதிர்ச்சியானதாகத் தோன்றலாம்.

மாறுவேடத்தில் இரவலனாக வந்த இராமனை ஏமாற்றியமைக்காகச் சபிக்கப்பட்ட பூம்பூம் மாட்டுக்காரரின் முன்னோர் தம்முடைய வேளாண்மைத் தொழில் சார்ந்த தன்னிறைவான நிலைக்குடி வாழ்க்கை முறையை இழந்து, சாப விமோசனம் பெறுவதற்கான வழிமுறையாக அலைகுடி வாழ்க்கைமுறையை ஏற்க வேண்டியதாயிற்று. அவ்வாறே, தாசர் என்போர், வேங்கடாசலபதியின் கட்டளையால் நிலைகுடி வாழ்க்கையைத் துறந்து, பூக்கட்டும் தொழிலையும் கைவிட்டு, இயற்கைப் பிறழ்வுப் படைப்புகளான பசு, காளை மாடுகளைப் பராமரிக்கும் அலைகுடி மேய்பர்களாக ஆக்கப்பட்டனர்.

ஏனாதி என்னும் அலைகுடி இனக்குழு மக்களிடம் வழங்கும் புராணக்கதை ஒன்று, அவர்களுக்குப் பிரம்மா பெயரிட்ட தருணத்தை விளக்குகிறது. பல்வேறு குழுக்களின் பிரதிநிதிகளை அழைத்து, ஒவ்வொருவரிடமும் சமுகப்பெயரைச் சொல்லி அடையாளங் கொடுத்ததோடு, பொருட்களையும் தானமாகக் கொடுத்தார். எல்லோரும் அங்கிருந்து சென்ற பின்னர், தாமதமாக வந்த ஒருவன் தயங்கித் தயங்கி மருவியவாறே பிரம்மாவின் அருகில் செல்லாமல், ஒரு தூணின் மறைவில் நின்றிருந்தான். அருகில் வந்த பிரம்மா பந்தல் தூணை நடுவில் வைத்து, இருபுறமும் தன் கைகளை நீட்டி, அவர் கொடுத்த தானியங்களை வாங்கிக் கொண்டான். பின்னர், தூணை அரவனத்திருந்த தன் இரு கைகளை விலக்கியபோது, தானியங்கள் கொஞ்சம் தரையில் சிந்திவிட்டன. கையிலிருந்துவற்றை வீட்டில் வைத்துவிட்டு, மீண்டும் அங்கு திரும்பி வந்த அம்மனிதன் சிந்திய தானியங்களைக் காண்ணுங் கருத்துமாகப் பொறுக்கிக் கொண்டிருந்தான். அவனைப் பார்த்த பிரம்மா,‘அவன் வாழ்நாள் முழுவதும் உணவுப்பொருளைப் பொறுக்கிக் கொண்டே இருக்கட்டும்’ என்று சபித்தார். இந்தப்

பொருளைத் தரும் வகையில் அம்மனிதனை 'ஏனாதி' என்று அழைத்தார் (N. Sudhakar Rao, 2002: 264).

ஏற்கனவே யாசக உருமாற்றம் செய்து வந்த ராமன், பூவிடையர்களின் (பெருமாள் மாட்டுக்காரர்) முன்னோரைச் சபித்து நாடோடிகளாக ஆக்கினான் என்றால், சீதையோ ஒரு சில இனக்குழுக்களைச் சபித்துத் தன் சினம் தணித்துக் கொண்டதை வாய்மொழிக் கதைகள் பேசுகின்றன. ராமனின் வனவாச வாழ்க்கையின் போது, ஒரிகாவின் போண்டோ மலையடிவாரத்து ஓடை ஒன்றில் சீதை, உடை ஏதுமில்லாமல் குளித்துக் கொண்டிருந்ததைப் பார்த்த போண்டோ ஆதிவாசிப் பெண்கள் சிரித்துவிட்டார்கள். தன்னைக் கேலி செய்துச் சிரித்த அப்பெண்கள் 'இனி அவர்கள் உடை உடுத்த கூடாது; மீறி உடுத்தினால், அழிந்துப் போவார்கள்' என்று சபித்தாள். அதனால்தான் அச்சமுகப் பெண்கள் சணல் நாடாக்களால் ஆன ஒருவகை ஆடை உடுத்தும் வழக்கத்தைக் கடைப்பிடிக்கிறார்கள். சீதை, ஆற்றில் நீராடும் போது ஆடுமேய்க்கும் சகோதர்களில் இருவர் அவள் அழகைப் பார்த்ததாலும் அவ்வாறே தன்னைப் பார்க்காத மூத்த சகோதரன் பந்தயத்தில் தோற்றதாலும் சீதையின் சினத்திற்கு ஆளாகி, முறையே குடுகுடுப்பைக் காரனாகவும், சாட்டையடிக்காரனாகவும், நரிக்குறவனாகவும் நாடோடிகளாக மாற்றப்பட்டார்கள் (பத்மபாரதி : 2003).

நிலைக்குடிகளின் சமுக பண்பாட்டுப் பின்புலம்

பூம்பூம் மாட்டுக்காரர் போன்ற நாடோடிச் சமுகத்தினரின் முன்னோரிடையே மாறுவேடம் தரித்து யாசகனாக வந்த கடவுளைப் பிச்சை இடாமல் துரத்தி அடித்ததும், அவ்வாறே நிலம் கொடுத்து, அதில் உழுப் பயிரிட்டுப் பிழைத்துக் கொள்ளுமாறு உதவிய கடவுளையே நிலக்குத்தகை தராமல் இழுத்தடித்து ஏமாற்றியதும் அவர்களுடைய தோற்றப்புராணம் விவரிக்கம் செய்திகளாகும். அதன் பின்னணியில் சபிக்கப்பட்ட முன்னோர் காலந்தொட்டு, வழிவழியாகத் தொடரும் லைகுடி வாழ்க்கை முறையானது, ஒருசில மதிப்பீடகள், அறம் சார்ந்த சிந்தனைகள் போன்றவற்றைத் தங்களுடைய புரவலர்களான நிலைக்குடி மக்களிடத்து மறைமுகமாக உணர்த்துகிறது. கோவிந்தா! 'பெருமாளே' என்று கடவுளர்

பெயரை உச்சரித்தவாறு வீட்டுவாயிலில் இரந்து நிற்போரைத் தானம் கொடுத்து ஆதரிக்க வேண்டும் என்று வலியுறுத்தவது அத்தகைய அறச்சிந்தனைகளில் ஒன்று. சமயரீதியிலான இரத்தல் என்பதன் வாயிலாகத் தத்தம் அன்றாட பொருளியல் தேவைகளை எதிர்கொள்ள வேண்டும் என்பது கடவுளரின் கட்டளை ஆகும். பசுமாடுகள் காளைகள் மட்டுமல்லாமல் இயற்கைப் பிறழ்;வுப் படைப்புகளான மாடுளையும் வீடுவீடாக இரந்துப் பெறும் பொருளைக் கொண்டே பராமரிக்க வேண்டும் என்பது வேங்கடாசலபதி முதலிய கடவுளர்கள் நாடோடிகளின் முன்னோரிடத்து விதித்த கட்டளையாகும். என்றோ கடவுளர் விதித்த கட்டளையின் எதிர்வினையே இன்று வரையில், பிறழ்வுப்படைப்பான பசுமாடு, காளை அல்லது தானமாகப் பெற்ற நல்ல நிலையிலுள்ள மாடுகளோடு தெருத்தெருவாகத் தொடரும் அலைகுடிப் பயணமாகும். ‘பூம்பூம் மாட்டுக்காரர்’ அல்லது ‘பெருமாள் மாட்டுக்காரர்’ அல்லது ‘அழகர் மாட்டுக்காரர்’ என்பன போன்ற அடையாளப் பெயர்கள் மாட்டைக் கொண்டு வேடிக்கைக் காட்டுபவர், சீதாராமன் திருக்கல்யாண நிகழ்த்துகையை நடத்துபவர் என்ற வெகுசனப் பார்வையாளரான அனுபவப் பொருளில் இருந்துச் சற்றுக் கூடுதலான பொருளையும் கொடுக்க வல்லது. அதாவது, நாடோடிமாடு என்னும் ஈரிணைத் தொடர்பு என்பது மேலோட்டமானதாக அதாவது, புனிதச் சார்பற்றதாக அல்லாமல் பெருமாள், அழகர் முதலிய வைணவக் கடவுளர்களின் முனனொட்டுப் பெயர்கள் மூலம் புனிதப் பண்பூட்டப்பட்டதாக அமைகிறது. பல உதாரணங்களைக் கொண்டு பார்க்கும் போது, நாடோடிகளின் பெயரடையாளங்கள் நிலைக்குடி மக்களால் கொடுக்கப்பட்டவையே. என்றாலும், அவற்றுள் கணிசமானவை மேற்சுட்டியவை போல் பொருட்செறிவானவை.

நாடோடிகள், தங்கள் பொருளியல் தேவையை எதிர்நோக்கி, அவர்கள் வளைய வரும் நிலைக்குடிச் சமுகங்களின் சமுக பண்பாட்டுப் பின்புலங்கள் என்பன, கவனிக்கத் தக்கவையாகும். முறைசாரா புரவலர் ஆதரவை அளிக்கும் நிலைக்குடி மக்களின் கணிசமான சமுகங்கள், நாட்டார் பண்பாட்டைச் சேர்ந்தவீவ் அச்சமுகங்கள் பெரும்பான்மையாக நாட்டார் சமயச் சார்புடையவை. அவற்றில், சைவ, வைணவ சமயங்களின்

ஒழுகலாறுகள், அம்மதங்களைப் பின்பற்றும் சமுகங்களிடத்துக் காணப்படும் அளவிற்கு இணையாகத் காணப்படுவதில்லை. ஆயினும், ஊர்களில் நடைபெறும் கோயில் விழாக்கள், குறிப்பிட்ட பண்டிகைகள் ஆகியவற்றின் வாயிலலாக நாட்டார் பண்பாட்டினரான பிற்பட்ட மற்றும் தலித் சாதியினர் சைவ, வைணவ சமயங்களின் கருத்துக்களின் தாக்கத்திற்கு ஆளாகியுள்ளனர். இது குறிப்பிடடத்தக்கது. இத்தகைய சமுகப் பண்பாட்டுச் சூழல்கள்தாம் வெவ்வேறு வகைப்பட்ட நாடோடிக் கலைஞர்களுடைய அறிவுமரபுகளை விநியோகிக்கவோ நிகழ்த்துவதற்கோ வாய்ப்பைத் தருகின்றன. நாடோடிக் கலைஞர்களில் குறிப்பாக அழசர் மாட்டுக்காரர் அல்லது பெருமாள் மாட்டுக்காரர், தாசர், சிந்து பண்டாரம் என்று அழைக்கப்படும் பகல்வேடக்கலைஞர்கள் முதலியோர், வைணவக் கடவுளர்களைப் புகழ்ந்துரைத்தல், அவதாரக்கதைகளைப் பாடுதல் என்பனவற்றின் மூலம் வெகுமக்களிடையே பக்தி சார்ந்த உணர்வுகளைப் பரப்புகிறார்கள். இந்தப் பரப்புகை என்பது, ஒரு கோணத்தில் நிலைக்குடி மக்களை நோக்கியது, அவர்களிடமிருந்து உணவுப் பொருட்களைப் பெறுவதற்காகவே என்றாலும், கடவுளர்களின் நன்மதிப்பைப் பெறுவதற்காக தங்களுக்காகவே நிகழ்த்திக் கொள்கிறார்கள், என்பதுதான் அதன் உட்பொருளாகும். சாபத்திலிருந்து மீட்சி அடைய வேண்டுமெனில், (நிலைக்குடி வாழ்க்கை முறையைப் பெறவேண்டுமெனில்) தங்களுடைய பெயரை உச்சரித்தும், தங்கள் புகழ்பாடியும் தங்களைப் பற்றிய செய்திகளை நிகழ்த்துகைப் பொருளாக்கி ஆடிப்பாடியும் இரவலர்களாக அலைந்துத் திரிந்துத் தானம் பெற்று உய்வடையும் வழிமுறைகளைப் பின்பற்ற வேண்டும் என்பது கடவுளரின் கட்டளையாகும்.

நாடோடியத்தின் மீவியல்நிலை

தோற்றப்புராணங்கள் விவரிக்கும் செய்திகளின் அடிப்படையில், கடவுளர்களால் நிலைக்குடிச் சமுகவாழ்க்கை முறையிலிருந்து ஒருவகையில் சமுக விலக்கம் செய்யப்பட்டு, அதற்கு நேரெதிரான அலைகுடிகளாக மாற்றப்பட்ட முன்னோரின் காலந்தொட்டு இன்று வரையில் தொடர்ந்துக் கொண்டிருக்கும் நாடோடியம் தழுவிய வாழ்க்கை முறையை வான்கென்னப்பின் தகுதிப்பெயர்ச்சிச் சடங்குகளில் இடம்பெறும்

பிரிதல், விளிம்பு, மீளிணைதல் என்னும் முப்படிமுறைகளே ஈடு குறிப்பாக மீவியல் நிலையை ஒப்பிட்டு நோக்கலாம்.

கடவுளரின் சாபத்தின் விளைவாக முன்னோர் தம்முடைய நிலைக்குடி வாழ்க்கை முறை என்னும் அப்புள்ளி யிலிருந்து விடுவிக்கப்பட்ட அக்கட்டமானது பிரிதல்நிலையை அடையாளப்படுத்துவது. அக்கட்டத்திலிருந்து தொடரும் நகர்வு என்பது, சாபத்தின் பயன்களை எல்லாம் தலைமுறைத் தலைமுறைகளாக அனுபவித்தவாறு பெயர்ந்துச் செல்லுதல் என்பது கடந்துச் செல்லும் கட்டமாகும் (transition). இந்தக் கடந்துச் செல்லும் கட்டமானது அடைய வேண்டிய இலக்கை நோக்கியது. இக்கட்டத்தில் இருப்போர், பிரிதல் நடைபெற்ற கட்டத்திற்கு முன்போ, அடையும் இலக்கிற்கு உட்பட்ட வெளியிலோ இருப்பதில்லை. அது காலம் மற்றும் வெளியின் அடிப்படையில் ஒரு இரண்டுங்கெட்டான் நிலையாகும் இந்நிலையை விளிம்புநிலை (liminal stage) அல்லது வாயிற்படிநிலை எனக்குறிப்பிடப்படும். இயல்புநிலைக்கு மாறுபட்ட இந்நேரெதிர் நிலையை மீவியல்நிலை என்பர். காலம் மற்றும் வெளியின் அடிப்படையில், பிரிதல்மீளிணைதல் என்ற இருதுருவ நிலைக்கு இடைப்பட்டதான இக்கட்டத்தைக் குறிக்கும் மீவியல்நிலையை விக்டர் டர்னர் உருவகத்தன்மையோடு இணைத்து விளக்குவார்.

நிலைக்குடி வாழ்க்கை முறையிலிருந்து விலக்கப்பட்டவர்களின் பரம்பரையினராக ஒப்பீட்டு நோக்கில் புனிதத்திற்கு அப்பாற்பட்ட புனிதமற்ற வெளியில் தள்ளப்பட்டவர்களாக ஓர் இலக்கை நோக்கி நகரும் மக்களின் ஒரு புடைபெயர்வு நிலையே நாடோடியமாகும். அது புராணக்கதைகளில் வரும் கடவுளர்களின் நெறிப்படுத்துகை விதிகளின்படி, ஓர் இலக்கை நோக்கி நகரும் ஒரு புடையெபர்வுக் கட்டமாகும். அவர்களுடைய இலக்கு என்பது, நிலைக்குடி வாழ்க்கை முறையோடு மீளிணைதலாகும். ஒரு வகையில் நிலைக்குடியம் என்பது முகமறியாத தங்கள் மூதாதையரின் காலத்தியது எனினும், தலைமுறைகள் பல கடந்து, காலங்காலமாக நாடோடியத்தை அனுபவிக்கும் இன்றைய தலைமுறையினர்க்கு, நிலைக்குடியமானது புதியது. இப்புதிய தகுநிலையே அடைய வேண்டிய இலக்கு ஆகும். நாடோடியம் ஏற்றுக் கொண்ட வாழ்க்கை முறையே ஆயினும், அது கடவுளர்களுடைய சாபம்

என்னும் அகமாந்தர்களின் நோக்கு என்பதற்கேற்ப, அதனை விட்டு விலகிக் கடந்து செல்லும் பயணமாகவும் நாடோடியம் அமைகிறது. சமுகவிளிம்பு என்னும் ஒதுக்குப்புறமான வெளியில் வாழ்வோர், மையப்பகுதியை அடைவதற்கு, இடைப்பட்ட தடையை விலக்க, தங்களை (முன்னோர்) சமுக விலக்கு செய்த கடவுளர்கள் அறிவுறுத்திய விதிமுறைகளைக் கடைப்பிடித்து, அதன் ஊடாக அந்த இலக்கை அடையும் விதமாகப் பலவகையான புனித நடவடிக்கைகளில் தங்களைப் பிணைத்துக் கொள்கிறார்கள். அவ்வாறு பிணைத்துக் கொள்ளும் நாடோடியகள், தாங்கள் மேற்கொள்ளும் புனிதயாத்திரையின் போது, சமுகப்புறவெளியில் ஆங்காங்கே கூடாரம் அல்லது குடிசைகளை அமைத்துக் கொண்டு, 'தங்கல்' முறையைக் கடைப்பிடிப்பவர்களாகப் புடைபெயர்ச்சி நிலையில் நீடிக்கிறார்கள். கடவுளர் காட்டிய 'இலக்கு' (சாபவிமோசனம்), தொடர்ந்துச் செல்லச் செல்ல விலகிப்போகும் கானல்நீரைப் போல், மறைபொருளாக எங்கோ இருக்க, ஒருவகை மீவியல் நிலையில் தேடல் தொடர்கிறது.

புனித யாத்திரையும் நாடோடியமும்

பொதுவாகப் புனித யாத்திரை (pilgrimage) என்பது போற்றி வணங்கத்தக்க இங்கள் மட்டுமல்லாமல் மரியாதை மிக்க தனிமனிதர்கள், கலைப்படைப்புகள் புனிதச் சின்னங்கள் ஆகியவற்றிடம் கருத்து நன்மைகளை அடையும் பொருட்டுத் தனிமனிதர்கள் அவ்விடம் நோக்கி மேற்கொள்ளும் ஒருவகை மரியாதை மிக்க பயனமாகக் கருதப்படுவது. ஆன்மிக உணர்வுலகம், லௌகிக உலகம் ஆகிய இரண்டின் இணைப்பில் அப்புனித யாத்திரை நடைபெறும். மேற்குறித்த இரண்டும் சேர்ந்து, புனித நிலவெளியை பௌதிக நிலவெளியில் வரைபடமாக விரித்துப் போட்டிருப்பதை ஒருவர் அறிய முடியும். உடலில் ஏற்பட்ட நோயைக் குணப்படுத்த வேண்டும் என்பதற்காக ஆன்மிக உணர்வு மேலீட்டில் தத்தம் உடலை வருத்திக் கொண்டும் காயப்படுத்திக் கொண்டும் இப்புனித யாத்திரையில் ஈடுபடுவார்கள்.

நமது ஊர்களில் பல புனிதத் தலங்களுக்குக் காலணிகள் இல்லாமல் வெறுங்கால்களோடு தங்கள் இருப்பிடங்களில்

இருந்து, உணவு உண்ணாமல் ‘விரதம்’ கடைப்பிடித்து, புனிதத்தை வெளிப்படுத்தும் சிகப்பு, மஞ்சள், பச்சை எனப்பல வண்ணங்களில் அமைந்த உடை உடுத்தி, மணிமாலைகள் அணிந்து நடந்தே சென்று நேர்த்திக்கடனாகப் புனிதயாத்திரை மேற் கொள்வதைப் பார்க்கிறோம். பழனி முருகன் கோயில், திருச்செந்தூர் முருகன் கோயில், வடலூர் வள்ளலார் கோயில் (தைப்பூசம்), வேளாங்கண்ணி மாதாக் கோயில் போன்றவற்றின் விழாக்காலங்களில் இவ்வகையான யாத்திரையில் மக்கள் ஈடுபடுகிறார்கள்.

நிலைக்குடி மக்கள் திரண்டு செல்லும் இவ்வகைப் புனிதத் தலங்களில் சிலவகை நாடோடிச் சமுகத்தினரும் இரவலர்களும் இரவல் வாங்கும் நோக்கத்தில் திரண்டிருப்பார்கள். எவ்வாறு திருத்தலங்களில் யாத்திரையாளர்கள் காணிக்கைச் செலுத்துவதை இன்றியமையாத கடமையாகச் செய்வார்களோ அவ்வாறே, இரவல்களுக்குத் தானம் செய்வதன் வாயிலாகப் புண்ணியம் கிடைக்கும் என்று நம்புவார்கள்.

யாத்திரை தொடர்பான சில கருத்துக்கள் நினைவிற் கொள்ளத்தக்கவை. யாத்திரையாளர்கள் தங்களைக் குணப்படுத்திக் கொள்வது, தூய்மைப்படுத்திக் கொள்வது என்பன பொருட்டு மேற்கொள்ளும் சமயக் கடப்பாட்டுடன் கூடிய புலனடக்கம் மற்றும் துறவுநிலைப் பயணமாகயாத்திரை கருதப்படுகிறது, சமயப் புதிர்மைப்பண்போடு கூடிய அகவயப்பட்ட உணர்வு நிலையை விவரிக்கும் ஒன்றாகவும் யாத்திரை அமைகிறது.

மற்றொரு கருத்தும் முக்கியமானது. அதாவது, வெகுமக்கள் மரபுகளில ஆழமாக வேரூன்றிய புனிய யாத்திரை என்பது, அந்தந்த வட்டார அல்லது உள்ளூர் சமுகக் குழுவிலிருந்து விலக்கி வைக்கும் தனிமனிதர்களின் இடம்மாற்றியாகவும் புனிதயாத்திரை அமைகிறது. ஒரு சமய அமைப்பிலோ நிர்வாக அமைப்பிலோ இருக்கும் போது, தனிமனிதர்களைத் தங்கள் அமைப்பிலிருந்து விலக்கி வைக்கும் ஒருவகை முறைமையாகவும் புனிதயாத்தரை செயல்படுகிறது. அப்போது, அதன் சமய ஏற்றத்தாழ்வு அமைப்புமுறையின் நெருக்கடித் தாக்கம் இருக்கும் என்பர்.

புனித யாத்திரையை முப்பிரிநிலைத் தகுதிப் பெயர்ச்சிச் சடங்கியல் (tripartite rite-of-passage) சார்ந்த அனுபவமாக விளக்குவார்கள். ஒரு பயணம் என்ற அடிப்படையில் புறப்பட்டு (பிரிதல்) அடையும் இலக்கு என்னும் அனுபவத்திற்குள் நுழைவதையும் (மீவியல் நிலை), அவ்வாறு நுழைந்து, வீட்டிற்குள் சென்றடைவதையும் (மீள் இணைதல் - Reaggregation) உள்ளிட்ட இம்முப்பிரிநிலைப் பெயர்ச்சிச் சடங்கு பற்றிய அனுபவமாகப் புனிதயாத்திரையை விக்டர் டர்னர், எடித் டர்ஓர் ஆகியோர் விளக்குவர் (Emily socolov, 1997: 647-648).

புனித அடையாளங்களும் யாத்திரையும்

ஒருவகை சமூக விலக்கிற்கு ஆட்பட்டவர்கள், கடவுளர்களின் அறிவுறுத்தல்களுக்கு ஏற்ப, ஒருவகைப் படி யிறக்கமான நிலையில் அதாவது, சமூக விளிம்பு நிலை யினராக இருப்பவர்கள் தங்களைப், புனித அடையாளத்தை அணுகுவதற்குத் தயார்ப்படுத்திக் கொள்ளும் வகையில் சமயக்குறியீடுகள் அல்லது புனிதச்சின்னங்கள் போன்றவற்றையும் பருண்மை உருவப் பொருட்களையும் உடையவர்காளகவும் கடவுளர் வேடங்கள் தரித்தவர்களாகவும் தங்கள் யாத்திரையைத் தொடர்கின்றனர்.

ஒவ்வொரு நாடோடிச் சமூக குழுவினரின் தொழில் மற்றும் அடையாளத்தைப் பிரதிநிதித்துவம் செய்தாலும் சமயம், நம்பிக்கை ஆகியவற்றின் அடிப்படையில் அவை யாவும் புனிதத் தன்மை உடையனவாகும்.

1. கடவுளர்கள் அல்லது புராணமாந்தர்களின் வேடங்கள் தரித்தவர்களாக வீதிகள் தோறும் சென்று சன்மானம் வெறுபவர்கள்: உம்: சிந்து பண்டாரம் அல்லது பகல்வேடக் கலைஞர்கள்.
2. சமய அடையாளம் அல்லது குறியீடுகளைத் தரித்துக் கொள்ளுதல்: திருநாமம், திருநீற்றுபட்டை முதலிய அடையாளங்களோடு வலம் வரும் பெருமாள் மாட்டுக்காரர், தாதர் முதலியோர்.
3. சிவன், பெருமாள் முதலிய கடவுளரோடு தொடர்புடைய விலங்கினங்களான பசுமாடு, காளைமாடு போன்றவற்றை

அலங்காரங்களோடு வீடுவீடாகக் கொண்டு சென்று சன்மானம் பெறுதல்.

4. ஏதோ, ஒருவகையில் புனிதத் தன்மை உடைய வனவிலங்கான குரங்கு (அனுமன்) ஊர்வனவற்றுள் ஒன்றான நல்லபாம்பு (சிவன் மற்றும் புற்றுவழிபாடு) ஆகியவற்றோடு வீதிகளில் காணப்படும் குரங்காட்டி, பாம்பாட்டி ஆகியோர். கிளியைப் பழக்கிக் கூண்டில் வைத்து ஊர்ஊராகக் கொண்டு சென்று மக்களிடையே சோதிடம் கூறும் கிளிசோதிடக்கார்களையும் இங்கு இணைத்துக் கொள்ளலாம்.

5. சமயப்பாடல்கள் அல்லது கடவுளர்கள் பற்றிய பாடல்களைப் பாடுதல் (உடுக்கடித்துக் காளியைப் போற்றிப் பாடும் வாக்ரிப்போலி என்ற நரிக்குறவர்; சிவன் முதலிய தெய்வங்களைப் போற்றிப்பாடும் மணியாட்டிப் பண்டாரம்; வைணவப் பாடல்களைப் பாடும் சிந்து பண்டாரக் கலைஞர்கள்)

6. அவரவர்க்குரிய தனித்துவமான இசைக்கருவிகளை முதன்மையானவையாகவோ துணை இசைக்கருவிகளாகவோ கொண்டு இசைத்தவாறு நிகழ்த்துலில் ஈடுபடுதல்: (1) குடுகுடுப்பை (காட்டுநாயக்கர் ஃ குடுகுடுப்பைக்காரர்) (2) சங்கு மற்றும் சேகண்டி (தாதர்) (3) பம்பை (நரிக்குறவர்) (4) உருமி (பூம்பூம் மாட்டுக்காரர் மற்றும் சாட்டையடி நாயக்கர் (5) நாதஸ்வரம் ரூ தவில் மகவீணை (பூம்பூம் மாட்டுக்காரர்)

ஒவ்வொரு நாடோடிக் குழுவினரும் தம்முடைய உணவுப் பொருள் தேவையை அடைவதற்குக் கடவுளர் அறிவுறுத்தியதற்கு ஏற்றவாறு குறிப்பிட்ட தொழிலில் ஈடுபடுகின்றனர். அத்தொழில் முறைக்கு ஏற்றவாறு அவர்கள் பூண்டிருக்கும் வேடங்கள், தரித்திருக்கும் அணிமணிகள், அடையாளங்கள், கையாளும் இசைக்கருவிகள், நிகழ்த்தகை வடிவங்கள் உள்ளிட்டவை, ஓர் உருவகப்பொருளில் யதார்த்தத்தைக் கடந்த பொருண்மைகளை அனுமானித்துக் கொள்ளத் தூண்டுவனவாகும். முதலில் அவர்கள் வாழுகின்ற, உலவுகின்ற வெளி என்பது, நிலைக்குடிகளின் வாழிடச் சூழல் என்னும் வெளியோடு ஒப்பிடப்படும் போது, அனைத்துக் கோணங்களிலும் படிஇறக்கத் தன்மை உடையது என்பது வெளிப்படும். பெரும்பான்மையாக உரிமை பெறாத

மனைகள், புறம்போக்கு நிலம் என்று ஒதுக்கப்பட்ட, குடிநீர், மின்சாரம், முதலிய வசதிகள் அற்ற இடங்களில் அமைந்துள்ள வாழிடம்; அத்துடன், பொருளை அடைய ஊர்ஊராக அலைந்துத் தேடுதல். இந்த வெளியானது, சபிக்கப்பட்டதன் அடையாளமாகும். எழுத்தறிவை எட்ட முடியாத நிலீல் எழுத்தறிவு பெறத் தொடங்கும் நிலையில், கல்விக்கூடங்களில் அனுமதி பெறுவதற்கும் வேலை வாய்ப்பில் உரிய இடத்தைப் பெறவும் சாதிச்சான்றிதழ் பெறமுடியாத சூழல்; ஒருவர் எந்தச் சாதி என்று தீர்மானித்துச் சான்று வழங்க தயங்கும் அரசு நிர்வாக முறை. இவையாவும் சபிக்கப்பட்ட வெளியில் தொடர்ந்து உழல்பவர்களாகவும் சாபத்திலிருந்து மீண்டு, புனித (நிலைக்குடியினர்க்கு நிகரான வாழ்க்கை) நிலையை அடைய முடியாதவர்களாகவும் நிறுத்தி வைத்திருக்கின்றன.

புராணக் கதைகளின் கருத்துக்களின் அடிப்படையில் நோக்கும் போது, நாடோடிகள் கையாண்டிருக்கும் தொழில் முறை தழுவிய கருவிகள் முதலியவை, புனித அடையாளங்களாகவும் அவற்றின் வாயிலாக நிகழ்த்தும் அனைத்து நிகழ்த்துகைக் கூறுகளும் தங்களைக், கடவுளை அணுகத் தகுதிப்படுத்திக் கொள்ளக்கூடிய நேர்த்திக் கடன்களாகவும் பொருள் கொள்ள வழிகாட்டுபவையாகும் தகுதிப் பெயர்ச்சிச் சடங்குக் காலத்தில் பிரிதல், கடந்து செல்லுதல், மீளிணைதல் என்னும் படிமுறைகளை அடியொற்றி அணுகும் போது, நாடோடிகள் தங்களுடைய கடந்து செல்லும் கட்டத்தின் கடைசியிலும், மீளிணைதலுக்கு முந்தைய முன்வாயிற்படிநிலை (limen) என்னும் மீவியல் காலம் மற்றும் வெளியிலும் தொடர்ந்து முன்னேறுவதாகக் கருதலாம்.

பெரும்பான்மையான நாடோடிச் சமுகங்களின் பொருளியல் தேடுகை முறையானது, அவை தத்தமது சுற்றுச்சூழல்களோடு தம்மை இயைத்துப் பொருத்திக் கொள்வதன் அடிப்படையில் தீர்மானிக்கப்படுகிறது.இது புறவயக் கண்ணோட்டமாகும். இவ்வணுகுமுறைக்கு நேரெதிரான அகவய மற்றும் உட்குழு அணுகுமு றையை நாடோடிகள் முன்வைக்கிறார்கள். அதாவது, தங்கள் தொழிலோ வாழ்க்கை முறையோ தங்களால் தீர்மானிக்கப்பட்டது அல்ல; மாறாகக் கடவுளர்களால் விதிக்கப்பட்டது என்கிறார்கள்.தத்தம் முன்னோர் வாழ்ந்த கடந்த காலத்திய வெவ்வேறு சூழல்களில் நேர்ந்த விழுமிய மீறல்களே கடவுளரின் சாபத்திற்கு ஆளாகுமாறு திருப்புக் கட்டத்திற்கு

வித்திட்டன. இந்தப் பின்புலம் தழுவியதே வாழ்க்கையைப் பற்றிய அவர்களுடைய உட்குழு நோக்கு. அதாவது, வாழ்க்கை என்பது (கடவுளரால்) சபிக்கப்பட்டது; அதன் வடிவம்தான் நாடோடியம். அதிலிருந்து விடுதலை ஆகவேண்டுமெனில் – சாபவிமோசனம் அடைய வேண்டுமெனில் –-கடவுளர் அறிவுறுத்திய விதிமுறைகளைக் கடைப்பிடித்து, சாபத்தை அனுபவிப்பதன் வாயிலாக நாடோடியத்தைப் பேணுதலாகும். இவ்வாறு, ‘சாபம் – சாபவிமோசனம்’ என்னும் இரு கூறான பொருண்மையை உள்ளடக்கியதே நாடோடிகளின் வாழ்ககையைப் பற்றிய உட்குழு நோக்காகும்.

இங்குதான், நாடோடியம் என்பது அதன் உடனியைந்த சமயக் கூறுகளின் பின்புலத்தில், ஒருவகை உருவகக் கோணத்தில், புனித யாத்திரையோடு ஒப்பிடத் தக்கதாக அமைகிறது. அதாவது, அவர்களுடைய சாபவிமோசனப் பயணம் தனது உள்ளடக்கப் பொருளால் புனித யாத்திரை யாகவே அமைகிறது. தம்முடைய அலைகுடித் தேடலில் உணவுப் பொருட்களைத் திரட்டுதல், சேவைக்கான சன்மானம் பெறுதல், கைவினைப் பொருட்கள் போன்றவற்றை விற்றுப் பணம் ஈட்டல், இரத்தல் என்பன போன்றவற்றின் ஊடாகப் பொருளியல் ஆதாரத்தை அடைவதே நாடோடிகளின் லௌகிக இலக்காகும். எனினும், உருவக ரீதியிலான பொருளடுக்கில் வேறொரு இலக்கும் பொதிந்திருக்கிறது. அது, ஆன்மிக ஈடேற்றம் தழுவியது. அதாவது, முறைசாராத சடங்கியல் வினைமுறைகள் வாயிலாகக் கடவுளர்களை அணுகி, அவர்தம் சினத்தைத் தணிவித்து, அவர்களால் முன்னோர் காலத்தில் ஏற்படுத்தப்பட்ட நிலைக்குடியச் சமுக விலக்கிலிருந்துத் தம்மை விடுவித்துக் கொண்டு, இயல்புநிலைக்குத் திரும்புதல் என்பன போன்ற தலைமுறைக்கால, நிறைவேறாத விருப்பங்களை முன்வைத்தே இந்த யாத்திரை நிகழ்கிறது எனலாம்.இவை மறைபொருளானவை. ஒவ்வொரு நாடோடிக் குழுவினரின் தோ ற்றப் புராணங்களையும் நடத்தைமுறைகளையும் அடியொற்றித் தருவித்துக் கொள்ளப்படுவன ஆகும்.இவற்றைப் புராணங்கள் வெளிப்படுத்தும் நாடோடிகளின் சிந்தனைகள் எனலாம். இவ்வகைச் சிந்தனைகளின் ஊடாகவே அவர்களுடைய உலகக் கண்ணோட்டம் வெளிப்படுகிறது.

பூம்பூம் மாட்டுக்காரர்:
இனவரைவியல் அறிமுகம்

தமிழ்நாட்டின் வடமாவட்டங்களில் வாழும் பெரும்பான்மையான நகர, கிராமங்களில் ஊர் ஊராகச் சுற்றித் தமக்குத் தெரிந்த கலைகளை நிகழ்த்திக்காட்டிக் காசாகவோ சோறு அல்லது தானியங்களாகவோ யாசகம் பெற்றுப் பசியாற்றிக்கொள்ளும் நாடோடிச் சமூகத்தைச் சேர்ந்தவர்கள் பூம்பூம் மாட்டுக்காரர்கள்.

இன அடையாளம்: இவர்கள் 'பூவிடையர்' என்றும் கூறப்படுவர். அதாவது பூக்கட்டும் இடையர் என்று பொருள். இவ்வினத்தைச் சேர்ந்த மக்களைக் குறிப்பிடும் வகையில் 'பூமாட்டுக்காரர்', 'பூம்பூம் மாட்டுக்காரர்', 'பெருமாள் மாட்டுக்காரர்' என்று ஏனைய மக்கள் வழங்குகின்றனர். தென்மாவட்டங்களில் இவர்கள் 'அழகர் மாட்டுக்காரர்' எனப்படுகின்றனர். ஆனால், இந்நாடோடி மக்களின் பெயரைப் பற்றி வினவியபோது தாங்கள் "ஆட்டிடையர், மாட்டிடையர், பொன்னிடையர், சாம்பார் இடையர், வன்னியரிடையர் போன்று பூவிடையர் சாதி" என்றே கூறினர். அதாவது, தங்களைப் 'பூக்கட்டும் இடையர்கள் என்று கூறிக்கொள்கின்றனர். இதற்குச் சான்று அளிக்கும் வகையில் அவர்களிடம் பழமரபுக் கதைகள் வழங்குகின்றன.

இடையர்: இப்போது, தமிழ்நாட்டில் கோனார், யாதவர் என்றழைக்கப்படும் சமூகத்தார் பண்டைத் தமிழ் இலக்கியங்களில், முல்லை நிலத்தில் வாழ்ந்தவர்கள் என்று

கூறப்படும் பண்பாட்டுக் குழுவினரின் வழித் தோன்றல்கள் எனப்படுகின்றனர். இலக்கிய வழக்கில் அவர்கள் 'ஆயர்', 'இடையர்' எனப்பட்டனர். 'இடையர்' என்னும் சாதி வழக்கு, இன்றைய தமிழக மக்களிடமும் பரவலாகக் காணப்படுவதே.

இடையர் என்பவர்கள், 'சந்திரன், வைசியக் கன்னிகையைப் புணரப் பிறந்த இனத்தைச் சேர்ந்தவர்கள்' என்று அருணகிரிப் புராணம் இயம்புகிறது. அருணகிரிப் புராணம் கூறும் இனத்தோற்றக் கதையின் அடிப்படையில், இவ்விடையர்களின் அங்கங்களாக 'மலைகோவர்த்தனம்; நடு–யமுனை; நாடு–நந்தமண்டலம்; நகரம்–கோகுலம்; கொடி–கருடன்; வாத்தியம் –முரசம்; மாலை–முல்லை ; வாகனம்–யானை, குதிரை' ஆகியவை கூறப்பட்டுள்ளன. இடையர்களைக் 'கோவைசியர்' என்று சூடாமணி நிகண்டு கூறுகிறது. தமிழ்நாட்டில் ஆடு, மாடு மேய்ப்பவர்களாக மேய்ச்சல் நில வாழ்க்கையினராக விளங்கி வந்திருக்கும் இவர்களுக்குத் 'தேவர்' என்ற பட்டப் பெயரும் இருந்தது. இவர்களில் சிலர் சைவம் எனக்கூறும் அபிதான சிந்தாமணி, எட்கர் தர்ஸ்டனின் தென்னிந்தியச் சாதிகளும் பழங்குடிகளும் என்ற நூல் வரிசையை ஆதாரமாகக் கொண்டு இடையர்களின் பல்வேறு வகைப்பாட்டையும் இயம்புகிறது *(1994: 150–151).*

இடையர்கள் வகைகள்: கால்கட்டி, பாசி, பெண்டுக்கு மேக்கி, சங்கு கட்டி, சாம்பன், புதுக்க நாட்டார், பெருந்தாலி, சிறுதாலி, பஞ்சரங் கட்டி, மணியக்காரன், சோழியன், ஆனைக்கொம்பு, பெருமாள் மாட்டுக்காரன், பூ இடையன், புது நாட்டிடையன், போண்டன், கோனார் – என்று 'இடையர்' பல வகையான உட்சாதிப்பிரிவுகளைக் கொண்டுள்ள பெருஞ் சாதித் தொகுப்பாகக் குறிப்பிடப்படுகிறது. இத்தகைய சாதிப் பிரிவுகளுள் ஒன்றாகத் தெலுங்கைத் தாய்மொழியாகக் கொண்ட பூவிடையர் அல்லது 'பெருமாள் மாட்டுக்காரர்' சாதியும் இடம் பெற்றுள்ளமை குழப்பத்தை ஏற்படுத்துகிறது. ஏனெனில் தமிழைத் தாய்மொழியாகக் கொண்ட மேய்ச்சல் மற்றும் வேளாண்மைத் தொழில்களை மரபாகச் செய்து வரும் இடையர்களோடு, தெலுங்கு பேசும் நாடோடிச் சமூகமான பூம்பூம் மாட்டுக்காரர்களையும் தர்ஸ்டன் இணைத்திருப்பது சிக்கலானது.

பூவிடையர்- பெயர்க்காரணம்: ஒரு காலத்தில் பூவிடையர்கள் பூத்தொடுக்கும் தொழிலைச் செய்து வந்தனர். இப்போது அத்தொழிலைச் செய்பவர்களாகத் தெரியவில்லை. பூக்கட்டும் தொழிலில் ஈடுபட்டு வந்த முன்னோர் பற்றிய ஒரு பழங்கதை பூவிடையரிடம் இன்றும் உலவுகிறது. கதையின் சாராம்சம் வருமாறு:

'எங்களுடைய முன்னோர் அயோத்தியை ஆண்ட ராமனுக்கும் அவரது குலத்தைச் சேர்ந்தவர்களுக்கும் மலர் தொடுத்துக் கொடுத்து, அவர்களுக்கு அடிமைகளைப் போல் சேவை புரிந்து வந்தனர். ராமனுக்கு, மலர் மாலைகளைத் தொடுத்துக் கொடுத்து அவருக்குப் பணி விடை செய்வதுதான் எங்களுடைய முக்கிய கடமையாக இருந்தது'. பூவிடையரின் தொடக்கக் கால வாழ்க்கையைப் பற்றி இப்படித்தான் அவர்கள் குறிப்பிடுகின்றனர். மேலும், ஒரு சில தலைமுறைகளுக்கு முன்பு வரை, பூவிடையர்கள் பூக்கட்டி விற்கும் வியாபாரத்தில் ஈடுபட்டிருந்தனர் என்றும் அச்சமூகத்தைச் சேர்ந்த தகவலாளிகள் தெரிவிக்கின்றனர். தற்போது அவர்கள் பூ வியாபாரம் செய்யவில்லை. தம்முடைய குலத்தொழிலை முற்றிலுமாகக் கைவிட்டதற்கான காரணங்கள் எவையும் அவர்களிடமிருந்து கிடைக்கவில்லை.

பூவிடையர்கள், பூக்காரர்கள்?: இவ்வாறு, 'பூத்தொடுத்து விற்கும் தொழிலைச் செய்தவர்கள்தாம் தங்கள் முன்னோர்' என்று பழமரபுச் செய்தியை ஆதாரங்காட்டிப் 'பூவிடையர்' என்னும் தம் சமூகப் பெயருக்கு பூம்பூம் மாட்டுக்காரர்கள் சுயவிளக்கம் கொடுத்த போதிலும், 'அபிதான சிந்தாமணி' நூல் 'பூவிடையர்' என்னும் சொல்லுக்கு வேறு வகையில் விளக்கம் தருகிறது.

பூ+இடையர்=பூவிடையர்: அதாவது பூ என்ற பூமியின் இடையிலுள்ளோர். குறிஞ்சி என்பது மலை அம்ச மேடான பகுதியாகும். மருதம் என்பது சமவெளி; நெய்தல் என்பது கடலை ஒட்டிய பள்ளமான நிலப்பகுதி. இப்படி நில அமைப்பில் மலைப்பாங்கான சரிவு நிலவாசிகள்தாம் பூவிடையர். இவர்கள் பற்றிய ஆதி விளக்கம் அறிய 'பாகவதக்கதை' (பாகவத புராணம்)யில் இடம் பெறும் குன்றெடுத்த மாயவன் சரிதை

யைக் காணுமாறு கூறும் அபிதான சிந்தாமணி, அவர்களின் ஆதித் தாய்மொழி தெலுங்கு என்று குறிப்பிடுகிறது.

எனவே, அபிதான சிந்தாமணி அளிக்கும் விளக்கத்தின்படி, தமிழ் நிலப்பாகுபாடுகள் ஐந்தனுள், இடைப்பட்ட பூ அல்லது நிலமாகிய முல்லை நிலப் பகுதியில் வாழ்ந்தவர்கள் பூவிடையர் என்று பொருள் கொள்ள வேண்டியுள்ளது. சொல்லாய்வு நோக்கில், பூமியின் இடையிலுள்ளோர் ("பூ+இடையர்") என்று சாதிப்பெயருக்குப் பொருள் கொண்ட போதும், அந்தக் குறிப்பிட்ட மக்களிடையே 'முன்னொரு காலத்தில் அயோத்தியை ஆண்ட ராமனுக்கும் அவனது குலத்தினருக்கும் தமது முன்னோர் பூக்கட்டிக் கொடுத்துச் சேவை செய்து வந்தமை' பற்றி வழங்கும் பழமரபுக் கதையையும் அவ்வளவு எளிதில் புறக்கணித்து விட முடியாது. அதே வேளையில் இப்போது பூவிடையரிடம் பூக்கட்டும் தொழில் காணப்படவில்லை என்பதும் கவனத்திற் கொள்ளப்பட வேண்டிய ஒன்றாகும். தங்கள் இனத்தையே அடையாளங்காட்டக் கூடியதான ஒரு தொழிலை அவ்வளவு எளிதில் எந்த ஓர் இனமும் முற்றிலுமாகக் கைவிட்டு விடுதல் என்பது சாத்தியமானதா? அவ்வாறு கைவிட்டது என்றே கொண்டாலும், அவ்வினம் பூக்கட்டும் தொழிலைக் கைவிட்டதற்கான காரணம் என்ன? எப்போது கைவிட்டது? என்பன போன்ற கேள்விகள் எழுவதும் இயல்பேயாகும். இக்கேள்விகளுக்குரிய விடை ஏதும் கிடைக்கவில்லை.

பூம்பூம் மாட்டுக்காரர்: பூவிடையர் எனப்படும் இவ்வின மக்களைக் குறித்து 'பூம்பூம் மாட்டுக்காரர்', 'புரூம் புரூம் மாட்டுக்காரர் 'பூமாட்டுக்காரர்', 'பெருமாள் மாட்டுக்காரர்' என்னும் அடைமொழியோடு கூடிய பெயர்கள் வழக்கில் உள்ளன. பெரும்பாலும், அவர்கள் யாசகம் பெறுவதற்காகச் செல்லும் பகுதிகளில் வாழும் மக்களாலேயே இப்பெயர்கள் வழங்கப்பட்டவை எனலாம். பூவிடையர்களும் தங்களைப் பிறரிடம் அறிமுகப்படுத்திக்கொள்ளும்போது 'பூமாட்டுக்காரன்', 'பூம்பூம் மாட்டுக்காரர்' அல்லது, 'பெருமாள் மாட்டுக்காரர்', என்று சொல்லிக் கொள்வதையும் கவனிக்க முடியும்.

தஞ்சாவூர், நாகப்பட்டினம், கடலூர் முதலிய மாவட்டங்களில் இம்மக்களுக்குப் 'பூம்பூம் மாட்டுக்காரர்',

என்னும் பெயரே வழங்கி வருகிறது. 'பெருமாள் மாட்டுக்காரர்', என்னும் பெயரையும் வழக்கில் காண முடிகிறது. இவ்விரண்டு வகையான பெயர்களும் மக்கள் வழக்கில் இடம் பெறுவதற்குக் காரணம் இருக்கிறது.

'பூம்பூம் மாட்டுக்காரர்' என்பதில் உள்ள பூம்பூம்' என்னும் முன்னொட்டு அடைமொழி ஒலிக்குறிப்புத் தொடர் (onomatopoeia) ஆகும். அதாவது, பூவிடையர்கள் யாசகம் பெற வரும்போது, தம்முடன் காளை அல்லது கறவை மறந்த பசு மாட்டை அலங்காரத்துடன் ஓட்டி வருவர். அப்போது, அவர்கள் தம் தோளில் மாட்டியிருக்கும் தோற் கருவியான உருமி மேளத்தைச் சிறு குச்சியால் உரசித் தேய்த்து ஒலி எழுப்புவர், அவ்வொலியானது, 'பூம்பூம்' (புரூம் புரூம் எனவும்) என்பது போல கேட்கும். இந்த ஓசை பற்றியே உருமி என்னும் அத்தோற் கருவியை பூம்பூம் மேளம் என்பர். அந்தத் தோற்கருவி இசையையும், அவர்கள் ஓட்டி வரும் மாட்டையும் இணைத்துத் தஞ்சாவூர், நாகை மாவட்டப் பகுதிகளில் வாழும் மக்கள், இப்பூவிடையர்களைப் 'பூம்பூம் மாட்டுக்காரர்கள்' என்றே அழைத்து வந்திருக்கின்றனர்.

'பூமாட்டுக்காரர்' என்பது மேலே கண்ட பொருளிலேயே வட ஆர்க்காடு, தென்னார்க்காடு ஆகிய மாவட்டங்களில் பூவிடையர்களைக் குறித்து வழங்கும் சாதிப் பெயராகும். பெருமாள் மாட்டுக்காரர்' என்பதும் பூவிடையர்களைக் குறிப்பிடும் மற்றுமொரு சாதிப் பெயராகும். பெருமாளை வழிபடுபவர்களாகிய இப் பூவிடையர்கள், அரியலூர் அருகிலுள்ள கலியபெருமாள் கோயிலுக்குக் காணிக்கையாக அளிக்கப்படும் பசு, காளை மாடுகளைக் குறைந்த விலைக்கு வாங்கி வந்து, தம் யாசகத் தொழிலுக்குப் பயன்படுத்தி வருவதால், இவர்களைப் 'பெருமாள் மாட்டுக்காரர்கள்' என்று குறிப்பிடுகின்றனர்.

இராமனின் சாபமும் நாடோடி வாழ்க்கையும்: பூவிடையர்கள் நாடோடிகளாக ஊர் ஊராகத் திரிந்து. யாசகம் பெற்று அதாவது பிச்சை எடுத்து இரந்து வாழும் வாழ்க்கையை மேற்கொண்டிருப்பவர்கள். ஆனால், பூவிடையர்களைப் பொருத்த வரையில் இந்நாடோடி வாழ்க்கை என்பது

இடைக்காலத்தில் தம் முன்னோர்களிடம் சந்தர்ப்பவசத்தால் திணிக்கப்பட்டது என்றே நம்புகின்றனர். மரபாகவே தங்கள் முன்னோர்கள் நிலபுலன்களோடு விவசாயிகளாக நிறைவானதொரு நிலைத்த வாழ்க்கை நடத்தியவர்கள் என்றே கூறுகின்றனர். பூர்வீகத் தொழிலான வேளாண்மையையும் நிலைத்த வாழ்க்கையையும் கைவிட்டுவிட்டு இரவலர் வாழ்க்கையை மேற்கொள்ள வேண்டிய கட்டாயம், யாசகன் வடிவில் வந்த இராமனின் சாபம் காரணமாகவே தங்கள் முன்னோர்களுக்கு நேர்ந்துவிட்டது என்பதே பூவிடையரின் வாதமாகும். இதற்கு ஆதாரமாகப் பூவிடையர்களிடம் பின்வரும் ஒரு கதை வழக்கிலுள்ளது.

ஒரு நாள் இராமன், யாசகனைப் போல் வேடம் பூண்டு, பூவிடையர்கள் வாழ்ந்த பகுதிக்கு வந்தான். நிலபுலன்களோடு வசதியாக வாழ்ந்த அவர்களிடம், தனக்குப் பசியாக இருக்கிறது என்று கூறி தர்மம் செய்யுமாறு கேட்டான். ஆனால், பூவிடையர்கள் உறுதியாகத் தர்மம் செய்யாமல் மறுத்துவிட்டனர். யாசகனோ நின்ற இடத்தைவிட்டு அசையவில்லை. மிகவும் கெஞ்சினான். பூவிடையர்களுடைய நிலத்தில் விளையும் தானியங்களிலிருந்து ஒரு பகுதியைத் தனக்குக் கொடுத்து, தனது வறுமையைப் போக்குமாறு யாசகன் மன்றாடினான். யாசகனுடைய பிடியில் இருந்து விடுபடுவதற்காக ஒருவகை தந்திரத்தோடு விளைச்சலில் பாதிப் பகுதியைத் தருவதாகப் பூவிடையர்கள் யாசகனி டம் வாக்களித்தனர். “சரி, நாங்கள் இந்த வருசம் செய்யும் வேளாண்மையில், ஒனக்கு மேல் மாசல் (மகசூல்) வேணுமா? கீழ்மாசல் வேணுமா? எது வேணும்? சொல்...” என்று யாசகனிடம் பூவிடையர்கள் கேட்டனர். அதற்கு அந்த யாசகன், “மேல் மாசல் வேணும்” என்று பதில் அளித்தான். அவ்வாண்டிலோ பூவிடையர்கள் தந்திரமாக நிலக்கடலையைப் பயிர் செய்தனர். அறுவடைக் காலத்தில் பூவிடையர்கள் முன்னர் யாசகன் தோன்றினான். பூவிடையர்கள் உள்ளுக்குள் தங்கள் திறமையை மெச்சியவாறு சிரித்துக்கொண்டே, “இந்கா, நீ கேட்ட மேல் மாசல்” என்றவாறு யாசகனிடம் நிலக்கடலையின் தழைகளை அள்ளிக் கொடுத்தனர். ஏமாற்றப்பட்ட யாசகன் வருத்தத்துடன் தழைகளை அள்ளிக் கொண்டு சென்று விட்டான். நிலக்கடலை அனைத்தையும்

பூவிடையர் எடுத்துக் கொண்டனர். யாசகன் அவ்விடத்தை விட்டுச் செல்லும் முன், அவனிடம் “வரும் வருசத்திலே ஒனக்கு மேல் மாசல் வேணுமா, கீழ் மாசல் வேணுமா?” என்று கேட்க, ‘வரும் ஆண்டிலாவது புத்திசாலித்தனமாகக் கீழ்மகசூலைப் பெற்றுவிட வேண்டும்‘ என்று எண்ணிய யாசகன், தனக்குக் கீழ் மாசல் வேண்டும் என்று பூவிடையர்களிடம் தெரிவித்தான். ஆனால், மறு ஆண்டிலோ பூவிடையர்கள் தம் நிலத்தில் நெல் பயிரிட்டனர். அறுவடைக் காலத்தில் வந்து நின்ற யாசகனிடம், அவன் கீழ் மகசூலைக் கேட்டதற்காக, தாம் தந்திரத்தின் மூலம் யாசகனை ஏமாற்றிய மகிழ்ச்சியோடு, அவனிடம் கீழ் மகசூலான வைக்கோலைத் திரட்டிக் கொடுத்தனர். நெல்லை மட்டும் பூவிடையர்கள் எடுத்துக் கொண்டனர்.

இதுபோல், ஒவ்வொரு ஆண்டும் பூவிடையர்கள் யாசகனை ஏமாற்றினர். இதனால் கோபமுற்ற யாசகன் தன்னுடைய உண்மையான வடிவத்தைக் காட்டி, ஒரு யாசகனை ஏமாற்றியதற்காக அவர்களுக்கு இராமன் சாபம் கொடுத்தான். பூவிடையர்களிடம் சுரைக்குடுக்கை ஒன்றைக் கொடுத்து, பசிபட்டினியோடு நீங்கள் இரந்து வாழ்வீர்களாகுக! இந்தச் சுரைக்குடுக்கையைப் பாத்திரமாகக் கொண்டு கோவிந்தா, ராமா என்று என் நாமத்தைச் சொல்லியவாறு ஊர் ஊராகத் இரிந்து இரந்து வாழும் வாழ்க்கையை அடைவீர்களாக!” என்று சாபம் கொடுத்து மறைந்தான் இராமன். அன்று முதல், பூவிடையர்கள் தம்முடைய நிலமிழந்து, நிரந்தர வாழ்க்கை இழந்து, சுரைக்குடுக்கையோடு ஊர் ஊராகத் திரிந்து யாசகம் பெற்றுப் பிழைத்து வருகின்றனர்.

ஆகவே, நாடோடிகளாகத் திரிந்து இரந்து வாழ வேண்டிய தங்கள் அவலமான வாழ்க்கை, தம் முன்னோர் காலத்தில் விதிக்கப்பட்ட சாபத்தின் விளைவே என்று கருதும் பூவிடையரின் நம்பிக்கையை வெளிப்படுத்துவதாக மேற்கண்ட பழங்கதை அமைகிறது.

இப்போது, பூவிடையர்களுக்குச் சொந்த நிலம் கிடையாது. இம்மக்களில் யாரும் கூலிகளாக வேளாண்மைத் தொழிலில் ஈடுபடுவதும்கூட கிடையாது என்பதும் குறிப்பிடத்தக்கது. பூவிடையர் சாபம் பெற்ற கதையில் சுரைக்குடுக்கை

அவர்களுடைய பிச்சைப்பாத்திரமாகக் குறிப்பிடப்படுகிறது. 1990கள் வரையில் சுரைக்குடுக்கையைப் பூவிடையர்கள் பயன்படுத்தி வந்ததைக் கவனிக்க முடிந்தது. இப்போது அதன் இடத்தில் அலுமினியம், எவர்சில்வர் பாத்திரங்கள் வந்து புகுந்துள்ளன.

பூவிடையரின் இரவலர் வாழ்க்கைக்குக் காரணமான நிகழ்ச்சியை விளக்கும் இன்னொரு கதையும் கூட இருக்கிறது. வேங்கடாசலபதியின் கட்டளையின்படியே தங்களுடைய மூதாதையர் பெருமாள் மாட்டைக் கொண்டு நாடோடிகளாக இரந்து வாழும் நிலைக்குத் தள்ளப்பட்டனர் என்பது பற்றிய ஒரு பழங்கதையே அது.

'முன்பு திருப்பதியில் உள்ள வேங்கடாசலபதிக் கோயிலுக்கு வரும் காணிக்கைகளில் பிறழ்வுப் படைப்புகளான இரட்டைவால் பசுமாடுகள், ஐந்து கால்களை உடைய எருதுகள், நான்கு கொம்புகளை உடைய கன்றுக்குட்டிகள் போன்றவை இடம் பெற்றிருந்தன. அக்காலத்தில் கோயிலுக்கு மலர் தொடுத்துக் கொடுக்கும் தொழிலைச் செய்து பூக்காரர்களாக விளங்கி வந்த பூவிடையர்கள், இயற்கையின் வினோதப் பிறப்புக்களான இரட்டைவால் பசுமாடுகள் முதலியவற்றை மேய்க்க வேண்டும் என்று பணிக்கப்பட்டார்கள். ஆனால், நல்ல பசுமாடுகளை மேய்ப்பது என்பதனை ஒரு கௌரவமாகக் கருதிய பூவிடைர்கள், இயற்கையின் பிறழ்வுப் படைப்புகளை ஓட்டிச் சென்று மேய்த்து, அவற்றைக் காத்துப் பேணுவது என்பதைத் தங்கள் தலையில் விடிந்த பாவச் செயல் என்றே கருதலாயினர். எனவே, தங்களுடைய இந்தப் பாவத்திற்குக் கழுவாய் தேடி வேங்கடாசலபதியை வேண்டினர். இவர்களுடைய குறையைக் கேட்க வேங்கடாசலபதி பிரசன்னம் புரிந்தார். பூவிடையர் குறையைக் கேட்ட அவர், 'பெருமாள் மாடு' என்று பின்னால் தன் பெயரைக் கொண்டே அழைக்கப்பட்ட காளை மாட்டை அவர்களிடம் ஒப்படைத்துவிட்டுப் பின்வருமாறு கூறினார்:

"பக்தர்களே, உங்கள் குழந்தைகளை எப்படிக் கண்ணுங் கருத்துமாகப் பராமரிப்பீர்களோ அதைப் போல், இந்தக் காளை மாட்டைப் பராமரித்து வர வேண்டும். இந்தக் காளையை நாள்தோறும் வீட்டுக்கு வீடு கொண்டு சென்று, பிச்சை எடுத்து

வந்தால் உங்கள் பாவம் நீங்கும்...” என்று வேங்கடாசலபதி பாவ விமோசனத்திற்கு உபாயம் கூறி மறைந்தார். அன்று முதற்கொண்டு தங்கள் பாவத்தைப் போக்கிக் கொள்வதற் காகப் பூவிடையர்கள் பெருமாள் மாட்டுடன் பிச்சை எடுத்து வாழ்ந்து கொண்டிருக்கிறார்கள் (தர்ஸ்டன்– ரங்காச்சாரி 1909, தொகுதிIII: 262–63).

பூவிடையர்களின் நிகழ்காலத்திய நாடோடி வாழ்க்கையை நியாயப்படுத்திக் கொள்வதற்கு உதவும் மூலாதாரங்களாக இக்கதைகள் அவர்களாலேயே நினைவு கூரப்படுகின்றன. பூம்பூம் மாட்டுக்காரர்களிடம் வழங்கும் மேற்கண்ட இரண்டு கதைகள் மற்றும் அயோத்தியில் இராமனுடைய அரண்மனையில் பூக்காரச் சேவகர்களாகப் பணியாற்றியது பற்றிய கதை ஆகியவற்றை, வழக்காறுகள் பொதுவாக ஆற்றக்கூடிய செயற்பாடுகளை மனத்திற் கொண்டு அணுக வேண்டும்.

பொதுவாக இரண்டு கதைகளும் பூம்பூம் மாட்டுக்காரர்களின் நிகழ்காலத்திய நாடோடி வாழ்க்கைக்கான காரண விளக்கத்தை அளிக்கின்றன. கதைகளின் இந்தத் தன்மை காரணமாகவே, அவை காரண விளக்கக் கதைகளாக (explanatory or etiological narratives) இனம் காட்டப்படும் தகுதியைப் பெறுகின்றன.

ஒரே இடத்தில் நிரந்தரமாக வீடுகள் அமைத்து விவசாயம், தொழில், வணிகம் ஆகியவற்றின் மூலம் நிரந்தர வருவாயுடன் வசதியாக வாழக்கூடிய மக்களிடையே, இவ்வசதி வாய்ப்புகள் எவையுமில்லாமல் நாடோடிகளாக வலம் வந்து யாசகம் பெற்றுப் பிழைப்பவர்கள். இருவகை மக்களுக்கும் இடையே பெரிய ஏற்ற இறக்க நிலை நிலவுகிறது. முன்னோர்களின் காலத்தில் பூவிடையர்கள் நிலவுடைமையாளர்களாகவும், திருப்பதியிலும், அயோத்தியிலும் பூக்காரர்களாகவும் விளங்கியவர்கள் எனக் கூறுவதன் மூலம், மேற்கண்ட சமனற்ற நிலை மனரீதியாகச் சமன்படுத்தப்படுகிறது. எனவே, இக்காரண விளக்கக் கதைகள் மறைமுகமாக இச்செயற்பாட்டைப் புரியக்கூடியவையாக விளங்குகின்றன.

இரண்டு கதைகளிலும் அறுதியிட்டுக் கூறமுடியாத ஒரு காலத்தில், தங்கள் முன்னோரின் வாழ்க்கையில் முறையே இராமன், வேங்கடாசலபதி ஆகிய கடவுளர்கள் நுழைந்து,

விதித்த சாபம் மற்றும் சாப விமோசன உபாயம் ஆகியவை விளக்கப்படுகின்றன.

இந்த இரண்டு கதைகளிலும் இருவகைக் காலங்கள் இடம் பெறுகின்றன. அவை புராணக் காலமும் முன்னோர் தொடர்புடைய வரலாற்றுக் காலமும் ஆகும். இவை முக்கியமானவை. அதாவது, பூம்பூம் மாட்டுக்காரர்களுடைய முன்னோரின் யதார்த்த வெளி மற்றும் காலத்திற்குள் புராணக் காலம் பிரவேசிக்கிறது. இவ்விரண்டுக் காலங்களின் சங்கமிப்பில்தான் அந்தத் திருப்பம் சம்பவிக்கிறது, முன்னோர்களின் வரலாற்றுக் காலத்தில், பூவிடையர்கள் வேளாண்மைத் தொழில் செய்து வாழ்ந்த நிலவுடைமையாளர்களாகவும், புத்திசாலிகளாகவும் தந்திர உபாயமிக்கவர்களாகவும் ஏமாற்றுப் பண்புடையவர்களாகவும் தர்மசிந்தை அற்றவர்களாகவும் நிறுத்தப்படுகின்றனர். அதிசயங்களின் காலத்திற்குரிய புராணமாந்தர்கள் உருமாற்றத்தின் மூலம் யாசகராகத் தோன்றிச் சாமானிய மக்களைச் சோதிப்பவர்களாகவும், சாபமிடுதல் என்னும் மந்திர உச்சாடனம் மூலம், அச்சாமானியர்களுடைய வாழ்க்கைமுறையையே தலைகீழாக்கித் தலைவிதியையே மாற்றியமைக்கக் கூடியவர்களாகவும், அத்தலைகீழ் முறையை நேர்ப்படுத்தும் வண்ணம் சாப விமோசனம் வழங்குபவர்களாகவும் திகழ்கின்றனர்.

இவ்வாறு, அதி அற்புத ஆற்றல்படைத்த கடவுளர் அல்லது புராண மாந்தர்களும் அவர்களுக்கு இணையான ஆற்றல் அற்ற, பூவிடையருடைய முன்னோர்களும் எதிரெதிராகப் பார்க்க நேர்ந்த அந்தச் சந்திப்பு, இருவேறு காலங்களின் சங்கமமாகும். புதிர்மையும் மயக்க நிலையும் நிறைந்த அக்காலச் சங்கமம் இன்றும் தொடர்கிறது என்னும் பூவிடையர்களின் நம்பிக்கையின் அடையாளமாக இக்கதைகளும் அவர்தம் வாழ்க்கை முறையும் திகழ்கின்றன. இக்கால மயக்கத்தில் (fusion) சிக்குண்டவர்களாக மயங்கிக் கிடக்கும் மனப்பாங்கினை, அவர்களுடைய சாபம் படிந்த வாழ்க்கையை, அவர்கள் அப்படியே எதிர்ப்பின்றி, வெல்லும் முயற்சியின்றி ஏற்றுக்கொண்டு செல்லும் யதார்த்த போக்கிலிருந்து அறிந்து கொள்ளவியலும். கடவுளை ஏமாற்றிய முன்னோர் மீது, இராமன் விதித்த சாபம் என்பது, தலைமுறை தலைமுறையாகத் தொடர்ந்து வரும் தொடர்வினை அல்லது

தலைவிதி என்று ஏற்றுக் கொண்டவர்கள் அவர்கள். இன்னொரு பக்கம் சாபம் என்னும் தண்டனைக் காலத் திலிருந்து மீட்சி அடைவதற்காக, பெருமாள் மாட்டை ஓட்டிக் கொண்டு அவர்கள் எப்போதோ தொடர்ந்த சாப விமோசனப் பயணம், காலம் மற்றும் வெளியின் எல்லை ஏதுமின்றித் தொடர்ந்து போய்க் கொண்டிருக்கிறது. புராண மாந்தர்களின் காலம், பூம்பூம் மாட்டுக்காரர்களின் முன்னோரின் வாழ்காலம் என்னும் இரண்டு காலங்களின் சந்திப்பு மயக்கத்திலிருந்து பூம்பூம் மாட்டுக்காரர்கள் விடுபடும் போதுதான் அவர்கள் சாபவிமோசனம் அடைவார்கள்.

தாய்மொழியும் பூர்வீகமும்: பூவிடையர்கள் தெலுங்கு மொழியைத் தம் தாய்மொழியாகக் கொண்டவர்கள். பிற மக்களோடு தொடர்பு கொள்ளும் போது தமிழையும், தம் இன மக்களோடு கொள்ளும் ஊடாட்டங்களின் போதெல்லாம் தெலுங்கையும் பயன்படுத்துகின்றனர். தமிழ்நாட்டில் வாழும் தமிழைத் தாய்மொழியாகக் கொண்டிராத, ஏறக்குறைய அனைத்துச் சமூகத்தாரும் மேற்குறிப்பிட்டது போன்ற இரு மொழித் தொடர்பு முறையையே கடைப்பிடிக்கின்றனர்.

பூவிடையரின் பூர்வீகம்: பாரம்பரியமாகத் தாங்கள் தமிழகத்தைச் சேர்ந்தவர்கள் என்று பூவிடையர்கள் உறுதியாகக் கூறுகின்றனர். பல தலைமுறைகளைப் பூவிடையர் இனம் தமிழகத்தில் கழித்ததன் விளைவாக, இவ்வின மக்கள் தம் தாயகமாகத் தமிழகத்தையே கருதுமளவிற்கு வந்திருக்கலாம். ஆனால், தெலுங்கைத் தம் தாய் மொழியாகக் கொண்டிருக்கும் பூவிடையர், ஆந்திரப் பிரதேசத்தில் இருந்து, தமிழகத்திற்குப் புலம் பெயர்ந்தவர்களாகவே இருத்தல் வேண்டும். பூவிடையரிடையே வழங்கும் தம் இனவரலாறு பற்றி இயம்பும் பூர்வீகக் கதை யிலேயே தங்கள் முன்னோர் ராமனுக்கும் அவனுடைய வம்சத்தினருக்கும் பூக்கட்டிக் கொடுத்துச் சேவகம் செய்த பரம்பரையினர் என்றும் அவ்வாறே, திருப்பதியில் தங்கள் முன்னோர் பூக்காரர்களாக இருந்தவர்கள் என்றும் பூவிடையர் குறித்துக் கூறப்பட்டிருப்பதால், இவர்கள் தமிழகம் தவிர்த்த வேறொரு மண்ணைத் தாயகமாகக் கொண்டவர்கள் என்பது வெளிப்படையான உண்மை. பூம்பூம் மாட்டுக்காரர்கள் இந்தி மொழியைப் பேச அறியாதவர்கள் ஆகையால்,

வடமாநிலங்களைச் சேர்ந்தவர்களாக இருக்க முடியாது. அங்ஙனமாயின், தெலுங்கைத் தாய்மொழியாகக் கொண்டிருக்கும் இப்பூவிடையர்கள் தம்முடைய நாடோடி வாழ்க்கைமுறையின் நீட்சியாக நாயக்கர் ஆட்சிக்காலத்தின் போது ஆந்திராவி லிருந்தே குடியேறியவர்களாக இருக்கலாம். இவர்களைப் போன்ற நாடோடிகள் ஆந்திராவில் காணப்படுகின்றனர் என்பதும் இதனை உறுதிப்படுத்துகிறது. ஆந்திராவில் இவர்களுக்கு 'கங்கேத்துலு' என்று பெயர். 'எத்து' என்றால் காளை மாடு என்று பொருள். கங்கையின் காளை மாட்டைக் கொண்டிருப்பவன் என்பது 'கங்கேத்துலு' என்னும் சொல்லின் பொருள். தமிழகத்தில் பெருமாள் மாட்டுக்காரன் என்னும் பொருளில் வழங்கும் வழக்கிற்கு ஒப்பானது இது. ஆனால், இவர்கள் தமிழகத்தில் பரவிய காரணம், காலம், சமூக, அரசியல் பின்னணிகள் ஆகியன ஆய்வுக்குரியவை.

பூவிடையர்கள் ஊர் ஊராகத் திரிந்து பாடல், இசை, நடனம் முதலிய கலைகளை நிகழ்த்திக்காட்டி, யாசகம் பெற்று வயிறு பிழைக்கும் நாடோடிகளாக வாழ்ந்தாலும். இவர்கள் சில ஊர்களில் நிலைத்த குடிகளாக வீடுகள் அமைத்துக் கொண்டிருக்கின்றனர். சில காலம் மட்டுமே தத்தமது ஊர்களில் தங்கியுள்ள இப்பூவிடையர்கள் தம் வீட்டுக்குக் காவலாக ஓரிரு குடும்ப உறுப்பினர்களை இருக்கச் செய்து விட்டு, நாடோடிகளாக வெளியில் கிளம்பி விடுகின்றனர். 'காடாறு மாதம் நாடாறு மாதம்' என்னும் பழமொழி பூம்பூம் மாட்டுக்காரர்கள் போன்ற நாடோடி மக்களின் வாழ்க்கை முறைக்குப் பொருந்தக்கூடியது.

பூவிடையர் வாழிடங்கள்: தமிழ்நாட்டில் தஞ்சாவூர், தென்னார்க்காடு, வட ஆர்க்காடு, செங்கல்பட்டு ஆகிய மாவட்டங்களிலும், புதுவை ஒன்றியத்திலும், ஆந்திராவிலும் பூவிடையர்கள் காணப்படுகின்றனர். 1980களின் இடையில் தஞ்சாவூர், தென்னார்க்காடு மாவட்டங்களில் பூவிடையர்கள் நிரந்தரமாகத் தங்கியிருக்கும் இடங்களாகப் பின்வரும் ஊர்களை அச்சமூக மக்கள் குறிப்பிட்டனர். பிறைக் கோட்டிற்குள் அந்தந்த ஊர்களில் உள்ள குடும்பங்களின் எண்ணிக்கை கொடுக்கப்பட்டுள்ளது.

தஞ்சாவூர் மாவட்டத்தில் நிலப்பட்டி (20 குடும்பங்கள்), புறக்குடி (15 குடும்பங்கள்), கச்சனம் (20 குடும்பங்கள்), திருவாஞ்சியம் (20 குடும்பங்கள்), பட்டுக்கோட்டை (4 குடும்பங்கள்) சீர்காழி அருகேயுள்ள எருக்கூர் (20 குடும்பங்கள்) ஆகிய ஊர்களில் ஏறக்குறைய 80 குடும்பங்கள் உள்ளன. தென்னார்க்காடு மாவட்டத்தில் கடலூர், திருச்சி மாவட்டம் கலியபெருமாள் கோயில் முதலிய ஊர்களிலும் பரவலாகக் காணப்படுகின்றனர். தென்னார்க்காடு மாவட்டத்தில் உள்ள குறிஞ்சிப்பாடி அடுத்த குள்ளஞ்சாவடி (20 குடும்பங்கள்), நெய்வேலிக்கு அண்மையிலிருக்கும் சேப்ளாநத்தம் (20 குடும்பங்கள்), சிதம்பரம் அருகே உள்ள அம்மாப்பேட்டை (6 குடும்பங்கள்), புவனகிரி அடுத்த பண்ணைப்பட்டு (2 குடும்பங்கள்) வேங்க குப்பம் (6 குடும்பங்கள்) காட்டுமன்னார்குடி (15 குடும்பங்கள்), சாபலாத்தி (10 குடும்பங்கள்), மதுதூர் (10 குடும்பங்கள்) ஆகிய ஊர்களில் சுமார் நூறு குடும்பங்கள் வாழ்ந்து வருகின்றன. இது சுமார் பதினைந்து ஆண்டுகளுக்கு முந்தைய நிலை. அண்மையில் (2003) மேற்கொண்ட களப் பணியில் கிடைத்த குடும்பங்கள் பற்றிய எண்ணிக்கை விவரம் கட்டுரையின் பின்னிணைப்பில் கொடுக்கப்பட்டுள்ளது (அட்டவணை: 1).

தொழில் : மேற்குறிப்பிட்ட ஊர்களில் பூவிடையர்கள் நிலையாகக் குடிசைகளை அமைத்திருந்தாலும், மாதத்தில் ஒரு சில நாட்கள் மட்டுமே அவற்றில் தங்குவர். பெரும்பாலான நாட்கள். சொந்த ஊரை விட்டு வெகு தொலைவில் உள்ள ஊர்களில் யாசக வாழ்க்கையைத் தேடிச் சென்று விடுகின்றனர். செல்லும் ஊர்களில் மையமாக அமைந்த ஓர் ஊரைத் தேர்ந்தெடுத்து அங்கிருக்கும் மைதானம், தோப்பு, பாழடைந்த கட்டிடங்கள், கோயில்கள், சத்திரங்கள் போன்ற இடங்களில் தங்குகின்றனர். பின்னர், அங்கிருந்தவாறே அண்மையிலிருக்கும் ஊர்களுக்குச் சென்று 'தொழில்' செய்து திரும்புகின்றனர்.

பொதுவாகக் காலையில் யாசகம் கேட்டு வீடு வீடாகச் செல்லும் இப்பூவிடையர்கள், நண்பகலில் தாம் தங்கியிருக்கும் இருப்பிடத்தை நாடித் திரும்பி விடுகின்றனர். பெரும்பாலும், தனி ஒரு பூவிடையராக எங்கும் செல்வதில்லை. ஒரு குறிப்பிட்ட ஊரில் முகாம் இருக்கும்போது, நான்கைந்து பேர்கள் அடங்கிய ஒரு குழுவாகவே வருகின்றனர். அனேகமாக

அவர்கள் நெருங்கிய உறவினர்களாகவே இருக்கின்றனர். காவிரிப்பூம்பட்டினம் சாயாவனம் சிவன் கோயிலுக்குச் சொந்தமான தோப்பில் தங்கிய பூவிடையர் குழு ஒன்று, பெருமாள் (60) என்ற முதியவர், 5 சிறுவர்கள், கைக்குழந்தையுடன் கூடிய இரண்டு பெண்கள், 6 ஆண்கள், 70 வயதுக்கு மேற்பட்ட ஒரு முதியவர் அவருடைய மனைவி ஆகிய 16 பேர்களைக் கொண்டிருந்தது. இவர்கள், அனைவரும் உறவுமுறை அடிப்படையில் ஒரு பெரும் குடும்பமாக விளங்கிய போதிலும், அது ஐந்து. தனிக் குடும்பங்களின் கூட்டாகவே இருந்தது. அவர்கள் தனித் தனியே சமைத்து உண்டனர். ஊர் ஊராகச் சுற்றி வருதல், நிரந்தரமான தங்குமிடம் இல்லாமை, இருந்தாலும் தங்க முடியாமை, புறம்போக்கு நிலத்தில் அமைத்துக் கொள்ளும் சிறிய குடிசை அல்லது பாழடைந்த கோயில் மண்டபம், சத்திரம், தோப்பு, வெட்டவெளிக் கூடாரம் இவற்றில் நடத்தும் குடும்ப வாழ்க்கை, பசியோடு ஒரு வேளை உணவுக்காக வீடு வீடாகச் சென்று யாசகம் பெறுவதற்குத் தோளில் மாட்டிய சுரைக் குடுக்கை அல்லது அலுமினியப் பாத்திரம், நாமம் தீட்டப்பட்ட நெற்றி, யாசகம் கேட்கும் போது பெருமாள், இராமன் போன்ற வைணவக் கடவுளர்களின் பெயர்களைச் சொல்லிப் பாட்டிசைக்கும் வழக்கம், பெருமாள் மாட்டை ஓட்டிச் சென்று வேடிக்கைக் காட்டி உடுக்கத் துணி கேட்டல், அரிசி முதலிய தானியங்கள் பெற்று ஒரு வேளை மட்டும் அடுப்பு மூட்டி உலை வைத்துச் சோறு பொங்கிப் பசியாற்றிக் கொள்ளுதல் ஆகியவை யாவும் பூம்பூம் மாட்டுக்காரர்களின் அன்றாட வாழ்க்கை முறையாகும்.

இத்தகைய நிரந்தரமற்ற, இடம்பெயரும் தன்மையுடைய நாடோடி வாழ்க்கையை, ஆண்டாண்டுக் காலமாக நடத்திக் கொண்டிருக்கும் பூம்பூம் மாட்டுக்காரர்கள், வேளாண்மை முதலிய தொழில்களில் ஈடுபட்டு ஓரளவு நிரந்தர வருவாயைப் பெற்று, வசதியாக வாழ்ந்து கொண்டிருக்கும் நிலைக்குடி மக்களின் மத்தியில் வளைய வருபவர்கள்.

உணவுப் பழக்கங்கள்: பூவிடையர்கள் மாமிச உணவு உண்ணும் வழக்கத்தினர். ரவணா மேளம் அடித்து யாசகம் பெறும் தொழிலைத் தவிர்த்து, தொழில் செய்தல் ஆண்கள் உணவுத் தேவைக்காக ஓய்வு நேரத்தில் சிறு வேட்டையிலும்

ஈடுபடுகின்றனர். இதன் மூலம் உணவுக்காக விலை கொடுத்து மீன் மற்றும் இறைச்சிப் பொருட்களை வாங்குவதிலிருந்து விடுபடுகின்றர். பூவிடையர்கள் நீர் நிலைகளில் தூண்டில் போட்டு மீன் பிடிப்பது வழக்கம். மீன் அவர்களுக்குப் பிடித்தமான உணவு. அதைப் போலவே, அணில் கறி, பூவிடையர்களின் முக்கிய உணவாகும். மரங்களில் இருக்கும் அணில்களை விரட்டி, தரையில் வலை விரித்து அவற்றை வளைத்துப் பிடிப்பது இவர்களுடைய 'அணில் பிடிப்பு' முறையாகும். அணிலைத் தவிர, கீரிப்பிள்ளை, காட்டுப்பூனை ஆகியவற்றின் இறைச்சியையும் இவர்கள் விரும்பி உண்கின்றனர். இவர்கள் நரியை வேட்டையாடுவதில்லை. அதன் இறைச்சியையும் தின்னுவதில்லை.

தானியங்களில் அரிசி, கம்பு, கேழ்வரகு, சோளம் முதலியவற்றைத் தம் உணவுக்குப் பயன்படுத்துகின்றனர். இவற்றில் அவர்கள் உணவுக்குப் பயன்படுத்திக் கொள்ளும் அரிசியை, வீடுதோறும் சென்று யாசகமாகச் சேகரித்துக் கொள்கின்றனர். பெரும்பாலும் ஒருவேளைச் சமையல்தான். மதியம் அல்லது மாலையில் சோறு. குழம்பு சமையல் செய்து, குழுவாகச் சேர்ந்து உட்கொள்கின்றனர். காலைப்பொழுதில் பெண்கள் வீடுதோறும் பழைய சோற்றை இரந்து பெற்றுத் தம் குழந்தைகளுக்குக் கொடுத்துத் தாமும் பசியாறிக் கொள்வது வழக்கம்.

குடிப் பழக்கம்: மது அருந்தும் பழக்கம் என்பது பூவிடையர்களுக்கு அன்றாட நிகழ்ச்சியாகும். யாசகத் தொழில் முடிந்து, மாலையில் தத்தம் தற்காலிக வசிப்பிடம் திரும்பியதும் பெரும்பாலும் ஆண்கள் ஊரின் ஒதுக்குப்புறங்களில் கள்ளச் சாராயம் விற்கும் இடத்தை நாடிச் சென்று விடுவர். சாராயம் குடித்துக் களிப்பதும், தங்களுக்குள் சண்டைச் சச்சரவுகள் செய்து கொள்வதும் அவர்களுடைய அன்றாட மாலைநேரக் 'கேளிக்கை நிகழ்ச்சிகள்'. சாராயம் தவிர பனங்கள், தென்னங்கள், பழரசம் போன்ற மதுவகைகளையும் பூவிடையர் விரும்பி அருந்துகின்றனர். ஆனால், மதுவகைகளை அருந்துவதிலும் கொள்கை ஒன்றைக் கடைப்பிடிக்கின்றனர். 'இரத்தல்' தொழிலுக்குச் செல்லும் போது குடிக்கக் கூடாது என்பதே அக்கொள்கை:

திருமணம்: பெரியோர்கள் பார்த்து நிச்சயிக்கும் திருமண முறையே பூவிடையர்களிடம் நிலவுகிறது. பருவமடைந்த ஆணும் பெண்ணும் சந்தித்துக் காதல் கொண்டதன் அடிப்படையிலும் திருமணங்கள் பெரியோரால் அங்கீகரிக்கப்பட்டு நடத்தப்படுகின்றன. ஏற்பாட்டுத் திருமணத்திற்கு முன்பு, 'பெண் பார்த்தல்', 'மாப்பிள்ளைப் பார்த்தல்' முதலிய நிகழ்ச்சிகள் இடம் பெறுவதுண்டு. திருமணத்திற்கு முதல் நாள் இரவு பரிசம் போடுதல்' பெண் வீட்டில் நிகழும். அப்போது, பெண் வீட்டாரிடம் ரூ. 10/- முதல் ரூ.50/- வரையில் பணத்தைச் சீராகக் கொடுத்து விட்டு, மணமகன் இல்லத்தினர் அலங்கரிக்கப்பட்ட பெண்ணை ஊர்வலமாக அழைத்து வருவர். திருமணத்தன்று மணப்பெண்ணுக்குக் கூறைப் புடவை மற்றும் பட்டடை (தண்டை), கொலுசு, மூக்குத்தி, தோடு முதலிய ஆபரணங்களும் அணிவிக்கப்படுகின்றன. மாப்பிள்ளை புதுவேட்டி, சட்டை, துண்டு முதலியவற்றை உடுத்திக் கொள்வதோடு தன் காதில் கடுக்கனையும் அணிந்து கொள்கிறார். திருமணச் சடங்கை 'அய்யர்' என்று அழைக்கப்படும் பண்டாரமே நடத்தித் தருகிறார். பண்டாரம் தாலியை எடுத்துக் கொடுக்க, மணமகன் தாலி கட்டுகிறார். 'திருமணச் சடங்கு' என்று கூறும் போது, சமஸ்கிருத மந்திரங்களோ, தீ வலம் போன்ற சடங்குகளோ இடம்பெறும் வைதீக மரபு வழிப்பட்ட சடங்கு இவர்களுடைய திருமணத்தில் இடம் பெறுவதில்லை. மாறாக, சடங்குகள் என்றில்லாமல் எளிமையாக நிறைவேற்றப்படுகிறது. பூவிடையர் திருமணம். மாமன் முறையுடையவர், மணப்பெண்ணுக்கு மோதிரம் அணிவித்தலும் உண்டு. பூவிடையரின் திருமணம் ஒரு ஜோடிக்கானது என்றமையாமல், நான்கு அல்லது ஐந்து ஜோடிகளுக்காகச் சேர்த்து நடத்தப்படும் கூட்டுத் திருமணமாகவே அமைந்து விடுகிறது.

இவர்களுடைய திருமணத்தில், பூவிடையர் சமூகத்தைச் சேர்ந்த உறவினர்களே அழைக்கப்படுகிறார்கள். திருமண விருந்தினர்களுக்கு காலை இட்லி, காபி உணவாகக் கொடுக்கப்படும். வடை, பாயாசத்துடன் மதிய உணவு பரிமாறப்படுகிறது. திருமணச் சடங்கில் இவ்வாறு சைவ உணவளித்து விருந்தினர்களை உபசரிக்கின்றனர். திருமண விருந்தில் மாமிச உணவு இடம்பெறுவதில்லை. திருமணம்

முடிந்து ஐந்து நாட்கள் கழித்து ‘பந்தல் பிரித்தல்’ என்னும் சடங்கு நடத்தப்படுகிறது. விமரிசையாக நடத்தப்படும் இப்பந்தல் பிரித்தல் சடங்கின் போது அளிக்கப்படும் விருந்தில் ஆட்டுக்கறி, மீன் ஆகியவை இடம்பெறுகின்றன. இச்சமயத்தில் ஆண், பெண் இருவருமே கள் அல்லது சாராயம் அருந்துகின்றனர்.

பூவிடையர் சமூகத்தில் விவாகரத்தும், மறுமணமும் பரவலாகக் காணப்படும் வழக்கம். தீவிரமான காரணங்களின் அடிப்படையில் மனைவிக்கு அவளுடைய துணைவனைப் பிடிக்கவில்லை என்றாலோ, கணவனுக்கு மனைவியைப் பிடிக்கவில்லை என்றாலோ, கணவன் மனைவி இருவருக்கும் இடையே கடுமையான பிரச்சனைகள் எழுந்தாலோ அது விவாகரத்தில் போய் முடிந்து விடுகிறது. விவாகரத்து செய்து கொள்வது என்று தீர்மானித்தவுடன், அச்சமூகத்தைச் சேர்ந்த பெரியோர் முன்னிலையில் பஞ்சாயத்துக் கூட்டப்படுகிறது. இருவரும் பிரிந்து போவதற்கான காரணங்களைக் கேட்டறிந்து பஞ்சாயத்தார் சபை அவர்கள் இருவரும் சேர்ந்து வாழ்வதற்காகச் சில கால அவகாசம் கொடுக்கும். பின் கூடி வாழும் சூழல் ஏற்படவில்லை என்றால் விவாகரத்து செய்து கொள்வது பற்றிய முடிவை அறிவிக்கிறது. விவாகரத்தில் மனைவி தன்னுடைய தாலியைக் கழட்டிக் கணவனின் கையில் கொடுத்து விடுவாள். இவ்வாறு தாலியைக் கழட்டிக் கொடுத்தல் என்பதே விவாகரத்தின் அடையாளமாகும்.

இவ்வாறு விவாகரத்து செய்து கொண்டவர்கள். மறுமணம் செய்து கொள்ளலாம். இச்சமூகத்தில் விதவை மறுமணமும் உண்டு. ஆனால் ஒரு பெண் அதிக எண்ணிக்கையில் குழந்தைகளைப் பெற்றவளாக இருப்பாளேயானால், தனது கணவன் மறைவிற்குப் பிறகு அவள் மறுமணம் செய்து கொள்வதை விரும்புவதில்லை.

பூவிடையர்கள் தங்கள் சமூகத்திற்குள்ளேதான் திருமண உறவை மேற்கொள்கிறார்கள். வேற்றுச் சமூகத்தாருடன் கலப்புத் திருமணம் என்பது இவர்களுடைய நடைமுறையில் இல்லாத ஒன்று. கலப்புத் திருமணம் நடைபெறாமலிருப்பதற்காகப் பூவிடையர்கள் மிகவும் கட்டுப்பாட்டைக் கடைப்பிடிக்கின்றனர்.

திருமண வகை என்று எடுத்துக்கொண்டால் ஒருதார மணமே பூவிடையரிடம் பரவலாக வழக்கத்திலிருந்து வருகிறது. ஆனால், ஒருவன் ஒன்றுக்கு மேற்பட்ட பெண்களை மணந்து கொள்ளும் உரிமையை அங்கீகரிக்கும் பலதார மணத்தையும் (polygamy) இந்தச் சமூகத்தின் விதிமுறைகள் அனுமதிக்கின்றன. ஆனால், ஆண்களைப் போல், திருமண விஷயத்தில் பெண்களுக்கு அவ்வளவு சுதந்திரம் கிடையாது. எனவே, பூவிடையர் சமூகத்தில் பல ஆண்களைக் கணவனாகக் கொண்ட பல கணவன் முறை (polyandry) வழக்கத்தில் இல்லை .

குடும்பம்: தங்கள் வயிற்றுப்பாட்டுக்காக ஒரு இடத்தை விட்டு மற்றொரு இடத்திற்குக் கூட்டம் கூட்டமாகவே செல்லும் நாடோடிகளாக இருப்பினும், கூட்டுக்குடும்பம் (joint family) என்னும் அமைப்பினைப் பூவிடையர்களிடம் காண முடியவில்லை . திருமணம் முடிந்தவுடன் ஒருவன் தன் தாய்–தந்தையர் குடும்பத்தை விட்டு நீங்கி தனிக்குடும்பம் (nuclear family) அமைத்துக் கொண்டு வாழ்க்கையைத் தொடங்குவது பூவிடையர் நடைமுறை. கணவன்–மனைவி, மக்கள் என்ற தனிக்குடும்பம் என்னும் அமைப்பு மூலம், ஒருவன் தன் தந்தையின் குடும்பத்திலிருந்து பிரிந்து சென்றாலும், பூவிடையரின் கூட்டு வாழ்க்கை என்னும் இயல்பான அமைப்பிலிருந்து விலகிச் சென்று விடுவதில்லை. இடம் விட்டு இடம் பெயர்ந்து செல்லும் இவர்களுடைய இரவலர் வாழ்க்கையின் சுவடுகள் எங்கிலும், கூட்டம் கூட்டமாகவே பயணம் செய்து, கூட்டம் கூட்டமாக மரத்தடி வாழ்க்கை நடத்தியிருப்பதையே நோக்க முடிகிறது.

பூவிடையர் குடும்பத்தில் ஆண் அல்லது கணவனே முதன்மை இடம் வகிக்கிறான். பெண் இரண்டாம் இடத்திற்கு உரியவளாகவே வைக்கப்பட்டிருக்கிறாள்.

பெண்கள் நிலை: பூவிடையர் பெண்கள், ஆண்களுக்குக் கட்டுப்பட்டவர்களே. அவர்கள் தன்னிச்சையாக இயங்கவியலாது. கணவன் மனைவி பிரச்சனைகள் ஏற்பட்டு அவர்களுக்கு இடையிலான சுமுக உறவு சிதிலமடையும் போது, பெண், மணவுறவை முறித்துக் கொள்ள விரும்பினால், அதற்குரிய உரிமைகள் அவளுக்குத் தாராளமாக அனுமதிக்கப்படுகின்றன. ஆயினும், பூவிடையர் பெண், தன் மனதுக்குப் பிடித்த ஒருவனை மணாளனாகத் தேர்ந்தெடுத்துக் கொள்ள விரும்பு வாளேயானால்,

அதற்கு அவளுடைய சமூக விதிகள் இடமளிப்பதில்லை. பொதுவாகக் குடும்பத்தில் மூத்தோர் விருப்பத்திற்கேற்பவே இவ்வினப் பெண்கள் நடந்து கொள்கின்றனர். குடும்பத்தின் அன்றாட நடவடிக்கைகளில், ஆணுக்கு நிகரான பொறுப்புகள் அவளுக்கும் உண்டு.

ஆண்களைப் போலவே பெண்களும் வீட்டுக்கு வீடு சென்று யாசகம் பெறுகின்றனர். அப்போது, அவர்கள் தாலாட்டு போன்ற தமிழ்நாட்டுப்புறப் பாடல்களையே பாடுகின்றனர். இது தவிர, இப்பெண்கள் ஒரே ஒரு கைத்தொழிலைத் தெரிந்து வைத்துள்ளனர். அதாவது, ‘சுருக்குப்பை’ என்னும் சிறு துணிப்பைகள் தைப்பதுதான் அக்கைத்தொழில், சுருக்குப்பைகளை கிராம மக்களிடம் எடுத்துச் சென்று 25 காசு அல்லது 50 காசு என்ற விலையில் விற்கின்றனர். இக்கைத்தொழில் தவிர, அந்தப் பெண்களுக்கு வேறு தொழில்கள் தெரியாது. கிராமத்துப் பெண்கள் வெற்றிலைப்பாக்கு வைத்துக் கொள்ளவும், நாணயங்களை முடிந்து பாதுகாக்கவும் இந்தச் சுருக்குப்பைகளைப் பயன்படுத்துகின்றனர். சுருக்குப்பை தைப்பதற்குத் தேவையான துணிகள், நகரப் பகுதிகளில் உள்ள தையல்கடைக்காரர்கள் தைக்கும் போது வெட்டி எறிந்த துண்டுத் துணிகளே ஆகும். அவற்றைச் சேகரித்துச் சுருக்குப் பைகள் தயாரிக்கின்றனர். சுருக்குப்பை விற்பனை மூலம் கணிசமான வருவாயை அவர்கள் பெற்றுவிடுவதில்லை. ஒவ்வொரு வீட்டிலும் பாட்டுப்பாடியோ இரந்து நின்றோ அரிசி முதலிய தானியங்களையும், பழையசோறு ஆகியவற்றையும் பெற்றுத் தம் பங்குக்கு அவரவர் குடும்பத்திற்குரிய உணவுத் தேவையின் ஒரு பகுதியை நிறைவு செய்கின்றனர்.

யாசகத் தொழிலுக்குச் செல்லும்போது, தோளில் மாட்டியிருக்கும் சுரைக்குடுக்கையில் ‘நீராகாரம்’ அல்லது ‘பழைய சோற்றைப்பெற்றுக் கொள்கின்றனர் (‘பிச்சைப்பாத்திர’மாகச் சுரைக்குடுக்கையைப் பூவிடையர்கள் பயன்படுத்துவதற்கும், யாசகன் வடிவில் வந்து இராமன். பூவிடையர்களுக்கு எதிராக விடுத்த சாபம் தொடர்பான கதைக்கும் உள்ள தொடர்பை இங்கு நினைவு கூர்தல் அவசியம்), மற்றொருதோளில் மாட்டியுள்ள சிறு தூளி போன்ற பையில் அரிசி முதலிய தானியங்களைப் பெற்றுக் கொள்கின்றனர்.

வாழ்க்கை வட்டச் சடங்குகள்: வாழ்க்கைச் சுழற்சியில் பிறப்பு, பருவமடைதல், திருமணம், இறப்பு ஆகியவை உலகம் முழுமைக்கும் பொதுவாகக் காணப்படுகின்ற நான்கு அடிப்படையான திருப்பு முனைகளாகும். பூவிடையர்களிடம் காணப்படும் இவ்வகையான வாழ்க்கை வட்டச் சடங்குகளில் சிலவற்றைப் பற்றி மட்டுமே தகவல்கள் கிடைத்தன. பிறப்பை ஒட்டி, இறுகலான சடங்குத் தன்மைகள் காணப்படவில்லை. குழந்தை பிறந்த பிறகு, தாயும் குழந்தையும் ஒன்பது நாட்கள் வீட்டில் தனி இடத்தில் வைக்கப்படுகின்றனர். இதனை 'ஒன்பது நாள் தீட்டு' என்று குறிப்பிடுகின்றனர். பத்தாவது நாளில் குழந்தைக்குப் பெயர் சூட்டுவிழா நடத்துகின்றனர்.

அடுத்தது, பூப்புச் சடங்கு. வாழ்க்கை வட்டத்தின் இரண்டாவது திருப்புமுனை இது. ஒரு தனியனின் உடலமைப்பில் ஏற்படும் அடிப்படை மாற்றத்தை வெளிப்படுத்துவதே பூப்பு.

பெண் பூப்படைதலைச் சடங்குகள் மூலம் வெளிப்படுத்துவது பல சமூகங்கள் கடைப்பிடித்து வரும் வழக்கமாகும். பூவிடையர் சமூகத்திலும் பூப்புச் சடங்கு நடத்தப்படுகிறது. பூப்படைந்த பெண்ணை, தனிக்கூரை வீட்டில் இருக்கச் செய்து, அவ்வீட்டின் கூரை மீது வேப்பந்தழைகளைப் போட்டு வைப்பது வழக்கம். ஒன்பது நாட்கள் வரையில் இவ்வீட்டில் அப்பெண் வைத்துப் பாதுகாக்கப்படுகிறாள். அதன் பின்னர், தலைக்குத் தண்ணீர் விட்டு, அவளை வீட்டிற்கு அழைத்துக் கொள்வார்கள். இந்தச் சடங்கின் போது, தாய் மாமன் சீர்வரிசை செய்தல் என்பது முக்கியமானது.

சொத்தும் பொருளாதார நடவடிக்கைகளும்: பூர்வீக வாழ்க்கையில், தங்கள் முன்னோர் வேளாண்மைத் தொழிலை மேற்கொண்டவர்களாகவும் நிலவுரிமையாளர்களாகவும் விளங்கினர் என்பதுபற்றி விவரிக்கும் பழங்கதைகள் இன்றைய பூவிடையர் வழக்கில் நிலவுகின்றன. ஆனால், இன்றைய பூவிடையர்களின் யதார்த்த வாழ்க்கையை நோக்கும் போது, அவர்களிடம் சொந்த நிலமோ குத்தகை நிலமோ காணப்படவில்லை என்பது வெளிப்படையாகும். மேலும், வேளாண்மைத் தொழிலிலும், இவர்கள் கூலிகளாகக் கூட ஈடுபடுபவர்கள் அல்லர். குறிப்பிட்ட காலகட்டங்களில் நாடோடி

வாழ்க்கையை மேற்கொண்டவர்களாக விளங்கினாலும், நிரந்தரமாக அவர்கள் வசிப்பதற்குத் தேர்ந்தெடுத்துக் கொண்ட வாழிடங்கள் கிராமப் புறம்போக்கு நிலங்களாகவே உள்ளன. கடலூர், திருவண்ணாமலை, வேலூர், காஞ்சிபுரம், செங்கல்பட்டு மாவட்டங்கள். பாண்டிச்சேரி ஒன்றியப் பகுதியில் இவர்கள் குடியிருக்கும் இடங்கள் ஊர்ப்பொது நிலங்கள், கோயிலுக்குச் சொந்தமான தோப்புகள், சத்திரங்கள் போன்றவையாகும். எனவே, இவை அனைத்தையும் கவனத்திற் கொள்ளும்போது, பூவிடையர்கள் சமூகத்தினர் அடிப்படையில் நிலமற்ற மக்களாகவே காணப்படுகின்றனர் என்று கூறிவிடலாம்.

இரத்தல் என்பதே இவர்களுடைய முக்கிய தொழில் இந்தத் தொழிக்கு உதவும் கலைகளாக 'பூம்பூம்' மாடு வேடிக்கைக் காட்டல் 'பொய்க்கால்' குதிரை ஆட்டம். ரவணா மேளம் இசைத்துக் கதைப்பாடல் பாடுதல் ஆகியவை விளங்குகின்றன.

பூவிடையர்களின் வருவாயில் கணிசமான பங்கினைப் பெற்றுத் தரும் பூம்பூம் மாடு (பெருமாள் மாடு) அவர்களுடைய அசையும் சொத்துக்களில் முக்கியமானது இம்மக்களின் வளர்ப்புப் பிராணியான இக்காளை மாடு பூவிடையர்க்கும் பெருமாள் மாட்டுக்கும் இடையே நிலவும் புராணவியல் தொடர்பை நினைவூட்டும் அடையாளமாகும். பொதுவாக இக்காளைமாடு. திருச்சி மாவட்டம் அரியலூர் கலியபெருமாள் கோயில் நிர்வாகத்திலிருந்து ஏலம் விடப்படும் போது விலை கொடுத்து வாங்கப்படுகிறது.

பூவிடையர்களின் வருவாய்க்கு உதவும் கலைச்சாதனங்களான புரும்புரும் மேளம் (பூம்பூம் மேளம் அல்லது உருமி மேளம்) வீரமல்லாரி, ரவணா மேளம் முதலிய தோற்கருவிகளும், 'நாயனம்' முதலிய காற்றுக் கருவியும், தேசிங்கு ராஜன் கதைப்பாடல் முதல் கிருஷ்ணவிலாசம் வரையிலான கதைப்பாடல்களும் அவர்களுடைய வாழ்க்கைக்கு ஆதாரமான சொத்துக்களாகும்.

பெண்களைப் பொறுத்தவரையில் அவர்களுக்கு வருவாய் அளிக்கும் தொழில் 'சுருக்குப்பை' தைத்தலே. பூத்தொடுத்தல் தொழிலைச் செய்து வந்தவர்கள் என்று தம் முன்னோரைப் பற்றிய பழங்கதை இவர்களிடம் காணப்பட்டாலும், பூத்தொடுத்தல் தொழிலை இக்காலத்தில் இவர்களிடம் காணமுடியவில்லை.

சமூகக் கட்டுப்பாடு: கடலூர், தஞ்சாவூர் மாவட்டங்களில் காணப்படும் பூவிடையர்களின் தலைமை நிலையமாக குறிஞ்சிப்பாடி விளங்குகிறது. வசதியாகத் தங்குவதற்குரிய சத்திரங்கள் நிறைந்த இங்கு கணிசமான பூவிடையர்கள் வசித்து வருகின்றனர். இங்கு இவர்களுக்கென்றே ஒரு சங்கம் உண்டு. பதிவு செய்யப்படாத இச்சங்கம், கிராம நாட்டாண்மை அல்லது பஞ்சாயத்து அமைப்பைப் போன்றது. பூவிடையர்கள் மட்டுமே அங்கம் வகிக்கும் இச்சங்கத்தில் தலைவர், செயலாளர் ஆகிய பொறுப்புகள் உண்டு. இச்சங்கம் மாதத்தில் ஒரு முறை குறிஞ்சிப்பாடி முருகன் கோயிலில் கூடுகிறது. ஒவ்வொரு மாதமும் 28 ஆம் தேதியில் சங்கம் கூடி, பல அலுவல்களை மேற்கொள்கிறது. தொழில் நிமித்தம் வெவ்வேறு ஊர்களுக்குச் சென்றிருக்கும் அனைவரும் ஒவ்வொரு மாதமும் 28ஆம் தேதி குறிஞ்சிப்பாடிக்குத் திரும்புதல் என்பது கட்டாயமாகும்.

சங்கப் பணிகள்: பூவிடையரின் சமூகப் பிரச்சனைகள் பற்றி ஆராய்ந்து அவற்றிற்குத் தீர்வு காண்பது சங்கத்தின் முக்கிய கடமையாகும். குடும்பச் சிக்கல்கள், தனிமனிதச் சண்டைகள், கொடுக்கல்-வாங்கலில் ஏற்படும் தகராறுகள் ஆகியவற்றை இச்சங்கம் கேட்டறிந்து தீர்ப்பு வழங்குகிறது. விவாகரத்து முதலியவற்றையும் இச்சங்கமே முன்னின்று செயல் படுத்துகிறது.

பிரச்சனைகளுக்குக் காரணமானவர்கள் அல்லது குற்றவாளிகளுக்குத் தண்டனை என்பது பெரும்பாலும் அபராதம் விதிப்பதாக உள்ளது. குற்றமிழைத்தவர்கள் அபராதத்தைச் சங்கத்திற்குச் செலுத்த வேண்டும்.

சமயம்: நாடோடி வாழ்க்கையினராகப் பூவிடையர்கள் விளங்கினாலும். வைணவ சமயக் கோட்பாட்டினராகவே காணப்படுகின்றனர். இவர்களுடைய இனத்தோற்றம் பற்றிய பழங்கதையில் வேங்கடேசப் பெருமாள், கலியபெருமாள் மற்றும் இராமன் ஆகிய கடவுளர்கள் பிரதானமானவர்களாகப் பேசப்படுகின்றனர்.

வேங்கடேசப் பெருமாள்தான் பூவிடையர் பாவவிமோசனம் பெறும் வகையில் 'பெருமாள் மாட்டை'க் கொடுத்து இரவலர் வாழ்க்கையை மேற்கொள்ளச் செய்தவர் என்று

ஒரு பழங்கதையும், இராமனின் சாபம் காரணமாகவே இரவலர் வாழ்க்கையை மேற்கொள்ள வேண்டியதாயிற்று என்று மற்றொரு பழங்கதையும் விவரிக்கின்றன. வேங்கடேசப் பெருமாளுக்கோ இராமனுக்கோ பூத்தொடுத்துக் கொடுத்துச் சேவை செய்தவர்களென இரண்டு கதைகளும் இயம்புகின்றன. இக்கதைகளின் பின்னணியில் பூவிடையர்களோடு விஷ்ணு தொடர்புப்படுத்தப்படுவது மிகவும் தெளிவான செய்தி. 'கலியபெருமாள் கோயிலுக்குத் தானம் போடுங்க சாமி' என்று அடிக்கடி அவதார நாயகனான திருமாலின் வெவ் வேறு பெயர்களைக் கூறுகின்றனர். மேலும் 'பூம்பூம் மாட்டுக் காரனின் ஒப்பனையில், திருமாலின் பாதங்களைக் குறிக்கும் வகையில் இரு பாதங்கள் இணைந்த நாமத்தை நெற்றியில் இட்டுக் கொள்வதும் முக்கியமாக இடம்பெறுகிறது. இவை மட்டுமல்லாது பூவிடையர்கள் பாடும் கதைப்பாடல்களில் கிருஷ்ணன் வரலாற்றை இயம்பும் கிருஷ்ண விலாசமும் இடம் பெற்றிருப்பதை நோக்க முடிந்தது. எனவே, இவை போன்ற சான்றுகளை ஆதாரமாகக் கொண்டு பூவிடையரின் வழிபடு தெய்வமாக மகாவிஷ்ணு அல்லது திருமால் விளங்குகிறார் எனலாம்.

பூவிடையர் வழிபடும் தெய்வங்களில் கலியபெருமாள், அய்யனார், காளி, மாரியம்மன் ஆகியவை இடம்பெறுகின்றன. பூ, பழங்கள் வெற்றிலை, தேங்காய் முதலியவற்றைப் படையல் பொருள்களாக வைத்து மேற்கண்ட தெய்வங்களை வழிபடுவது வழக்கம். விழாக்காலங்களின் போது, மலையனூர் காளிக்கு ஆடு, கோழிகளைப் பலியிட்டு வணங்குவதும் இவர்களுடைய வழிபாட்டு மரபுகளில் ஒன்றாகும்.

சமூக மாற்றம்: பூவிடையர்கள் நுற்றுக்கு நூறு கல்வியறிவற்றவர்களே. பள்ளியும் கல்லூரியும் இவர்களைப் பொறுத்த வரையில் மிகவும் எட்டாத தொலைவில் இருப் பவையாகும். இவர்களுடைய குழந்தைகள் பள்ளிக்கூடங்களில் நுழைந்தது கூட இல்லை. ஐந்து வயது முதற்கொண்டே இக் குழந்தைகளுக்கு பொய்க்கால் குதிரை ஆட்டம், ரவணா மேளம் வாசித்தல் முதலிய தொழிற்கல்வி அளிக்கப்படுகின்றன. இவ்வாறு இவர்களுடைய நடோடி வாழ்க்கை முறை இன்றைய கல்விமுறையை அணுகவிடாமல் செய்து விடுகிறது.

இவர்களுடைய சமூகத்தில் படித்தவர் என்று ஒரே ஒரு நபரை இவர்கள் குறிப்பிடுகின்றனர். பள்ளி இறுதி வகுப்பு வரையில் படித்த அந்நபர் பாண்டிச்சேரி பஞ்சாலையில் பணியாற்றுவதாகத் தகவலாளிகள் கூறுகின்றனர்.

அரசின் முதியோர் கல்வித் திட்டம், வீடு கட்டிக் கொடுக்கும் இட்டம், சுயவேலைவாய்ப்பு, ஒருங்கிணைந்த ஊரக வளர்ச்சித் திட்டம் போன்றவை இம்மக்களுக்கு என்னவென்றே தெரியாத திட்டங்களாகும். இத்திட்டங்கள் இம்மக்களிடம் சென்றடைய வேண்டும் என்று ஆளும் வர்க்கத்தினர் முயற்சி எடுத்துக் கொண்டதாகவும் தகவல்கள் இல்லை.

அண்மைக்காலம் வரையில் குடும்பக்கட்டுப்பாடு செய்து கொள்ளாமல் இருந்தனர். குழந்தை பெற்றுக் கொள்வதில் வரையறை வைத்துக் கொள்ளாதிருந்த இப்பூவிடையர்கள் இப்போது குடும்பக்கட்டுப்பாடு செய்து கொள்கின்றனர்.

அண்மையில் மேற்கொண்ட களப் பணியின் போது, ஓரிரு ஊர்களில் அரசு கட்டிக் கொடுத்த தொகுப்பு வீடுகளில் சில குடும்பங்கள் வாழ்கின்றன. இவ்வாறு சொந்த வீடுகளை உடைய பூவிடையர்களுக்கு மட்டும் ரேஷன் கார்டுகள் கொடுக்கப்பட்டிருக்கின்றன.

தகவல் தொடர்புச் சாதனங்கள் இவர்களிடம் தாக்கத்தை ஏற்படுத்தியுள்ளன. தம் இரவலர் வாழ்க்கையை நடத்திச் செல்ல இவர்களுக்கு உதவுபவை இவர்களுடைய மரபான 'பொய்க்கால் குதிரை ஆட்டம்', 'பூம்பூம்மாடு வித்தைக்காட்டல்' கதைப்பாடல் பாடுதல்' முதலிய நிகழ்த்துக்கலைகளே. இம்மரபான கலைகளை நிகழ்த்துவோராக விளங்கினாலும், இன்றைய திரைப்பட ஊடகம் இவர்களை மிகவும் ஆக்கிரமித்திருப்பதையும் கவனிக்க முடிகிறது.

தமிழ்த் திரைப்பட நடிகர்களில் இப்பூவிடையர்களை மிகவும் வசீகரித்தவர் மறைந்த நடிகர் எம்.ஜி. இராமச்சந்திரன் தான். தற்போதைய இளைஞர்களுக்கு இன்றைய முன்னணி நடிகர்களிடம் ஈர்ப்பு உண்டு. திரைப்படம் பார்ப்பதில் இவர்கள் காட்டும் ஆர்வம், அவர்களுடைய நிகழ்த்துக் கலைகளிலும் இன்று பிரதிபலிக்கிறது.

ரவணாமேளம்–நாயனம் வாசிப்பில் முழுவதும் இடம் பெறுவன தமிழ் சினிமாப் பாடல்களே இந்தத் திரைப்படம் ஏற்படுத்திய தாக்கம் கணிசமானது. இளைஞர்களுக்குக் கதைப்பாடல்கள் பாடவே தெரியாது. திரையிசைப்பாடல்கள் தாம் பாடுகிறார்கள்.

திரைப்படம் பார்ப்பது தவிர, வடக்கத்தி நாடகங்களும், தெருக்கூத்துக்களும் இவர்கள் விரும்பிப் பார்க்கும் கலை வடிவங்களாகும்.

அரசியல் கட்சிகள், கட்சித் தலைவர்கள் கருத்துக்கள் பற்றிய பிரக்ஞையை இவர்களிடம் காணமுடியவில்லை. எனினும் கடந்த காலத்தில் எம்.ஜி.ஆர். என்ற பிரம்மாண்டமும், அவரது அரசியலும் சிலரிடம் பாதிப்பேற்படுத்தியிருந்தன. சமீப காலத்தில், பூவிடையரில் சிலருடைய பெயர்கள் வாக்காளர் பட்டியலில் இடம் பெற்றுள்ளன. இதன் மூலம் இவர்கள் 'குடிமக்கள்' என்னும் தகுதியைப் பெற்றுள்ளனர். பெரும்பாலும், பூவிடையர்கள் அரசியல் இயக்கச் சார்புக்கு அப்பாற்பட்டவர்களே.

◎

வைணவ இரவலர்களின் கிராம வாழ்க்கை: நாடோடியத்திலிருந்து நிலைக்குடி வாழ்க்கையை நோக்கிய நகர்வு

நாடோடியத்தின் அடிப்படைகள்

பொருளியல் தேடலை மையமாகக் கொண்ட ஒருவகை வாழ்க்கைமுறையே நாடோடியம் ஆகும். வெவ்வேறு இனங்கள் மற்றும் சமூக வகைகளைச் சேர்ந்த மக்கள். தத்தம் அன்றாட உணவுத் தேவைக்காக ஓரிடத்திலிருந்து வேறொரு இடத்தை நோக்கி குழு குழுவாக இடம்பெயர்ந்து செல்ல வேண்டிய அவசியம் இருந்தது. அதாவது, இயல்பாக விளையக்கூடிய உணவுப் பொருட்களைச் சேகரிப்பது, விலங்குளையும் பறவைகளையும் வேட்டையாடுவது, இடப்பெயர்வு வேளாண்மையில் ஈடுபடுதல், ஆடு – மாடுகளை மேய்த்தல், நுகர்பொருட்களை எடுத்துச் சென்று விநியோகித்தல் என்பன போன்ற தொழில்களின் ஊடாக அம்மக்கள் குழுவினர் ஓரிடத்திலிருந்து சிறிது கால இடைவெளிக்குப் பிறகு மற்றொரு இடத்திற்கு இடப்பெயர்வு செய்து தங்கினர். இந்த வாழ்க்கை முறையே நாடோடியத்தின் அடிப்படையாகும்.

நாடோடியம் என்பது, தொடர்ந்து நிகழக்கூடிய, பருவகாலந்தோறும் நடைபெறக்கூடிய, பொருளாதாரத்தை அடிப்படையாகக் கொண்ட பௌதிகத் தன்மையில் அமைந்த மனித இயக்கமாகும். ஆடுமாடுகளை மேய்த்தல்,

வேட்டையாடுதல், உணவு தானியங்களைச் சேகரித்தல், கலைப் பொருட்களை உருவாக்கி விநியோகித்தல், சேவை செய்தல், வியாபாரத்தில் ஈடுபடுதல், குறைந்தபட்ச அளவில் மேற்கொள்ளப்படும் வேளாண்மை என்பன போன்ற பொருளாதார நடவடிக்கைகளோடு இணைந்த பருண்மையான அசைவினையே நாடோடியம் குறிப்பிடுகிறது. மேற்கோள்: (Salzman 2003: 3)

நாடோடிகளைக் குறிக்கும் 'நொமாட்ஸ்' (Nomads) என்னும் ஆங்கிலச் சொல் கிரீக் மொழிச் சொல்லான 'நெமோ' (Nemo என்பதிலிருந்து தோன்றியது. அச்சொல்லிற்கு 'மேய்ப்பது' என்று பொருள். மேய்த்தல் தொழிலில் ஈடுபட்ட ஆயர் நாடோடிகளைக் குறிப்பிடுவதற்கு மட்டுமல்லாமல் நிரந்தரமான வசிப்பிடமோ குடியிருப்போ இல்லாதவர்களான அனைத்து வகையான நாடோடிகளையும் குறிப்பிடுவதற்கு இச்சொல்லைக் கையாண்டனர்.

நாடோடிகளின் வகைகள்

நாடோடிகளின் வாழ்க்கை முறையின் சிற்சில வேறுபாடுகளை அடிப்படையாகக் கொண்டு, அவர்களை 'நாடோடிகள் அரை நாடோடிகள்' (Semi-nomads) என்று இரண்டாக வகைப்படுத்துவதுண்டு. நாடோடி வாழ்க்கைக்கான காலப் பகுதிகள், மக்கள்தொகை ஆகியவற்றில் மாறுதலைச் செய்துகொண்டு. குறிப்பிட்ட ஒரே வட்டாரத்தில் நீண்ட காலம் தங்கக்கூடிய மக்கள் குழுக்களையே 'அரை நாடோடிகள்' எனக் குறிப்பிடுகின்றனர். மேற்குறிப்பிட்டவாறு மாறுதலைச் செய்து கொள்வதென்பது, அவர்கள் வாழும் நிலப் பகுதியில் காணப்படும் சுற்றுச்சூழல், பருவகாலம் ஆகிய கூறுகளோடு தொடர்புடையது. அத்துடன், குறியீட்டுத் தொடர்பு மற்றும் சமூக அரசியலோடும் இது தொடர்புடையது. இடப்பெயர்வு முறையில் வேளாண்மை செய்யக்கூடிய மக்களையும் 'அரை நாடோடிகள்' என்னும் சொல் குறித்தது. ஏனென்றால், ஒரு குறிப்பிட்ட இடத்தில் சிறிது காலத்திற்குத் தங்கள் இருப்பிடத்தை அமைத்து அங்கேயே வாழ்க்கை நடத்திவிட்டுப் பின்னர் அவ்வசிப்பிடத்தை அப்படியே விட்டுவிட்டு வேறு இடத்திற்குச் சென்று அங்குத் தங்கள் வசிப்படத்தை 'இடப்பெயர்வு

வேளாண்மையாளர்கள்' அமைத்துக் கொள்வார்கள் (Charlotte Seymounr-Smith, 1986:209)

உலகிலேயே தெற்காசியாவில்தான் நாடோடிகள் எண்ணிக்கையில் அதிகமாகக் காணப்படுகின்றனர். இந்தியாவில் மட்டும் ஏழு சதவீதம் நாடோடிகள் உள்ளனர். இவர்கள் சார்ந்த சமூகங்களின் எண்ணிக்கையோ சுமார் ஐநூறாகும். இச்சமூகங்கள் அனைத்தையும் 1) மேய்த்தல் தொழிலில் ஈடுபடும் நாடோடிகள் 2) உணவுப் பொருள் சேகரிக்கும் நாடோடிகள் 3) உணவு உற்பத்தியில் ஈடுபடாத நாடோடிகள் என்று மூன்று வகைமைகளுக்குள் அடக்குவர் (Aparna Rao, M.J. Casmir,2003:5-7).

தற்பொழுது தமிழகத்தில் சுமார் முப்பது வகையான நாடோடிச் சமூகங்கள் காணப்படுகின்றன (பக்தவத்சல பாரதி, 2003: 26). இவற்றுள் பெரும்பான்மையானவை, உணவு உற்பத்தியில் ஈடுபடாத நாடோடிச் சமூகங்களாகும் (Peripatetics). கழைக் கூத்தாடிகள், பாம்பாட்டிகள், குரங்காட்டிகள், குறி சொல்லும் குடுகுடுப்பைக்காரர்கள், சாட்டையால் அடித்துக் கொண்டு ஆடும் 'சாட்டையடி நாயக்கர்கள்', நரிக்குறவர்கள், பகல்வேடக்காரர்கள், ஈயம் பூசுவோர் என்பன உள்ளிட்ட நாடோடிச் சமூகங்களில் கணிசமானவை உணவு உற்பத்தியில் ஈடுபடாதவை ஆகும். மேலும், அவை சமயச் சார்பற்றவையும் சமயச் சார்புடையவையுமான இரவலர் சமூகங்களாகவும் திகழ்கின்றன. இத்தகைய சமூகங்களில் ஒன்றுதான் 'பூம்பூம் மாட்டுக்காரர்' என்று வெகு மக்களால் அழைக்கப்படும் நிகழ்த்துக் கலைஞர்களை உள்ளடக்கிய நாடோடிச் சமூகமாகும். இது. அடிப்படையில் வைணவச் சமயச் சார்புடைய இரவலர்கள் சமூகமாகத் திகழ்வது.

பூம்பூம் மாட்டுக்காரர்கள்: நாடோடி நிகழ்த்துநர்கள்

பூம்பூம்மாட்டுக்காரர், பெருமாள் மாட்டுக்காரர் என்று நிலைக்குடிச் சமூகத்தினரால் அழைக்கப்படும், இந்த நாடோடிமார்கள், தங்களைத் தற்போது 'ஆதியன்', 'தாதர்' என்ற சாதிப் பெயர்களைக் கொண்டு அடையாளப்படுத்திக் கொள்கின்றனர். ஏற்கனவே 'பூவிடையர்' என்று இவர்தம் சாதிப் பெயர் சில நூல்களில் பதிவாகியுள்ளதும் இங்குக் குறிப்பிடத்தக்கது. தமிழகத்தின் வடமாவட்டங்களில் சற்றுக்

கூடுதலாகவும். மதுரை, திண்டுக்கல், விருதுநகர் உள்ளிட்ட தென் மாவட்டங்களில் 'அழகர் மாட்டுக்காரன்' என்னும் பெயரில் ஆங்காங்கும் காணப்படும் இந்நாடோடிகள், ஒரு நிகழ்த்துக்கலைச் சமூகத்தினராகவே விளங்குகின்றனர். 'பெருமாள் மாடு' எனப்படும் அலங்கரிக்கப்பட்ட பசு அல்லது காளை மாடுகளைக் கொண்டு உறுமி மேளத்தை இசைத்து வேடிக்கைக் காட்டுவது, சிறுவர் – சிறுமிகளைக் கொண்டு 'பொய்க்கால்' குதிரை ஆட்டம் நிகழ்த்துவது, பதின்பருவச் சிறுவர்கள், இளைஞர்கள் ஆகியோர் ரவணா மேளம் – நாதஸ்வரம் ஆகிய இசைக் கருவிகளை வாசித்துப் பாட்டுப் பாடுவது, பெண்கள் தாலாட்டுப்பாடல், நல்லதங்காள் கதை முதலிய பாடல்களைப் பாடுவது போன்ற நிகழ்ததுதல் கலைச் செயற்பாடுகளால் நாடோடிக் கலைஞர்களாகப் பல தலைமுறைகளாகத் தங்களை அடையாளப்படுத்திக் கொண்டிருப்பவர்களே பூம்பூம் மாட்டுக்காரர்கள். ஏறக்குறைய ஒரு நூற்றாண்டிற்கு முன்னரே இவர்களைப் பற்றிய இனவரைவியல் குறிப்புகள் பதிவு செய்யப்பட்டுள்ளன. முன்னொரு காலத்தில் வைணவக் கடவுளர்களால் (இராமன், பெருமாள், வேங்கடாசலபதி) சபிக்கப்பட்டதன் காரணமாக நிலைக்குடி வாழ்க்கை முறையை விட்டு நீங்கித் தங்களுடைய பண்டைய முன்னோர்கள் நாடோடிய வாழ்க்கையைத் தொடங்கினார்கள். சாப விமோசனத்திற்காகவே இன்று வரையில் அவ்வாழ்க்கைப் பயணம் தொடர்ந்து நடந்து கொண்டிருக்கிறது என்னும் சாராம்சத்தைக் கொண்ட தோற்றப் புராணத்தை பூம்பூம் மாட்டுக்காரர்கள் வாய்மொழிக் கதையாக விவரிக்கிறார்கள் (ஆ. தனஞ்செயன், *2006: 120–144*).

காலங்காலமாகத் தொடர்ந்து நடந்து கொண்டிருக்கும் நாடோடிய வாழ்க்கை முறையை நியாயப்படுத்தும் பணியையே அவர்களிடம் வழங்கும் தோற்றப் புராணக் கதைகள் முதலிய வாய்மொழி வழக்காறுகள் செய்து கொண்டிருக்கின்றன. இச்சமூக மக்களின் கலைவடிவங்கள், அவர்கள் தொழிலக்குச் செல்லும் போதெல்லாம் தங்களுக்குத் தாங்களே செய்து கொள்ளும் ஒப்பனைகள், குறிப்பிட்ட கால இடைவெளியில் ஓர் ஊரை விட்டு மற்றொரு ஊரை நோக்கி, இடம்பெயர்ந்து செல்லும் வழக்கம். நிலையான குடியிருப்பு இல்லாமை,

தங்களுக்குத் தேவையான உணவுப் பொருள், உடுத்துவதற்காகப் பழைய துணிகள் மற்றும் சில்லறைக் காசு ஆகியவற்றிற்காக நிலைக்குடி மக்களிடம் சென்று இரந்து நிற்பது என்பன போன்ற அனைத்தும் அவர்களுடைய நாடோடி வாழ்க்கை முறையின் பரிமாணத்தை வெளிப்படுத்தும் கூறுகளாகும்.

நாடோடியத்தின் புறவயமான மாற்றங்கள்

தமிழகத்தில் பரவலாக வாழும் இந்நாடோடிச் சமூகத்தின் குழுக்கள் அனைத்தும் மேற்குறிப்பிட்ட வாழ்க்கை முறையையே பொதுவாகக் கொண்டிருக்கின்றன. ஒரு நிலைக்குடியைச் சேர்ந்த ஆர்வமுள்ள சிறுவனாகப் பூம்பூம் மாட்டுக்காரர்களைப் பார்த்திருக்கிறேன். ஓர் ஆய்வாளனாகவும் கடந்த இருபத்தைந்து வருடங்களாக அவர்களை – ஒரு சில குழுக்களை – உற்று நோக்கி வந்திருக்கிறேன். கடந்த சுமார் நாற்பது ஆண்டுகளில் இந்நாடோடிகளிடம் சொல்லத் தகுந்த மிகப் பெரிய சமூக மாற்றங்கள் நடைபெற்றிருப்பனவாகச் சுட்டிக்காட்ட முடியவில்லை. ஆனால், நாடோடியத்தின் மையத்தில் மாற்றம் நேராமல், அதன் புற அமைப்பில் மட்டுமே சிலவகை மாற்றங்கள் நேர்ந்திருக்கின்றன. அவ்வகை மாற்றங்கள் சிலவற்றை இங்கே சுட்டிக் காட்டலாம்.

பொதுவாக இந்நாடோடிகள், தங்கள் முகாம் இடம்பெற்றுள்ள இடத்திலிருந்து குழுவாகப் புறப்பட்டுச் சென்று சுமார் இருபத்தைந்து கிலோ மீட்டர் தொலைவிலுள்ள ஓர் ஊரைத் தேர்ந்தெடுத்து, அவ்வூரில் யாரும் உரிமை கொண்டாடாத தோப்பு, வெட்ட வெளி, சத்திரம், பாழடைந்த கட்டடம், கோயில் மண்டபம், ரயில்வே நிலையம் அல்லது பேருந்து நிலையத்தின் பக்கவாட்டுப் பகுதி போன்ற இடங்களிலோ வெட்ட வெளிகளில் கூடாரம் அமைத்தோ, அமைக்காமலோ தங்குவார்கள். இவ்வாறு குறிப்பிட்ட ஊரில் தங்குவதைத் 'தங்கல்' எனக் குறிப்பிடுவர். பின்னர் அவ்வூரை மையமாகக் கொண்டு சுற்றுவட்டாரத்திலுள்ள ஊர்களுக்கு ஆண்களில் ஒருவர் அல்லது இருவர் கொண்ட குழுவாகச் சென்று தங்கள் கலை வடிவங்களை நிகழ்த்திக் காட்டிச் சன்மானம் பெற்றுத் திரும்புவர். அவ்வாறே அச்சமூகத்தின் பெண்களும் ஒவ்வொரு ஊரிலும் வீடு வீடாகச் சென்று

பாட்டுப்பாடி, சோறோ அரிசியோ இரவல் வாங்கி வருவர். இவ்வாறு சேகரித்த அரிசியைக் கொண்டு, பிற்பகலிலோ மாலையிலோ உணவு சமைத்துக் குடும்ப உறுப்பினர்கள் அனைவரும் கூட்டாகச் சேர்ந்து உண்ணுவர்.

குறிப்பிட்ட ஊரின் ஒதுக்குப்புறத்தில் முகாம் அமைத்துக் கொண்டு தங்கும் நாடோடிக் குழு, சுமார் மூன்று மாதம் கழித்துக் குறிப்பிட்ட எல்லைக்கு அப்பாற் சென்று வேறொரு ஊரைத் தேர்ந்தெடுத்து அங்கு முகாமிட்டுக் கொள்வது வழக்கம். குறிப்பிட்ட கால இடைவெளிக்குப் பின்னர் அங்கிருந்து இடம்பெயர்ந்து வேறொரு தொலைவான பகுதிக்குச் சென்று ஏதேனும் ஓர் ஊரில் முகாமிடத் தொடங்கும். அங்கு சிறிது காலம் தங்கியிருந்து தொழிலை நடத்திவிட்டு இறுதியாகத் தான் எந்த ஊரில் ஏற்கனவே இருந்த மூல முகாமை விட்டுப் புறப்பட்டு வந்ததோ அந்த முகாமிற்கே திரும்பிச் சென்று சேரும். இந்த இடப்பெயர்வுச் சுழற்சி முறை சுமார் ஓராண்டுக்காலம் எடுத்துக் கொள்ளும். இவ்வாறு 'மூல முகாம்' இடம்பெற்றுள்ள ஊரில் இந்நாடோடிச் சமூகத்தின் குழுக்கள் அல்லது குடும்பங்கள் அனைத்தும் சந்தித்துக் கொள்ளும் இக்காலக்கட்டத்தில் ஊர்க்கூட்டம் நடைபெறும்; அதில் தனிமனிதர் மற்றும் சமூகத் தொடர்புடைய தகராறுகள், பிரச்சினைகள் விவாதிக்கப்பட்டுத் தீர்வு காணப்படும். அவ்வாறே திருமணம் முதலிய குடும்பக் கொண்டாட்டங்களும் இக்காலத்தில் நடைபெறும்.

இவ்வாறு ஆண்டு முழுவதும் குறிப்பிட்ட கால இடைவெளியில் தொடர்ந்து நிகழக்கூடிய நாடோடி வாழ்க்கையின் இடப்பெயர்வுச் சுழற்சி முறையில் தங்களை உட்படுத்திக் கொள்ளும் சில குழுக்கள், பூர்வீக முகாமிற்குச் செல்லாமல், தாம் அமைத்துக் கொண்ட இடைக்கால முகாம் இடம்பெற்றுள்ள ஊர்களிலேயே சிறுசிறு குடிசைகளை அமைத்துக் கொண்டு தங்கிவிடுவதும் உண்டு. இவ்வாறு நாடோடிகளின் சில தற்காலிக முகாம்கள், நிரந்தர முகாம்களாக மாற்றம் பெற்றுள்ளன. இது கடந்த இருபத்தைந்து முதல் ஐம்பது ஆண்டுக்கால இடைவெளியில் நடைபெற்றிருக்கிறது. தற்காலிக முகாம்கள். நிரந்தர முகாம்களாக மாறினாலும், அவை ஆங்காங்குள்ள நிலைக்குடிகளின் கிராம அமைப்பில் ஓர் அங்கமாக ஒருபோதும் ஒருங்கிணைவதில்லை. மாறாக, அவை தனித்த தீவுகளாகவே இயங்கும் என்பது குறிப்பிடத்தக்கது.

இம்முகாம்களில் வாழ்வோரிடையே வேறு சில மாற்றங்களும் நடைபெற்றுள்ளன. சில நாடோடிக் குழுக்கள், மாநில அரசு நிதி உதவியால் கட்டிக் கொடுக்கப்பட்டுள்ள 'காலனி வீடுகளில்' குடியேறியுள்ளன. ஆனால், எல்லோருக்கும் சமநிலையில் இவ்வாய்ப்பு கிட்டவில்லை என்பது குறிப்பிடத்தக்கது. ஆனால், காலனி வீடுகளில் குடியிருப்போரும், ஊர், நகர் ஆகியவற்றின் இதரப் பகுதிகளில் கூடாரம் அமைத்து உறைவோரும் நாடோடி வாழ்க்கையையே தொடர்ந்து கடைப்பிடிக்கின்றனர். இரவலர் தொழிலுக்குச் செல்லும் நாடோடிக் கலைஞர்கள் நிலைக்குடி மக்களிடமிருந்து உணவு, தானியங்களை இரந்து பெறுவதற்கு என்று சுமார் இருபதாண்டுகளுக்கு முன்னால் சுரைக்குடுக்கையைப் பாத்திரமாக வைத்திருந்தனர். தற்காலத்தில் அதற்குப் பதிலாக அலுமினியம் மற்றும் எவர்சில்வர் பாத்திரங்களைப் பயன்படுத்துகின்றனர். ரவணா மேளம், சட்டிமேளம் போன்ற தோற்கருவிகளுக்கு முன்னர் சட்டி, கலயம் முதலிய மட்பாண்ட வகைகள் பயன்படுத்தப்பட்டன. இன்றோ அலுமினியப்பாத்திரங்கள் உபயோகிக்கப்படுகின்றன. ரவணா மேளத்தை இசைத்து, நாகஸ்வர ஒத்திசையில் திரைப்படப்பாடல்களைப் பாடும் நாடோடிக் கலைஞர்களில் இளைஞர்கள் சிலர், தொலைவிலுள்ள கிராமங்களுக்கு நடந்து செல்வதைத் தவிர்த்துவிட்டு, இன்று சைக்கிளில் சென்று வருவதைக் கடலூர் மாவட்டம் சிதம்பரம் வட்டாரத்தில் உள்ள அம்மாப்பேட்டையில் பார்க்க முடிந்தது. பெருமாள் மாடு எனப்படும் பசு அல்லது எருதை ஓட்டி வரும் பூம்பூம் மாட்டுக்காரனையோ பெருமாள் மாட்டுக்காரனையோ இன்று தெருவில் அதிகம் பார்க்கவியலாது. பசு அல்லது காளை மாடு இல்லாமல் உறுமி மேளத்தை மட்டுமே வாசித்தவாறு தனியாளாக வரும் பூம்பூம் மாட்டுக்காரனையே தெருவில் பார்க்க முடியும். இம்மாற்றங்கள் ஒரு பக்கம் இருந்தாலும், நாடோடியம் என்ற வாழ்க்கை முறை என்னவோ அப்படியே தான் நிலைபெற்றிருக்கிறது.

நாடோடிகளின் கிராமம்

இந்நிலையில் பூம்பூம் மாட்டுக்காரர்களுடைய நாடோடிய வாழ்க்கை முறை, ஓர் அடிப்படையான மாற்றத்தை நோக்கி நகரும்

யதார்த்த நிலையைத் திருவண்ணாமலை மாவட்டத்திலுள்ள கிராமம் ஒன்றில் உற்று நோக்க முடிந்தது. அங்கு நாடோடியம் என்பது, அமைப்பு வீடுகள், மாடு வளர்ப்பு, வேளாண்மைத் தொழில், கிராம நிர்வாகக் கட்டமைப்பு என்பனவற்றின் ஊடாகச் சற்றே அசையத் தொடங்கியுள்ளது. அதாவது, நாடோடிய வாழ்க்கையிலிருந்து நிலைக்குடி வாழ்க்கை முறைக்கு மக்கள் மாறத் தொடங்கியுள்ளனர். இத்தகைய கட்டத்தினைச் செய்யாறு வட்டம், மோரணம் பஞ்சாயத்திற்கு உட்பட்ட புழுத்தை – சகாயபுரம் கிராமம் பிரதிபலித்துக் கொண்டிருக்கிறது.

வேளாண்மைத் தொழிலில் ஈடுபடும் கிறிஸ்துவ நாயக்கர்களைக் கொண்ட குடியிருப்பை ஒரு பக்கமும் பூம்பூம் மாட்டுக்காரர்களின் குடியிருப்பை மற்றொரு பக்கமும் கணிசமான இடைவெளிக்கிடையே கொண்டிருக்கும் புழுத்தை – சகாயபுரம் கிராமமானது அகண்ட மோரணம் ஏரியின் வடகிழக்குக் கரையில் அமைந்துள்ளது. நாம் இதுவரையில் பார்த்திருந்த நாடோடிகளின் குடியிருப்பிலிருந்து, புழுத்தை – சகாயபுரம் கிராமக் குடியிருப்பு என்பது முற்றிலும் மாறுபட்டது. அது, நிலைக்குடிச் சமூகங்களைச் சேர்ந்த சிறு விவசாயிகள் மற்றும் விவசாயக் கூலிகளின் குடியிருப்பை நினைவூட்டுவது. சற்று நீண்ட தார்ச் சாலையின் இருபுறமும் வரிசையாக சுமார் நாற்பத்தைந்து அமைப்பு வீடுகளைக் கொண்ட தெருவின் கடைசியில் ஒரு பெருமாள் கோயில் இருக்கிறது. விழல் வேய்ந்த கூரை வீடுகளும் (20) அரசால் கட்டிக் கொடுக்கப்பட்ட கான்கிரீட் வீடுகளும் (காலனி வீடுகள் : 10) ஓட்டு வீடுகளும் (02) கான்கிரீட் மொட்டை மாடி வீடும் (01), சிறிய குடிசை வீடுகளும் (12) நிறைந்த தெருவினைக் கொண்ட அக்குடியிருப்பு, ஒரு சிறிய அமைப்புக் கிராமமாகும். ஒவ்வொரு வீட்டிற்குப் பின்னால் வீடுகளின் பின் பகுதியில் மாட்டுத் தொழுவங்களை அடுத்துப் புளிய மரங்கள் வளர்ந்து நிற்கின்றன. இக்குடியிருப்பு வாழ் மக்களை நம்பி, தூத்துக்குடியைச் சேர்ந்த வணிகர் (நாடார்) ஒருவர் மளிகைக் கடை நடத்தி வருகிறார்.

குடியிருப்பின் தோற்றம்

புழுத்தை – சகாயபுரத்தில் உள்ள குடியிருப்புதான், அங்குள்ள நாடோடிகளின் முதல் நிலையான குடியிருப்பாகும்.

இந்நாடோடிகளின் முந்தைய தலைமுறையினர் விழுப்புரம் மாவட்ட எல்லைக்குட்பட்ட பகுதிகளில் அலைக்குடிகளாகத் திரிந்தவர்களாவர். சுமார் ஐம்பது ஆண்டுகளுக்கு முன்னர் அந்தக் கூட்டத்தைச் சேர்ந்த சில குழுவினர், இன்றைய குடியிருப்பு உள்ள இடத்தில் தற்காலிக முகாம் அமைத்துத் தங்குவதற்கு ஆரம்பித்தனர். பின்னர், மெல்ல மெல்ல இந்தத் தற்காலிக முகாமே, ஒரு நிரந்தரக் குடியிருப்பாக மாறியது. பூம்பூம் மாட்டுக்காரர்களின் பல்வேறு தற்காலிக முகாம்கள், அந்நிலையிலேயே பல ஆண்டுக் காலமாகத் தொடர்கின்றன. மிகச் சில முகாம்களே நிரந்தரக் குடியிருப்புகளாக மாற்றம் பெற்றுள்ளன. அவற்றுள் புழுத்தை – சகாயபுரம் குறிப்பிடத்தக்க உதாரணமாகத் திகழ்கிறது. இதிலுள்ள சுமார் நாற்பத்தைந்து அமைப்பு வீடுகளில் வாழும் குடும்பங்களுள் கணிசமானவை சொந்த பட்டா நிலங்களில் தத்தம் வீடுகளைக் கொண்டுள்ளன. நாடோடிகளின் வாழ்க்கையில் இது ஒரு முக்கிய வளர்ச்சிக் கட்டமாகக் கருதப்பட வேண்டும். ஆனால், அதே சமயத்தில் இங்கு வசிப்போரில் ஒரு சில குடும்பத்தினரைத் தவிர, எஞ் சிய குடும்பத்தினர் அனைவரும் நாடோடியத்தை முற்றிலும் கைவிடவில்லை என்பது குறிப்பிடத்தக்கது.

ஊர் நிர்வாகம்

நிலைக்குடிச் சமூகங்களில் காணப்படும் ‘நாட்டாண்மை’ என்னும் ஊர் நிர்வாக முறையே, இம்மக்களிடமும் காணப்படுகிறது. ஊர்த்தலைவர் அல்லது நாட்டார் என்றழைக்கப்படும் குடியிருப்பின் தலைவர், இம்மக்களின் பொது நலன், பாதுகாப்பு ஆகியவற்றை மையப்படுத்திய ஊர் நிர்வாகத்தில் முக்கியப் பங்காற்றுகிறார். தனி மனிதர்களுக்கு இடைப்பட்ட பூசல்கள், கணவன் – மனைவிக்கு இடைப்பட்ட குடும்பத் தகராறுகள், நாட்டார் தலைமையில் நடத்தப்படும் ஊர்க்கூட்டத்தில் விசாரிக்கப்பட்டுத் தீர்வு காணப்படுகின்றன. இக்கூட்டத்தில் பெண்களும் கலந்து கொள்வது கவனிக்கத்தக்கது. நிலைக்குடிச் சமூகங்கள் நடத்தும் ஊர்க் கூட்டங்களில் பொதுவாகப் பெண்கள் பங்கேற்க அனுமதி கிடையாது. தொழில் நிமித்தமாக வெளியூர் செல்லும் நாடோடிகள் ஒவ்வொரு தமிழ் மாதத்தின் முதல் நாள், தங்கள் குடியிருப்பிற்குத் திரும்பி, அங்கு ஓரிரு நாட்கள் தத்தம் குடும்பத்தினரோடு தங்கியிருப்பர். இச்சந்தர்ப்பத்திலேயே

ஊர்க்கூட்டம் நடத்தப்படுகிறது. இந்நாடோடிகளிடையே நீண்ட காலமாக ஒரு வகைக் கொள்கை மிகவும் உறுதியாகப் பின்பற்றப்படுகிறது. எந்த ஒரு பிரச்சினைக்காகவும் நாடோடிகள் காவல் நிலையத்திற்குச் செல்லக்கூடாது என்பதே அக்கொள்கை. பல்வேறு நாடோடிக்குக் குழுக்களிடம் இக்கொள்கை நடைமுறையில் உள்ளது. எனவே, இம்மக்களிடம் நாட்டாண்மை அமைப்பு அவர்களுடைய சமூக, குடும்பச் சிக்கல்களைத் தீர்த்து வைத்து உதவும் சமூக அலகாக மிகவும் முக்கியமான செயல்பாட்டை வகிப்பதாகவே கருதமுடிகிறது.

நாடோடிகளின் மாடு வளர்ப்பு முறை

இந்தக் குடியிருப்பில் காணப்படும் மற்றொரு சிறப்புக் கூறு, ஒவ்வொரு வீட்டின் பிற்பகுதியிலும் மாட்டுத் தொழுவம் இருப்பது, மொத்த குடும்பத்தினரில் ஏறக்குறைய ஐம்பது விழுக்காட்டினர் மாடு வளர்க்கின்றனர். இவர்களுடைய ஒவ்வொரு குடும்பமும் சுமார் பத்து பசுமாடுகளையும் கன்றுகளையும் வளர்த்துப் பராமரிக்கின்றன. அந்தந்த வீட்டுச் சிறுவர் – சிறுமியர், இம்மாடுகளை மோரணம் ஏரியின் புல்வெளிப் பகுதிகளுக்கு ஓட்டிச் சென்று மேய்த்துப் பராமரிப்பதில் தங்கள் நாள் பொழுதின் பெரும்பகுதியைச் செலவிடுகின்றனர். இக்குடும்பங்களின் தலைவர்களில் பெரும்பான்மையோர், தொழில் நிமித்தமாக வெளியூர்களுக்குச் சென்றுவிடுவதால், குடும்பத் தலைவிகளே வீட்டிலிருந்தவாறு தத்தம் மக்களையும் மாடு கன்றுகளையும் பராமரிக்கின்றனர். கறவை மாடுகள் வளர்ப்பு என்பது பால் உற்பத்தியோடு வருவாய்க்கு வாய்ப்பளிக்கிறது. ஆனால் இம்மாடு வளர்ப்பு முறை, தெற்கத்தி, வடக்கத்திப் பூமாட்டுக்காரர்களிடம் காண முடியாததாகும்.

பள்ளிக் கல்வியும் எழுத்தறிவின்மையும்

புழுத்தை – சகாயபுரம் குடியிருப்பில் சுமார் 450 நாடோடி மக்கள் வாழ்கின்றனர். அவர்களில் ஆண்கள், பெண்கள் மற்றும் குழந்தைகள் முறையே 44, 39, 17 விழுக்காட்டினர் உள்ளனர். பெரியோரில் அனைவருமே எழுத்தறிவு இல்லாதவர்கள். சிறுவர்களில் சுமார் ஆறு பேர் அங்குள்ள அரசு நடுநிலைப் பள்ளியில் சேர்ந்து கல்வி பயின்றனர். தற்போது அவர்கள்

பள்ளிக்குச் செல்வதில்லை. சிறுவர்கள் தங்கள் குடியிருப்பிற்கும் பள்ளிக்கூடம் உள்ள ஊருக்கும் இடையிலுள்ள பெரிய ஏரியைக் கடந்து பள்ளிக்குச் சென்று வர வேண்டியிருந்ததால், அதிலுள்ள அபாயம் கருதிச் சிறுவர்கள் பள்ளிக்கு அனுப்பப்படவில்லை என்று அவர்களுடைய பெற்றோர்கள் கூறினாலும், ஒரு பக்கம் மாடு மேய்த்தலும் மறுபுறம் நாடோடியமும் சிறுவர்களைப் பள்ளிக் கல்வியைக் கூட எட்ட முடியாதவாறு தடுக்கின்றன எனலாம். இந்நிலை, தலைமுறை தலைமுறையாகத் தொடர்வதன் காரணமாக எழுத்தறிவின்மை நாடோடிகளிடையே நிரந்தரமாகிவிட்டது.

நாடோடிகளும் வேளாண்மையும்

நிலைக்குடிச் சமூக மக்களின் மரபான தொழிலாக விளங்கும் வேளாண்மை, நாடோடிச் சமூக மக்களுக்கு மிகவும் அந்நியமானது. நாகப்பட்டினம், தஞ்சாவூர், கடலூர் ஆகிய மாவட்டங்களில் ஆங்காங்கே காணப்படும் பூம்பூம் மாட்டுக்காரர்கள் பற்றிய இதுவரையிலான உற்றுநோக்கலின் மூலம் எவர் ஒருவரும் விவசாயத்தில் கூலித் தொழிலாளியாகக் கூட இருந்ததில்லை என்பதைத் தெரிந்துக் கொண்டோம். மேலும், அவர்களிடம் வழங்கும் தோற்றப் புராணக் கதைகளும் கூட வேளாண்மைத் தொழிலை விலக்கப்பட்ட ஒன்றாகவே குறிப்பிடுகின்றன. ஆனால், இந்த யதார்த்தத்திற்கு நேர்மாறான காட்சியைப் புழுத்தை – சகாயபுரம் கிராமத்தில் பார்க்கவியலுகிறது. அதாவது, இங்குள்ள நாடோடிகளுள் சிலர், நிலைக்குடிச் சமூக விவசாயிகளைப் போலவே உழவுத் தொழிலில் ஈடுபட்டு வருகிறார்கள். அவர்களில் ஒருவரான திரு. சன்னியப்பன் (35) என்பவர், தான் நாடோடி வாழ்க்கை முறையிலிருந்து முற்றிலும் விலகி, விவசாயத் தொழிலில் ஈடுபட்டு வருவதாகக் கூறினார். அவருக்கு இரண்டரை ஏக்கர் நிலமும் கிணறு – பம்பிங் மோட்டாரும் உள்ளன. ஒரு காளையையும் பசு மாட்டையும் இணை மாடுகளாகக் கொண்டு தானே உழுது பயிரிடும் கன்னியப்பன் தனது நிலத்தில் நிலக்கடலை, சோளம் போன்றவற்றைப் பயிரிட்டு அறுவடை செய்கிறார். தனது நிலத்தில் வேலை செய்தது போக, எஞ்சிய காலத்தில் பிறருடைய நிலத்தில் விவசாயக் கூலியாகச் சென்று பாடுபடுவதை அவர்

வழக்கமாக்கிக் கொண்டிருக்கிறார். கன்னியப்பன் மற்றும் அவருடைய குடும்பத்தினர் போல, ஒரு சில குடும்பத்தினர் மட்டுமே நாடோடியத்தை முற்றிலும் ஒதுக்கிவிட்டு விவசாயத் தொழிலுக்குத் திரும்பியுள்ளனர். இத்தகைய மாற்றத்திற்கு ஆளானோர் எண்ணிக்கையில் மிகவும் குறைவானவர்களாக இருப்பினும் புழுத்தை – சகாயபுரத்தில் ஏற்பட்டிருக்கும் இம்மாற்றம் மிகவும் முக்கியத்துவம் வாய்ந்தது.

நாடோடியம், அரை நாடோடியம், நிலைக்குடி வாழ்க்கை என்று படிப்படியாக ஒவ்வொரு கட்டமாக மனிதன் தனது சமூக வளர்ச்சிக் கட்டத்தைக் கடந்து வந்ததாக வரலாற்று ரீதியில் சொல்வதுண்டு. புழுத்தை – சகாயபுரம் கிராமத்தில் இத்தகைய நிலையைப் பார்க்கிறோம். அங்கு ஒரு காலத்தில், நாடோடிகள் தங்களுடைய இரவலர் தொழிலுக்குச் சாதகமாக அமையும் வண்ணம் தற்காலிக முகாமினை (தங்கல்) சுமார் ஐம்பது ஆண்டுகளுக்கு முன்னர் அமைத்துக் கொண்டனர். கால ஓட்டத்தில், அம்முகாமானது நிரந்தரக் குடியிருப்பாக மாறியது. நிரந்தரக் குடியிருப்பில் வசித்தவாறே பெரும்பான்மையானோர் அரை நாடோடிகளாகத் தங்கள் இரவலர் தொழிலைச் செய்து வருகின்றனர். இந்நிலையில், சிலர் சிறுநில விவசாயிகளாகவும், விவசாயக் கூலித் தொழிலாளிகளாகவும் மாறித் தங்கள் பொருளியல் தேடலைப் புஞ்சை நிலப் பயிர் உற்பத்தி சார்ந்ததாக அமைத்துக் கொண்டிருப்பதை மிகவும் முக்கியத்துவம் வாய்ந்த சமூக மாற்றமாகவே கருத வேண்டும்.

நாடோடிகளும் பொது விநியோக முறையும்

இன்றியமையாத உணவுப் பொருட்களை அரசு, பொது விநியோக முறையின் கீழ் நியாயவிலைக் கடைகள் மூலம் நிலைக்குடிச் சமூகங்களைச் சேர்ந்த மக்களில் குறைந்த வருவாய் உடையவர்களுக்கு வழங்கி வருகிறது. இதன் பொருட்டுக் குடும்ப அட்டைகள் அனைவருக்கும் அளிக்கப்பட்டுள்ளன. ஆனால், பெரும்பான்மையான தமிழக நாடோடிகள் இப்பொழுது விநியோக முறையைப் பயன்படுத்தும் வாய்ப்பைப் பெற்றிருக்கவில்லை. ஆனால், புழுத்தை – சகாயபுரத்திலுள்ள நாடோடிகளுள் சுமார் ஆறு குடும்பங்களைத் தவிர, ஏனைய அனைத்துக் குடும்பங்களும் ‘குடும்ப அட்டை’களைப்

பெற்றுள்ளன. இக்குடும்பத்தினர் அனைவரும் நியாய விலைக் கடையில் இருந்து அரிசி, மண்ணெண்ணெய், பருப்பு வகைகள் என்று அத்தியாவசிய நுகர்பொருட்களைப் பெற்றுக் கொள்ளும் வாய்ப்பைப் பயன்படுத்திக் கொண்டுள்ளனர். இவ்வாறு குடும்ப அட்டைகள் பெற்றுப் பொது விநியோக முறைக்குத் தங்களைத் தகவமைத்துக் கொண்டிருப்பது கூட, நிலைக்குடி வாழ்க்கை முறையை நோக்கிய நகர்வின் ஒரு முக்கிய படிமுறைக் கட்டமாகக் கருதலாம்.

அரசியலும் ஓட்டுரிமையும்

தமிழகத்திலுள்ள எந்த ஒரு அரசியல் கட்சியின் அரவணைப்பிற்கும் அப்பாற்பட்டவர்களாகவே நாடோடிகள் இருந்து வந்துள்ளனர். அவர்களுள் எவரும் எந்த ஒரு அரசியல் கட்சியிலும் உறுப்பினராக இருந்ததில்லை. குறிப்பிட்ட ஊர், வட்டாரம். மாவட்டம் என்று இவற்றுள் எந்த ஒரு நிலவரையறை அளவிலும் யாதொரு நாடோடிச் சமூகமும் பெருந்திரளான மக்கள் தொகையைக் கொண்டிருக்கவில்லை. சில நூறு பேர் என்ற மக்கள் தொகை எண்ணிக்கையும் கூட அவர்களுடைய மரபான தொழில் முறையின் காரணமாகக் காலம், வெளி ஆகியவற்றின் அடிப்படையில் ஒரு குறிப்பிட்ட எல்லைக்குட்பட்டு நிலையாக இருப்பதில்லை. எனவே, ஓட்டு வங்கியையே தமது பிரதான இலக்காகக் கொண்டிருக்கும் இன்றைய கட்சி அரசியலின் இலட்சியப் பரப்பிற்குள் நாடோடிகள் இடம்பெறத் தவறியதில் வியப்பேதுமில்லை. ஆயினும், புழுத்தை – சகாயபுரம் நாடோடிகள் தங்கள் பொதுவான உரிமைகளைப் பற்றிய விழிப்புணர்வு நோக்கித் தங்களைத் தயார்ப்படுத்திக் கொண்டிருக்கிறார்கள் என்பதைக் களப் பணி அனுபவத்தின் வாயிலாகப் புரிந்துகொள்ள முடிந்தது.

இந்நாடோடிகளுடைய நாட்டாண்மை முறை என்பது மாதாந்திர ஊர்க்கூட்டத்தின் வாயிலாக ஊர் மக்கள் சார்ந்த பிரச்சினைகளை அலசித் தீர்வு காண்பதோடு மட்டும் நில்லாமல், தங்கள் அடிப்படை உரிமைகளைப் பற்றியும் கவனம் செலுத்தி வருகிறது. அதன் விளைவாகத் தனது குடியிருப்பில், அரசின் வீட்டு வசதி வாரியத்தின் மூலமாகச்

சுமார் பத்துக் காலனி வீடுகளைப் பெற்றுள்ளது. மேலும் குடும்ப அட்டைகளைப் பெரும்பான்மையான குடும்பங்கள் வாங்கி யிருப்பதால் அங்குள்ள நாடோடிகளில் கணிசமானோரின் பெயர்கள் வாக்காளர் பட்டியலில் பதிவு செய்யப்பட்டுள்ளன. இதனால், இதுவரையில் நடைபெற்ற பஞ்சாயத்து, சட்டசபை, பாராளுமன்றத் தேர்தல்களில் தங்கள் ஓட்டுரிமையைப் பயன்படுத்தியுள்ளனர் எனலாம்.

இந்நிலையை மாநிலம் முழுவதற்கும் பொதுமைப்படுத்த முடியாது. எனினும், புழுத்தை – சகாயபுரம் வாழ் நாடோடிகளைப் பொறுத்தவரையில், மனித சுதந்திரம், பொது உரிமை ஆகியவற்றை அடைவதிலும் அனுபவிப்பதிலும் ஒரு முக்கியக் கட்டத்தினை அடைந்துள்ளனர் அல்லது அது பற்றிய ஒரு பொதுப் பிரக்ஞையை எட்டியுள்ளனர் என்று கூறுவதில் மிகை இல்லை எனலாம்.

நாடோடிகளிடையே உட்பிரிவுகளும் ஏற்றத் தாழ்வும்

நாடோடிகள் பற்றிய ஆய்வாளன் என்னும் முறையில் புழுத்தை – சகாயபுரம் குடியிருப்பானது அங்கு மேற்கொண்ட களப் பணியின் வாயிலாக என்னில் சில அதிர்வுகளையும் கேள்விகளையும் புதிய வெளிச்சத்தையும் ஏற்படுத்தியுள்ளது எனலாம். பொதுவாகத் தமிழகத்திலுள்ள பூம்பூம் மாட்டுக்காரர் என்ற நாடோடிகள் அனைவரும். முற்காலத்தில் நிலைக்குடிகளாக வாழ்ந்த தங்கள் சமூக முன்னோடிகள் வைணவக் கடவுளர்களால் சபிக்கப்பட்டதைக் கூறும் தோற்றப் புராணக் கதைகளையே சொல்லிக் கொண்டிருக்கிறார்கள். அதன் மூலம், பொதுவான சமூக முன்னோடிகளின் வழித் தோன்றல்களாகத் தங்களை மறைமுகமாகவோ நேரடியாகவோ அறிவித்துக் கொண்டு ஒரு பொது அடையாளத்தைப் படைத்துக்கொண்டிருக்கிறார்கள். ஆனால், புழுத்தை – சகாயபுரத்துப் பூமாட்டுக்காரர்களைப் பொறுத்த வரையில், பொதுவான சமூக முன்னோடிகள் பற்றிய உரிமை பாராட்டுவதில் ஒரு விதிவிலக்கினை முன்வைக்கிறார்கள். அதாவது, தங்களுடைய பழங்காலச் சமூக முன்னோடிகள் மட்டுமே கழுத்தில் துளசி மாலை அணிந்து, திருப்பதிக்குச் சென்று வேங்கடாசலபதியால் ஆசீர்வதிக்கப்பட்டவர்கள் என்றும் அவர்களுக்கு மட்டுமே கடவுள், தோலினாலான இசைக்

கருவியான தப்பையும், வெண்கல உலோகத்தால் அமைந்த தாளக் கருவியான சேமங்கலத்தையும், நந்தி வாகனத்தையும் கொடுத்துப் பிழைத்துக் கொள்ளச் சொன்னார் என்றும் கூறி, ஒரு வகை உரிமை மற்றும் பெருமை பாராட்டுவதை அறிய முடிகிறது. அத்துடன், தங்களைத் தாதர் சமூகத்தினர் என்றும் கூறிக் கொள்கின்றனர்.

பூமாட்டுக்காரர்களில் மூன்று சமூக உட்பிரிவுகள் உள்ளன என்பது, புழுத்தை – சகாயபுரம் அளிக்கும் மற்றொரு புதிய செய்தியாகும். கடலூர், நாகப்பட்டினம், திருவாரூர், தஞ்சாவூர் உள்ளிட்ட மாவட்டங்களில் அலைகுடிகளாக வாழும் நாடோடிகளைத் 'தெக்கித்திப் பூமாட்டுக்காரர்' என்றும், விழுப்புரம் திருவண்ணாமலை போன்ற மாவட்டங்களில் உலவும் நாடோடிகள் 'நடுநாட்டுப் பூமாட்டுக்காரர்' என்றும் செங்கல்பட்டு, திருவள்ளூர், வேலூர் உள்ளிட்ட மாவட்டங்களில் வாழும் நாடோடிகளை 'வடக்கத்திப் பூமாட்டுக்காரர்' என்றும் இந்நாடோடிகளிடையே உள்ள மூன்று பிரிவுகளைக் கூறும் திரு. முனிசாமி நாட்டார் (60). அவற்றிற்கிடையேயுள்ள வேறுபாடுகளையும் சுட்டிக் காட்டுகிறார். தெக்கித்திப் பூமாட்டுக்காரர்கள் 'ரெட்டை மேளம்', 'உறுமி மேளம்' ஆகிய இசைக்கருவிகளை வாசிப்பவர்கள் என்றும், நடுநாட்டுப் பூமாட்டுக்காரர் பிரிவைச் சேர்ந்த தாங்களோ தப்பு, சேகண்டி ஆகிய இசைக் கருவிகளை மட்டுமே வாசிக்கும் மரபினர் என்றும் புழுத்தை – சகாயபுர நாடோடிகள் கூறுகின்றனர். அத்துடன், தாங்கள் தெக்கித்தி மற்றும் 'வடக்கித்தி'ப் பூமாட்டுக்காரர் பிரிவினரிடமிருந்து தண்ணீர் கூட வாங்கிக் குடிப்பதில்லை எனக் கூறி, அவ்விரு பிரிவினரை விடத் தாங்கள் உயர்வானவர்கள் என்று பெருமை பாராட்டும் மனப்பாங்கும் அவர்களிடையே நிலவுகிறது.

ஊர்க்கோயிலும் திருவிழாவும்

புழுத்தை – சகாயபுரம் தெருவின் கடைக்கோடியிலுள்ள அமைப்புக் கோயிலான பெருமாள் கோயில், நிலையான குடியிருப்பைப் பிரதிநிதித்துவப்படுத்தும் ஒரு முக்கிய அடையாளமாகத் திகழ்கிறது. வெளியூர்களிலுள்ள நாடோடிகள் ஒவ்வொரு மாதத்திலும் முதலிரு நாட்களில் ஊருக்குத் திரும்பி வந்து குடும்பத்தாருடன் ஒரு சில நாட்கள்

தங்கி இருந்துவிட்டுத் திரும்பவும் தொழிலுக்குச் செல்வது வழக்கம். ஆனால், இத்தருணங்களில் கொண்டாட்டச் சூழல் எதுவும் உருவாக்கப்பட்டு அதில் அவ்வூரிலுள்ள அனைவரும் சந்தித்துக் கொள்வதில்லை. இந்நிலையில், ஊரார் அனைவரும் இன்றியமையாத வண்ணம் ஒன்று கூடும் சமூகச் சந்திப்பிற்கு வாய்ப்பளிப்பது, அங்குள்ள பெருமாள் கோயிலில் ஆண்டுக்கு ஒரு முறை நடைபெறும் மாசிமகத் திருவிழாவே ஆகும். பெரும்பாலும் நிலைக்குடிகளின் வசிப்பிடங்களில் உள்ள ஊர்க்கோயில்கள். குலதெய்வக் கோயில்கள் ஆகியவை, அனைவரையும் ஒன்றுகூடச் செய்யும் திருவிழாக்கள் என்னும் சமூகச் சூழல்களை உருவாக்கிக் கொடுப்பவை. இத்தகைய சமூக, பண்பாட்டுச் சூழலை, புழுத்தை – சகாயபுரத்தின் பெருமாள் கோயில், நாடோடி மக்களுக்கு அளிக்கிறது. இத்தருணத்தில் ஊர்க்கூட்டமும் நடத்தப்படுகிறது. இதில் சமூகப் பிரச்சினைகள், நிதி, சேமிப்பு, தனிமனிதத் தகராறுகள் போன்றவை எடுத்துக் கொள்ளப்பட்டுத் தீர்வு காணப்படுகின்றன. அத்துடன், திருமணம் முதலிய குடும்பத் திருவிழாக்களும் நடத்தப்படுகின்றன.

வைணவ மரபுகளை வெகுமக்களிடம் எடுத்துச் சென்று காலங்காலமாகப் பரப்பி வரும் இந்த வைணவ சமய நாடோடி இரவலர்களுக்கு, அவர்களுடைய ஊரிலுள்ள பெருமாள் கோயில் பன்முகத் தன்மையுடைய ஓர் அடையாளமாகத் திகழ்கிறது.

நிலைக்குடி வாழ்க்கையை நோக்கிய நகர்வு

இன்றைய தமிழக நாடோடிச் சமூகங்கள் பற்றிக் கிடைத்துள்ள தகவல்களையும், புழுத்தை – சகாயபுர பூமாட்டுக்காரரின் இன்றைய சமூக வாழ்க்கையில் வெளிப்படும் சிலவகைக் கூறுகளையும் ஒப்பிட்டு ஆராயும்போது தெளிவான ஓர் உண்மை புலப்படுகிறது. அதாவது, புழுத்தை – சகாயபுர நாடோடிகள், அரை நாடோடியம் என்னும் ஒரு கட்டத்தின் ஊடாக, நிலைக்குடியம் (Sedentism) என்னும் நிலையை நோக்கிக் கடந்து செல்லும் கட்டத்தில் இருக்கிறார்கள் எனலாம்.

ஒரு காலத்தில் தற்காலிக முகமாக இருந்ததை, அமைப்பு வீடுகளைக் கொண்ட, பட்டா நிலத்துக் குடியிருப்பாக

மாற்றியமை, குடும்ப அட்டைகளைப் பெற்றமை, வாக்காளர் பெயர்ப்பட்டியலில் பதிவு செய்து கொண்டு தேர்தல்களில் ஓட்டுரிமையைப் பயன்படுத்துதல், ஊரின் மையப் பொருளாக விளங்கும் பெருமாள் கோயில், அதனை ஆதாரமாகக் கொண்டு ஆண்டிற்கு ஒரு முறை நடத்தப்படும் சமயத் திருவிழா ஆகியவை பொதுவாக நாடோடியத்தில் காணப்படும் இயல்புகளுக்கு அப்பாற்பட்டவையேயாகும்.

தமிழ்நாட்டில் ஆங்காங்குள்ள வேறு பல நாடோடிச் சமூகக் குழுக்களிடையே உள்ள குடியிருப்புகளில் மேற்குறிப்பிட்டவற்றுள் ஒரு சில கூறுகள் மட்டுமே நடைமுறையில் காணப்படக் கூடுமே ஒழிய அனைத்துக் கூறுகளையும் ஒருங்கே பார்ப்பதற்கு வாய்ப்பில்லை. இந்நிலையில், புழுத்தை – சகாயபுரக் குடியிருப்புவாசிகளின் நாடோடிச் சமூகம். அதன் சுற்று வட்டாரங்களிலுள்ள சாதியச் சமூகங்களைக் கொண்ட கிராம அமைப்பிற்குள் ஒருங்கிணைந்து விட்டதா? நிலம், நீர், காடு போன்ற வட்டார இயற்கை வள ஆதாரங்களைத் தனது தேவைக்குப் பூரண சுதந்திரத்துடன் அச்சமூகம் பயன்படுத்திக் கொள்கிறதா? என்பன போன்ற கேள்விகளை முன்வைத்து, இச்சமூகத்தின் நிலைக்குடியத் தன்மையை நோக்கிய நகர்வு குறித்து அய்யத்தையும் எழுப்பலாம்.

எண்ணிக்கையில் குறைவாக இருப்பினும், இச்சமூகத்தைச் சேர்ந்தவர்களுள் சிலர், சொந்த நிலத்தில் வேளாண்மைத் தொழிலில் ஈடுபட்டிருப்பதும், மோரணம் ஏரிக் கரையிலுள்ள நிலத்தைச் சீர்படுத்தி வேளாண்மைக்குத் தகுந்த சாகுபடி நிலமாக மாற்றியிருப்பதும் மாடு வளர்ப்போர், அங்குள்ள மேய்ச்சல் நிலப் பகுதியைப் பயன்படுத்துவதும் ஆகிய இந்தச் சமூக யதார்த்தங்கள், அவ்வட்டார இயற்கை வள ஆதாரங்களைப் புழுத்தை – சகாயபுர நடோடி மக்கள் பயன்படுத்திக் கொள்வதில் தடைகள் எவற்றையும் எதிர்கொள்ளவில்லை என்பதையே காட்டுகின்றன.

வட்டாரச் சாதியச் சமூகங்களின் கிராமிய ஒழுங்கமைப்பிற்குள், இந்நாடோடிகள் ஒருங்கிணைந்து விட்டார்களா என்னும் கேள்விக்கு இப்போது விடை சொல்ல

இயலாது. ஆனால், இக்கேள்விக்குப் பதிலாக, சாதியச் சமூகத்தின் அடையாளமாகத் திகழ்ந்து வரும் கிராமிய ஒழுங்கமைப்பிற்குள் ஒருங்கிணைவதன் மூலமே நாடோடிகள் நிலைக்குடியக் கட்டத்தை அடைய முடியும் என்னும் அனுமானம் சரியானதா? என்ற கேள்வியையே எழுப்ப வேண்டியிருக்கிறது.

பூம்பூம் மாட்டுக்காரர்கள் : நாடோடி முறையின் தோற்றப் புராணமும் சபிக்கப்பட்ட வாழ்க்கையும்

சமூக ஒழுங்கமைப்பும் செயல்பாடுகளும்

மக்கள் சமுதாயம் என்னும் ஒழுங்கமைப்பு ஒன்றுக்கொன்று நிலையான தொடர்புடைய குடும்பம், சமயம், பொருளாதாரம், அரசு, கல்வி, உள்ளிட்ட பல்வேறு முக்கிய நிறுவனங்கள் என்னும் உள்ளுறுப்புக்களால் ஆனது. சமூக ஒழுங்கமைப்பின் உறுப்புக்களான நிறுவனங்கள், தனிமனிதர்களுடைய கடமைகள் (Roles), பண்பாட்டுத் தோரணிகள், சமூக விதிகள் (Norms), குழுக்கள் போன்றவை தத்தமது செயல்களை ஆற்றுகின்றன. இதன் மூலம்தான் சமூகம் இயங்குகிறது. இங்கு செயல்கள் அல்லது செயல்பாடுகள் என்பன ஓர் ஒழுங்கமைப்பின் தகவமைத்துக் கொள்ளுதலுக்கும், மாறுதலுக்கும் இசைவளிக்கக் கூடிய உற்றுநோக்கப்பட்ட விளைவுகளாகும். ஒரு திருமணச் சடங்கு அல்லது ஏதேனும் ஒரு குறிப்பிட்ட வழக்கம் அல்லது ஒரு குற்றச் செயலுக்கான தண்டனை நிறைவேற்றம் என்பது போன்று தொடர்ந்து நடந்து கொண்டிருக்கும் குறிப்பிட்ட நடவடிக்கையின் செயல்பாடுகள் என்பன, ஒட்டுமொத்த சமூக வாழ்க்கையில், தாம் ஆற்ற வேண்டிய இன்றியமையாத பங்கினை ஆற்றுகின்றன. அவ்வகையில், ஒழுங்கமைப்பைத் தொடர்ந்து கட்டிக்காப்பதற்கு உரிய தமது பங்களிப்பினை அவை வழங்குகின்றன. அத்தகைய செயல்பாடுகளில், சமூக ஒழுங்கமைப்பின் உறுப்பினர்களுடைய உள்நோக்கம்,

அறிதல்நிலை ஆகியவற்றிற்கு உட்பட்டவற்றை வெளிப்படையான செயல்பாடுகள் என்றும், இவற்றிக்கு எதிர்மறையானவற்றை மறைமுகமான செயல்பாடுகள் என்றும் மெர்ட்டன் (Merton) முதலிய சமூகவியலர் கூறுவர்.

ஒரு குறிப்பிட்ட பிரதேசப் பரப்பில் வாழ்ந்து, ஒரு பொதுவான பண்பாட்டைத் தமக்குள் பகிர்ந்து கொள்ளக்கூடிய மக்கள் திரளாலான சமுதாயமும், பண்பாடும் ஒன்றுக்கொன்று அணுக்கமான தொடர்புடையவை. அந்தச் சமுதாய மக்கள் தங்கள் அனுபவங்களை விளக்குவதற்கும், தங்கள் நடத்தை முறைகளை நெறிப்படுத்திக் கொள்வதற்கும் உதவும் வகையில் பண்பாடு என்பது ஓர் இழைமானம் அல்லது கட்டுமானத்தை (Fabric) அளிக்கிறது. அதே, வேளையில், சமுதாயமோ அம்மக்களிடையே தோன்றும் சமூக உறவுப் பின்னல்களின் தளமாக விளங்குகிறது. (Vander Zanden 1996: 33) பண்பாடு என்னும் அகண்ட தொகுதிக்குள் அடங்கும் மக்கள் வாயிலாக ஒவ்வொன்றும் தத்தமது இடையறாத நிகழ்த்துதல் என்பதன் வாயிலாக நேரியடையாகவோ, மறைமுகமாகவோ புரியும் செயல்பாடுகள் என்பன ஒட்டுமொத்தமாக சமூக வாழ்க்கைக்கான பங்களிப்புகளாக அமைகின்றன. இதன் காரணமாகத்தான் ஒவ்வொரு சமூகம் அல்லது பண்பாட்டில் மக்கள் வழக்காறுகள் ஆற்றும் பணிகள் குறித்து ஆராய்ச்சியாளர்கள் பரவலாக விவாதித்துக் கருத்துக்களை முன்வைத்துள்ளனர்.

வாய்மொழிக் கதைகளும் இனவரைவியலும்

மக்கள் வழக்காறுகளில் குறிப்பாகக் கதைவடிவங்கள் என்பன, குறிப்பிட்ட பண்பாட்டைப் பற்றி ஆராயும் இனவரைவியலர்களுக்கு எத்துணை அளவிற்கு இன்றியமையாதவை என்பது பற்றி ஃப்ரான்ஸ் போவாஸ், மாலினோவ்ஸ்கி முதற்கொண்டு பல்வேறு பண்பாட்டியலர்கள் வலியுறுத்தியுள்ளனர். எழுத்தறிவற்ற சமூகங்களிலும், எழுத்தறிவுச் சமூகங்களிலும் வாய்மொழிக் கதைகளுக்கென்று ஒரு முக்கியத்துவம் உள்ளது. ஏனெனில், அக்கதைகள் அறநெறி சார்ந்த விழுமியத்தையோ, வாழ்க்கை முறையையோ வெளிப்படுத்திக் காட்டுகின்றன. பெரும்பான்மையான பண்பாடுகள், தத்தம் சிக்கலான பண்பாட்டு மதிப்பீடுகள்,

படிப்பினைகள் போன்றவற்றை, ஒரு தலைமுறை யிடமிருந்து மற்றொரு தலைமுறைக்கு எடுத்துச் செல்வதற்கு வாய்மொழிக் கதைகளைப் பயன்படுத்துகின்றன. பொதுவாக அக்கதைகள் நன்கு அறிமுகமான சுற்றுவட்டாரங்கள் மற்றும் அச்சுற்றுவட்டாரப் பின்னணிக்குரிய மனிதர்களைப் பற்றிப் பேசுபவையாக இருப்பினும், அவை தம்மளவில் புறவயமான வடிவங்களாகும் (Facades). அவ்வாய்மொழிக் கதைகளின் மெல்லிய மேலடுக்கின் கீழ், மற்றொரு பொருளடுக்கும் உள்ளது. அதாவது, ஓர் உள்ளடுக்கு. இந்த உள்ளடுக்கானது அடித்தளத்தில் பொதிந்திருக்கக் கூடிய அவ்வாய்மொழிக் கதைகளின் விழுமியங்களை வெளிப்படுத்துகிறது. அவ்வகையில், இவ்வாய்மொழிக் கதைகள் குறிப்பிட்ட மக்களுடைய வாழ்க்கை முறையின் பரிமாணங்களான உலோகாயதக் கண்ணோட்டம், புனிதம் பற்றிய அணுகுமுறைகள், அறிவு, உணர்வு ஆகியவை பற்றிய உள்ளார்ந்த நோக்கினை இனவரைவியலர்களுக்கு அளிக்கின்றன (Fetterman, 1989: 70-71).

வாய்மொழிக் கதைகள் பற்றிய மேற்கண்ட கருத்திற்கு இணையான கருத்தினை வேறு அறிஞர்களும் முன் வைத்துள்ளனர். கதைகள், மந்திரக் கதைகள், புராணக் கதைகள், பழமரபுக் கதைகள் என்று பலவாறாக வகைமைப்படுத்தப்படும் இனக்குழு மக்களுடைய வாய்மொழிக் கதைகளை உதாரணங்களாக எடுத்துக்கொண்டு ஆராய்ந்தபோது, அக்கதைகள் குறிப்பிட்ட மக்களுடைய சாதாரணமான இலக்கிய வெளிப்பாடுகள் என்பதனைத் தாண்டியவையாக விளங்குவதனை அவர்கள் அறிந்து கொண்டனர். அதாவது, அந்த வாய்மொழிக் கதைகள், அம்மக்களுடைய இனவரைவியலை ஒருங்கிணைத்துக் கொண்டிருக்கின்றன என்னும் உண்மையே அது. இந்தக் கதைகளை ஆய்வாளர்கள் முறைப்படுத்தி நோக்கினால், ஒரு குறிப்பிட்ட மக்களுடைய வாழ்க்கை முறை பற்றிய உள்நோக்குச் சித்திரத்தை (Penetrating Picture) அவை முன்வைக்கும் (Herskovits, 1974:269). ஷிம்ஷிய இந்தியர்களின் (Tsimshian Indians) புராணங்களைப் பற்றி ஃபிரான்ஸ் போவாஸ் மேற்கொண்ட ஆய்வின் முடிவு இதனை உறுதிப்படுத்துகிறது. ஷிம்ஷிய இந்தியர்களுடைய புழங்கு பொருட்கள், பொருளாதாரம், சமூக அமைப்புகள், சமய நம்பிக்கைகள் மற்றும் வாழ்க்கை

வட்டச் சடங்குகள், ரகசிய சங்கங்கள், கௌரவமிக்க விருந்து நிகழ்ச்சியில் இடம்பெறும் போட்டிகள், அவர்களின் அறநெறிக் கருத்தாக்கங்கள், உணர்ச்சிமயமான வாழ்க்கை ஆகியவை பற்றிய விவரங்கள் முதலிய யாவும் அம்மக்களுடைய புராணங்களிலிருந்து பிரித்தெடுக்கப்பட்ட சாராம்சங்களாகக் காணப்பட்டன (போவாஸ், 1990:10). இவ்வாறு, இலக்கியம் என்பது எந்த ஒரு வடிவத்திலிருந்தாலும் அது தனக்குரிய கருத்துக்களை, அதன் படைப்பாளிகளான மக்களுடைய அனுபவங்களிலிருந்தே எடுத்துக் கொள்கிறது; அதனையே நமக்களிக்கிறது. இப்படி இலக்கியம் நமக்களிக்கும் கருத்தையே போவாஸ், "ஆதிவாசியின் சுயவரலாறு" என்று அடையாளப்படுத்துகிறார் (1974:269).

பொதுவாக வழக்காறுகள், பண்பாட்டை உறுதிப்படுத்தும் செயலைச் செய்கின்றன என்றும், அவை குறிப்பிட்ட மக்களின் சமூக நிறுவனங்களையும் சடங்குகளையும் நியாயப்படுத்தும் வேலையை ஆற்றுகின்றன என்றும் வில்லியம் பாஸ்கம் குறிப்பிடுகிறார் (1965:292), வழக்காறுகளில் புராணத்தைப் பிரதானப்படுத்தும் மாலினோவ்ஸ்கி, அது ஒட்டுமொத்த சமூக நிறுவனங்களுக்கே நடைமுறை வழிகாட்டியாக விளங்குவது குறித்து விரிவாகப் பேசியுள்ளார்.

இந்தப் பின்னணியோடு, விளிம்பு நிலையில் உள்ளவர்களும், சாதியச் சமூக அமைப்பிற்குப் புறவெளியில் சஞ்சாரம் செய்யும் நாடோடிச் சமூகத்தவர்களுமான "பூம்பூம்மாட்டுக்காரர்"களுடைய வழக்காறுகளில் – குறிப்பாக நாடோடி வாழ்க்கை முறையின் தோற்றம் பற்றிக்கூறும் புராணக் கதைகளை எடுத்துக்கொண்டு, அவை எவ்வாறு பூம்பூம்மாட்டுக்காரர்களின் நிகழ்காலத்திய நாடோடி வாழ்க்கை முறையை நியாயப்படுத்துகின்ற செயலைச் செய்கின்றன என்பதனை விவாதிக்கலாம்.

பூம்பூம்மாட்டுக்காரர்கள் என்னும் பூவிடையர்

ஊர் ஊராகச் சென்று வீட்டுக்கு வீடு தேடிப்போய் மேளம் கொட்டிக் கதைப்பாடல்கள் உள்ளிட்ட வாய்மொழிப்பாடல்கள், திரைப்படப்பாடல்கள் ஆகியவற்றைப்பாடி, யாசகம் பெற்று, அதன் மூலம் வாழ்க்கை நடத்துகின்ற ஒருவகை நாடோடி மக்கள் இனமே பூவிடையர். அதாவது, பூக்கட்டும் இடையர் என்று பொருள். இவ்வினத்தைச் சேர்ந்த மக்களைக் குறிப்பிடும்

வகையில் 'பூமாட்டுக்காரர்', 'பூம்பூம் மாட்டுக்காரர்', 'பெருமாள் மாட்டுக் காரர்' என்று ஏனைய மக்கள் வழங்குகின்றனர். ஆனால், இந்நாடோடி மக்களின் சாதியைப் பற்றி வினவியபோது, தாங்கள் ஆட்டிடையர், மாட்டிடையர், பொன்னிடையர், சாம்பார் இடையர், வன்னியரிடையர் போன்று பூவிடையர் சாதி' என்றே கூறினர். அதாவது, தங்களைப் "பூக்கட்டும் இடையர்கள்" என்று கூறிக் கொள்கின்றனர். இதற்குச் சான்று அளிக்கும் வகையில் அவர்களிடம் பழமரபுக் கதைகள் வழங்குகின்றன.

பூத்தொடுத்தலும் ராமனுக்குச் சேவையும்

ஒருகாலத்தில் பூவிடையர்கள் பூத்தொடுக்கும் தொழிலைச் செய்து வந்தனர். தற்போது அத்தொழிலைச் செய்பவர்களாகத் தெரியவில்லை. பூக்கட்டும் தொழிலில் ஈடுபட்டு வந்த முன்னோர் பற்றிய ஒரு பழங்கதை பூவிடையரிடம் இன்றும் உலவுகிறது. கதையின் சாராம்சம் வருமாறு:

எங்களுடைய முன்னோர் அயோத்தியை ஆண்ட ராமனுக்கும் அவனது குலத்தைச் சேர்ந்தவர்களுக்கும் மலர் தொடுத்துக் கொடுத்து, அவர்களுக்கு அடிமைகளைப் போல் சேவை புரிந்து வந்தனர். ராமனுக்கு மலர் மாலைகளைத் தொடுத்துக் கொடுத்து, அவருக்குப் பணிவிடை செய்வதுதான் எங்கள் முன்னோருடைய முக்கியக் கடமையாக இருந்தது. பூவிடையரின் தொடக்க கால வாழ்க்கையைப் பற்றி இப்படித்தான் அவர்கள் குறிப்பிடுகின்றனர். மேலும், ஒரு சில தலைமுறைகளுக்கு முன்பு வரை, பூவிடையர்கள் பூக்கட்டி விற்கும் வியாபாரத்தில் ஈடுபட்டிருந்தனர் என்றும் அச்சமூகத்தைச் சேர்ந்த தகவலாளிகள் தெரிவிக்கின்றனர். தற்போது பூவிடையர்கள் பூ வியாபாரம் செய்யவில்லை. தம்முடைய குலத்தொழிலை முற்றிலுமாகக் கைவிட்டதற்கான காரணங்கள் எவையும் அவர்களிடமிருந்து கிடைக்கவில்லை (தகவல்: மு. கோபாலு (75) குள்ளஞ்சாவடி, கடலூர் மாவட்டம்)

பூம்பூம் மாட்டுக்காரர்

பூவிடையர் எனப்படும் இந்நாடோடி மக்களைக் குறித்து 'பூம்பூம் மாட்டுக்காரர்' 'பூ மாட்டுக்காரர்', 'பெருமாள் மாட்டுக்காரர்' என்னும் அடைமொழியோடு கூடிய சாதிப்

பெயர்கள் வழக்கில் காணப்படுகின்றன. பெரும்பாலும் அவர்கள் யாசகம் பெறுவதற்காகச் செல்லும் பகுதிகளில் வாழும் மக்களாலேயே இப்யெர்கள் வழங்கப்பட்டவை எனலாம். பூவிடையர்களும் தங்களைப் பிறரிடம் அறிமுகப்படுத்திக் கொள்ளும்போது ‘பூ மாட்டுக்காரன்’, ‘பூம்பூம் மாட்டுக்காரர்’ அல்லது ‘பெருமாள் மாட்டுக்காரர்’ என்று சொல்லிக் கொள்வதையும் கவனிக்க முடிகிறது.

தஞ்சாவூர், நாகப்பட்டினம், கடலூர் முதலிய மாவட்டங்களில் இம்மக்களுக்கும் ‘பூம்பூம் மாட்டுக்காரர்’ என்னும் பெயரே வழங்கி வருகிறது. ‘பெருமாள் மாட்டுக்காரர்’ என்னும் சாதிப் பெயரையும் வழக்கில் காண முடிகிறது. இவ்விரண்டு வகையான சாதிப் பெயர்களும் மக்கள் வழக்கில் இடம் பெறுவதற்குக் காரணம் இருக்கிறது.

‘பூம்பூம் மாட்டுக்காரர்’ என்பதில் உள்ள ‘பூம்பூம்’ என்னும் முன்னொட்டு அடைமொழி, ஒலிக்குறிப்புத் தொடர் (Onomatopoeia) ஆகும். அதாவது, பூவிடையர்கள் யாசகம் பெற வரும்போது. தம்முடன் காளை அல்லது கறவை மறந்த பசு மாட்டை அலங்காரத்துடன் ஓட்டி வருவர். அப்போது, அவர்கள் தம் தோளில் மாட்டியிருக்கும் தோற்கருவியான உறுமி மேளத்தைச் சிறு குச்சியால் உரசித் தேய்த்து ஒலி எழுப்புவர். அவ்வொலியானது, ‘பூம்பூம்’ (புரூம் புரூம் எனவும்) என்பது போல் ஒலிக்கும். இந்த உறுமல் ஓசை காரணமாக உறுமி என்றழைக்கப்படும் அத்தோற்கருவியை ‘பூம்பூம் மேளம்’ என்பர். அந்தத் தோற்கருவி இசையையும், அவர்கள் ஓட்டி வரும் மாட்டையும் இணைத்து இந்நாடோடிக் கலைஞர்களை ‘பூம்பூம் மாட்டுக்காரர்கள்’ என்றே அழைத்து வந்திருக்கின்றனர்.

‘பூமாட்டுக்காரர்’ என்பது மேலே கண்ட பொருளிலேயே வேலூர், கடலூர் உள்ளிட்ட தமிழகத்தின் வட மாவட்டங்களில் பூவிடையர்களைக் குறித்து வழங்கும் சாதிப் பெயராகும். ‘பெருமாள் மாட்டுக்காரர்’ என்பதும் பூவிடையர்களைக் குறிப்பிடும் மற்றுமொரு சாதிப் பெயராகும். பெருமாளை வழிபடுபவர்களாகிய இப்பூவிடையர்கள், அரியலூர் அருகிலுள்ள கலியபெருமாள் கோயிலுக்குச் சுற்றுவட்டாரத்தைச் சேர்ந்த நிலைக்குடி மக்களால் காணிக்கையாக அளிக்கப்படும் பசு,

காளை மாடுகளைக் குறைந்த விலைக்கும் வாங்கி வந்து, தம் யாசகத் தொழிலுக்குப் பயன்படுத்தி வருவதால், இவர்களைப் 'பெருமாள் மாட்டுக்காரர்கள் என்று குறிப்பிடுகின்றனர்.

இராமனின் சாபமும் நாடோடி வாழ்க்கை முறையும்

பூவிடையர்கள் நாடோடிகளாக ஊர் ஊராகத் திரிந்து, யாசகம் பெற்று, அதாவது, பிச்சை எடுத்து, இருந்து வாழும் வாழ்க்கையை மேற்கொண்டிருப்பவர்கள். ஆனால், பூவிடையர்களைப் பொறுத்த வரையில்; இந்நாடோடி வாழ்க்கை என்பது இடைக்காலத்தில் தம் முன்னோர்களிடம் சந்தர்ப்ப வசத்தால் திணிக்கப்பட்டது என்றே நம்புகின்றனர். மரபாகவே தங்கள் முன்னோர்கள் ஏனைய விவசாயக் குடிகளைப் போன்று நிலபுலன்களோடு விவசாயிகளாக நிலைத்த வாழ்க்கை நடத்தியவர்கள் என்றே கூறுகின்றனர். பூர்வீகத் தொழிலான வேளாண்மையையும், நிலைத்த வாழ்க்கையையும் கைவிட்டு விட்டு, இரவலர் வாழ்க்கையை மேற்கொள்ள வேண்டிய கட்டாயம், முன்னோர்களுக்கு நேர்ந்து விட்டது என்பதே பூவிடையரின் வாதமாகும். இதற்கு ஆதாரமாகப் பூவிடையர்களிடம் ஒரு வாய்மொழிக் கதை உலவுகிறது.

நாடோடிக் கலைஞர்களான பூவிடையர்களில் ஒருவரான அய்யனார், தங்கள் சமூத்தைச் சேர்ந்த முன்னோர்கள், யாசகன் வடிவம் தாங்கி வந்த இராமானால் சபிக்கப்பட்டதாகத் தலைமுறை தலைமுறையாகத் தமது சமூகத்தில் சொல்லப்படும் கதை ஒன்றைக் கூறினார். கதை பின்வருமாறு அமைந்திருந்தது:

ஒருநாள் இராமன், யாசகனைப் போல் வேடம் பூண்டு, பூவிடையர்கள் வாழ்ந்த பகுதிக்கு வந்தான். நிலபுலன்களோடு வசதியாக வாழ்ந்த அவர்களிடம், தனக்குப் பசியாக இருக்கிறது என்று கூறி தர்மம் செய்யுமாறு கேட்டான். ஆனால், பூவிடையர்கள் உறுதியாகத் தர்மம் செய்யாமல் மறுத்துவிட்டனர். யாசகனோ நின்ற இடத்தைவிட்டு அசையவில்லை. மிகவும் கெஞ்சினான். பூவிடையர்களுடைய நிலத்தில் விளையும் தானியங்களிலிருந்து ஒரு பகுதியைத் தனக்குக் கொடுத்துத் தனது வறுமையைப் போக்குமாறு யாசகன் மன்றாடினான். யாசகனுடைய பிடியில் இருந்து விடுபடுவதற்காக ஒருவகைத் தந்திரத்தோடு, விளைச்சலில் பாதிப் பகுதியைத் தருவதாகப்

பூவிடையர்கள் யாசகனிடம் வாக்களித்தனர். "சரி, நாங்க இந்த வருசம் செய்யும் வேளாண்மையில், ஒனக்கு மேல் மாசல் (மகசூல்) வேணுமா? கீழ்மாசல் வேணுமா? எது வேணும்? சொல்...." என்று யாசகனிடம் பூவிடையர்கள் கேட்டனர். அதற்கு அந்த யாசகன், "மேல் மாசல் வேணும்" என்று பதில் அளித்தான். அவ்வாண்டிலோ பூவிடையர்கள் தந்திரமாக நிலக்கடலையைப் பயிர் செய்தனர். அறுவடைக் காலத்தில் பூவிடையர்கள் முன்னர் யாசகன் தோன்றினான். பூவிடையர்கள் உள்ளுக்குள் தங்கள் திறமையை மெச்சியவாறு சிரித்துக் கொண்டே, "இந்தா, நீ கேட்ட மேல்மாசல்" என்றவாறு நிலக்கடலையின் தழைகளை அள்ளி யாசகனிடம் கொடுத்தனர். ஏமாற்றப்பட்ட யாசகன் வருத்தத்துடன் தழைகளை அள்ளி கொண்டு சென்றுவிட்டான். நிலக்கடலை அனைத்தையும் பூவிடையர் எடுத்துக் கொண்டனர். யாசகன் அவ்விடத்தை விட்டுச் செல்லும் முன், அவனிடம் "வரும் வருசத்திலே ஒனக்கு மேல்மாசல் வேணுமா, கீழ்மாசல் வேணுமா?" என்று கேட்க, "வரும் ஆண்டிலாவது புத்திசாலித்தனமாகக் கீழ்மகசூலைப் பெற்றுவிட வேண்டும்" என்று எண்ணிய யாசகன், தனக்குக் கீழ் மகசூல் வேண்டும் என்று பூவிடையர்களிடம் தெரிவித்தான். ஆனால், மறு ஆண்டிலோ பூவிடையர்கள் தம்முடைய நிலத்தில் நெல் பயிரிட்டனர். அறுவடைக் காலத்தில் வந்து நின்ற யாசகனிடம், அவன் கீழ் மகசூலைக் கேட்டதற்காக, தாம் தந்திரத்தின் மூலம் யாசகனை ஏமாற்றிய மகிழ்ச்சியோடு கீழ் மகசூலானக் கோலைத் திரட்டிக் கொடுத்தனர். நெல்லை மட்டும் பூவிடையர்கள் எடுத்துக் கொண்டனர்.

இதுபோல், ஒவ்வொரு ஆண்டும் பூவிடையர்கள் யாசகனை ஏமாற்றினர். இதனால் கோபமுற்ற யாசகன் தன்னுடைய உண்மையான வடிவத்தைக் காட்டி, ஒரு யாசகனை ஏமாற்றியதற்காக அவர்களுக்கு இராமன் சாபம் கொடுத்தான். பூவிடையர்களிடம் சுரைக்குடுக்கை ஒன்றைக் கொடுத்து, "பசி பட்டினியோடு நீங்கள் இரந்து வாழ்வீர்களாகுக! இந்தச் சுரைக்குடுக்கையைப் பாத்திரமாகக் கொண்டு கோவிந்தா, ராமா என்று நாமத்தைச் சொல்லியவாறு ஊர் ஊராகத் திரிந்து, இரந்து வாழும் வாழ்க்கையை அடைவீர்களாகுக!" என்று சாபம் கொடுத்து மறைந்தான் இராமன். அன்று முதல்

பூவிடையர்கள் தம்முடைய நிலமிழந்து, நிரந்தர வாழ்க்கை இழந்து, சுரைக்குடுக்கையோடு ஊர் ஊராகச் சுற்றித் திரிந்து யாசகம் பெற்றுப் பிழைத்து வருகின்றனர்.”

ஆகவே, நாடோடிகளாகச் சுற்றித் திரிந்து இரந்து வாழ வேண்டிய தங்கள் அவலமான வாழ்க்கை, தம் முன்னோர் காலத்தில் விதிக்கப்பட்ட சாபத்தின் விளைவே என்று கருதும் பூவிடையரின் நம்பிக்கையை வெளிப்படுத்துவதாக மேற்கண்ட புராணக்கதை அமைகிறது. இக்கதையின் வேறுபட்ட வடிவம் ஒன்றும் சிதம்பரம் வட்டத்தினைச் சேர்ந்த வேங்கடக்குப் பத்தில் சேகரிக்கப்பட்டது.

இந்தக் கதையின் வேறுபாட்டு வடிவத்தில் சில மாறுதல்களையும் இட்டுக்கட்டினையும் காண முடிகிறது. அதாவது, பண்டைக் காலத்தில் வறுமையில் வாடிய நிலமற்ற பூம்பூம் மாட்டுக்காரர்களின் முன்னோர்களுக்கு நிலத்தைக் கொடுத்து, வேளாண்மை செய்து பிழைத்துக் கொள்ளுமாறு உதவியவர் பகவான் வேங்கடாசலபதி என்பது அவ்வேறுபாட்டுக் கூறுகளில் ஒன்றாகும். எனினும் கதையின் சாராம்சத்தில் பெரிய வேறுபாடில்லை. அது பின்வருமாறு:

‘ஒரு காலத்தில் ஆதியன் சாதியைச் சேர்ந்த முன்னோர் வறுமையில் வாடினார்கள். அவர்களுடைய துயரநிலையைப் போக்க விரும்பிய பகவான் வேங்கடாசலபதி, அவர்களுக்கு நிலத்தைக் கொடுத்து விவசாயம் செய்யச் சொன்னார். அறுவடைக்காலத்தில் மேல் மகசூலையோ கீழ் மகசூலையோ பகவானுக்குக் கொடுப்பது என்பதே ஒப்பந்தம். ஆனால், மாற்றிப் மாற்றிப் பயிரிட்டுக் கீழ்மகசூல், மேல் மகசூல் என்று தழைகளையும், வைக்கோலையும் மட்டும் கொடுத்துத் தானிய விளைச்சலைக் கொடுக்காமல் பகவானை ஏமாற்றியதால், அவர் கோபங்கொண்டார். அவர்களுக்குப் பாடம் புகட்டக் கருதிய பகவான், அவ்வருடத்தில் சுரையைப் பயிரிடுமாறு கூறினார். சுரை முளைத்துக் கொடியாகப்படர்ந்து பூத்துக் காய்த்து முற்றியவுடன், அவர்களிடம் சுரையைப் பறித்துக் குடுக்கையாக அமைத்துக்கொள்ளச் சொல்லி, மாட்டையும் கொடுத்தார். அத்துடன் உடுத்துவதற்கு வேட்டியையும் தலையில் கட்டிக்கொள்ள தலைப்பாகையையும், ஒப் பனைக்குப் பயன்படும்

நாமக்கட்டி, குங்குமம் மற்றும் அதனை வைத்துக்கொள்வதற்குத் தென்னங் குடுக்கை ஆகியவற்றையும் கொடுத்தார். தனக்காகக் கோயிலில் பக்தர்கள் நேர்ந்துவிடும் மாடுகளைக் கேட்டால் கொடுப்பார்கள் என்றும் அந்த மாடுகளைப் பழக்கினால், சொல்வதற்கெல்லாம் தலையாட்டும். அதைப் பார்த்துவிட்டு ஒவ்வொரு வீட்டிலும் உள்ள மக்கள் பிச்சை இடுவார்கள். கோவிந்தா, நாராயணா என்று தன் பெயர்களைச் சொல்லிப் பிச்சை கேட்டால் ஒவ்வொரு வீட்டிலும் கஞ்சி ஊற்றுவார்கள். அரிசி போடுவார்கள். இனிமேல் அவர்கள் நிலத்தை உழுதுப் பயிர் வைத்தால், எதுவுமே விளங்காது. எனவே, பெருமாள்மாடு, உறுமிமேளம், பிச்சை வாங்குவதற்குப் பாத்திரமாகச் சுரைக்குடுக்கை ஆகியவற்றோடு தமிழ்நாடு முழுவதும் நாடோடியாகச் சுற்றிவந்து பிச்சை எடுத்துப் பிழைத்துக்கொள்ளுமாறு அன்றைக்கு பகவான் தன்னை ஏமாற்றிய ஆதியன் சாதி முன்னோர்களுக்குச் சாபம் விட்டார். அதிலிருந்து, ஆதியன் சாதியினர் பூமாட்டுக் காரர்களாகப் பிறந்து வளர்ந்தனர். அப்படியே இன்றைக்கும் தொடர்கிறது'.

பூவிடையரின் இரவலர் வாழ்க்கைக்குக் காரணமான முன்னோர்களின் காலத்தில் நடந்த சம்பவத்தை விளக்கும் இன்னொரு கதையும் கூட இருக்கிறது. 'வேங்கடாசலபதியின் கட்டளையின்படியே தங்களுடைய மூதாதையர் பெருமாள் மாட்டை வீடுவீடாகக் கொண்டு சென்று இரந்து வாழும் நிலைக்குத் தள்ளப்பட்டனர்' என்பது பற்றிய ஒரு புராணக் கதையே அது. அக்கதை வருமாறு:

'முன்பு திருப்பதியில் உள்ள வேங்கடாசலபதி கோயிலுக்கு வரும் காணிக்கைகளில் இயற்கையின் பிறழ்வுப்படைப்புகளான இரட்டை வால் பசுமாடுகள், ஐந்து கால்களை உடைய எருதுகள், நான்கு கொம்புகளை உடைய கன்றுக்குட்டிகள் போன்றவை இடம் பெற்றிருந்தன. அக்காலத்தில் கோயிலுக்கு மலர் தொடுத்துக் கொடுக்கும் தொழிலைச் செய்து பூக்காரர்களாக விளங்கி வந்த பூவிடையர்கள், இயற்கையின் வினோதப் பிறப்புகளான இரட்டைவால் பசுமாடுகள் முதலியவற்றை மேய்க்க வேண்டும் என்று பணிக்கப்பட்டார்கள். ஆனால் நல்ல பசுமாடுகளை மேய்ப்பது என்பதனை ஒரு கௌரவமாகக் கருதிய பூவிடையர்கள் இயற்கையின் பிறழ்வுப் படைப்புகளை ஓட்டிச்

சென்று மேய்த்து, அவற்றைக் காத்துப் பேணுவது என்பதைத் தங்கள் தலையில் விடிந்த பாவச் செயல் என்றே கருதலாயினர். எனவே, தங்களுடைய இந்தப் பாவத்திற்குக் கழுவாய்த் தேடி வேங்கடாசலபதியை வேண்டினர். இவர்களுடைய குறையைக் கேட்க வேங்கடாசலபதி பிரசன்னம் புரிந்தார். பூவிடையர்களுடைய குறையைக் கேட்ட அவர், 'பெருமாள் மாடு' என்று பின்னால் தன்னுடைய பெயரைக் கொண்டே அழைக்கப்பட்ட காளைமாட்டை அவர்களிடம் ஒப்படைத்து விட்டு பாவ விமோசனத்திற்கு வழி கூறினார்.

"பக்தர்களே, உங்கள் குழந்தைகளை எப்படிக் கண்ணுங் கருத்துமாகப் பராமரிப்பீர்களோ அதைப் போல், இந்தக் காளை மாட்டைப் பராமரித்து வர வேண்டும். இந்தக் காளையை நாள்தோறும் வீட்டுக்கு வீடு கொண்டு சென்று, பிச்சை எடுத்து வந்தால் உங்கள் பாவம் நீங்கும்" என்று வேங்கடாசலபதி பாவவிமோசனத்திற்கு உபாயம் கூறி மறைந்தார். அன்று முதற்கொண்டு தங்கள் பாவத்தைப் போக்கிக்கொள்வதற்காகப் பூவிடையர்கள் பெருமாள் மாட்டுடன் பிச்சை எடுத்து வாழ்ந்து கொண்டிருக்கிறார்கள்' (Thurston, 1909: Vol. I1 262-263).

பூவிடையர்களின் நிகழ்காலத்திய நாடோடி வாழ்க்கையை நியாயப்படுத்திக் கொள்வதற்கு உதவும் மூலாதாரங்களாக இக்கதைகள் அவர்களாலேயே நினைவுகூரப்படுகின்றன. ஊர் ஊராகச் சுற்றி வருதல், நிரந்தரமான தங்குமிடம் இல்லாமை, அப்படியே இருந்தாலும் ஆண்டு முழுவதும் அங்கேயே தங்க முடியாமை, புறம்போக்கு நிலத்தில் அமைத்துக்கொள்ளும் சிறிய குடிசை அல்லது பாழடைந்த கோயில், மண்டபம், சத்திரம், தோப்பு, வெட்டவெளிக் கூடாரம் ஆகியவற்றில் தங்கி நடத்தும் குடும்ப வாழ்க்கை. பசியோடு ஒருவேளை உணவுக்காக வீடுவீடாகச் சென்று யாசகம் பெறுவதற்குத் தோளில் மாட்டிய சுரைக்குடுக்கை அல்லது அலுமினியப்பாத்திரம், நாமம் தீட்டப்பட்ட நெற்றி, யாசகம் கேட்கும்போது, பெருமாள், இராமன், கோவிந்தன் போன்ற வைணவக் கடவுளர்களின் பெயர்களைச் சொல்லிப் பாட்டிசைக்கும் வழக்கம், பெருமாள் மாட்டை ஓட்டிச் சென்று வேடிக்கைக் காட்டி உடுக்கத் துணி கேட்டல், அரிசி முதலிய தானியங்கள் பெற்று ஒருவேளை மட்டும் அடுப்பு மூட்டி உலை வைத்துச் சோறு பொங்கிப்

பசியாற்றிக் கொள்ளுதல் ஆகியவை நாடோடிகளான பூம்பூம் மாட்டுக்காரர்களின் அன்றாட வாழ்க்கை முறையின் புறக்கோலமாகும்.

இத்தகைய நிரந்தரமற்ற, இடம் பெயரும் தன்மையுடைய நாடோடி வாழ்க்கையை, ஆண்டாண்டுக் காலமாக நடத்திக் கொண்டிருக்கும் பூம்பூம் மாட்டுக்காரர்கள், வேளாண்மை முதலிய தொழில்களில் ஈடுபட்டு ஓரளவு நிரந்தர வருவாயைப் பெற்று, வசதியாக வாழ்ந்து கொண்டிருக்கும் நிலைக்குடி மக்களின் மத்தியில் வளைய வருபவர்கள் என்பதையும் நாம் நினைவிற்கொள்ள வேண்டும். பூம்பூம் மாட்டுக்காரர்களிடம் வழங்கும் மேற்கண்ட இரண்டு கதைகள் மற்றும் அயோத்தில் இராமனுடைய அரண்மனையில் பூக்காரச் சேவகர்களாகப் பணியாற்றியது பற்றிய கதை ஆகியவற்றை, வழக்காறுகள் பொதுவாக ஆற்றக்கூடிய செயற்பாடுகளை மனத்திற்கொண்டு அணுக வேண்டும்.

இந்தக் கதைகளில் இடம்பெறும் சம்பவங்கள் யாவும் மிகவும் பண்டைக் காலத்தில் நடந்தவை; சாதாரணமாக நம்ப முடியாதவை. பூவிடையரின் முன்னோரும், புராண மாந்தர்கள் அல்லது கடவுளரும் எதிரெதிரே சந்தித்துக் கொண்ட அதிசயமான நிகழ்வுகள்; பூவிடையரின் தலைவி தியையே மாற்றி அமைத்தவை. இந்தத் தன்மை காரணமாகவே அவை புராணக்கதைகள் என்னும் வகைமைப்பாட்டிற்குள் வைக்கப்படுகின்றன. முற்காலத்தில் ஆதியன் என்றோ பூவிடையர் என்றோ பெயர் தாங்கிய முன்னோரின் மத்தியில் அவர்களுடைய நிலைத்த வாழ்க்கையை வேரறுத்த, நாடோடி வாழ்க்கையாக மாற்றி நிகழ்காலத்திய நாடோடிய வாழ்க்கைக்கான காரண விளக்கத்தை இக்கதைகள் அளிக்கின்றன. இத்தன்மை காரணமாகவே, இவை காரண விளக்கக் கதைகளாக (Explanatory/aetiological narrative) இனம் காட்டப்படுகின்றன.

ஆனால், காரண விளக்கக் கதைகள் என்று கூறுவதோடு, இவற்றின் தேவை பற்றிய விவாதம் முடிந்துவிடுவதில்லை. எனவே, இந்த இரண்டு கதைகளும் நம்மைக் கூர்ந்து நோக்கத் தூண்டுகின்றன. கடவுளர்களைச் சாட்சிகளாகக் கொண்டு, தங்கள் முன்னோர்களுடைய காலத்தில் நாடோடி வாழ்க்கை

முறை தோற்றுவிக்கப்பட்டதையும், அதன் பின்னணியில் இருந்த தர்க்க நியாயத்தையும் கதைகள் பேசுகின்றன. இந்தக் கதைகளே பூம்பூம் மாட்டுக்காரர்களின் வாழ்க்கை முறையை இயக்கிச் செல்கின்றன. சுருங்கச் சொன்னால், கதைகளில் அடங்கியிருக்கும் நாடோடி வாழ்க்கை முறை பற்றிய செய்திகள், அம்மக்களின் இன்றைய யதார்த்த வாழ்க்கையில் உயிரோட்டத்துடன் ஆவணப்படுத்தப்பட்டிருக்கின்றன. சிறப்புக் கூறுகளையும், அவற்றிக்கு இணையான சமகாலத்திய வாழ்க்கைக் கூறுகளையும் முறையே பின்வரும் அட்டவணைகளில் இணையொத்துப் பார்க்கலாம்.

(அ) கடந்த கால யதார்த்தம் (புராணம்)	(ஆ) நிகழ் கால யதார்த்தம் (வாழ்க்கை)
பூம்பூம் மாட்டுக்காரர்களின் முன்னோர் சொந்த நிலபுலன் களோடு நிலைத்த, திருப்தியான வாழ்க்கையை நடத்தியவர்கள்	சொந்த நிலமோ, வீடோ இல்லாமல் நாடோடி வாழ்க்கையை நடத்திக் கொண்டிருப்பவர்கள்.
புத்திசாலிகள்; ஏமாற்றும் பண்புடையவர்கள்; நிலங் கொடுத்து உதவிய பகவானையே ஏமாற்றியவர்கள்	சூதுவாது அறியாத நாடோடிகள்
இரந்து நின்றவர்க்கு அன்ன தானம் செய்ய மனமற்ற உலோபிகள்	வீடு வீடாகச் சென்று நிலைத்த குடியினரிடம் யாசகம் கேட்டு இரந்து நிற்பவர்கள்
யாசகனை அலட்சியப்படுத்தி, அவனை ஏமாற்றியவர்கள்	கிராம, நகர மக்களால் தினந்தோறும் அலட்சியப்படுத் தப்படுபவர்கள்.
யாசகனை ஏமாற்றியதில் மிகவும் மகிழ்ச்சியுற்றவர்கள்	யாசகன் வடிவில் வந்த ராமனை (அல்லது வேங்கடாசலபதியை) ஏமாற்றியதால் காலங்காலமாகக் கஷ்டப்படுபவர்கள்.

யாசகனாக வந்த ராமன் (அல்லது வேங்கடாசலபதி) பசியும் பட்டினியுமாக நாடோடிகளாகக் காலந்தோறும் அலைய வேண்டும் என்று அவர்களைச் சபித்தான்.	இன்று பசி, பட்டினியோடு பிச்சை எடுத்து ஊர் ஊராக நாடோடி வாழ்க்கை நடத்திக் கொண்டிருப்போர்.
பிச்சை எடுப்பதற்குப் பாத்திர மாகச் சுரைக்குடுக்கையை ராமன் கொடுத்தான்	புராண யுகத்தை நினைவுப் படுத்தும் விதமாகச் சுரைக்குடுக் கையைத் தம்மோடு வைத்திருப்பவர்கள். (அலுமினிய, சில்வர் பாத்திரங்கள் ஆகியவை இன்று புழக்கத்திற்கு வந்துவிட்டன)
ராமா, கோவிந்தா என்று பெயர் சொல்லிப் பிச்சை எடு என்று ராமன் பணித்தான்	யாசகம் கேட்கும்போது ராமன், கோவிந்தன் பெருமாள் பெயர்களைச் சொல்லுதல்.
பூவிடையர்களின் முன்னோர்கள் பூக்காரர்களாக நிலைத்த, அமைதியான வாழ்க்கையை நடத்தினர்.	நாடோடி வாழ்க்கை முறையினர்.
இயற்கையின் பிறழ்வுப் படைப்புகளான மாடுகளை மேய்க்குமாறு பணித்ததைத் தங்கள் தலையில் விடிந்த பாவச் செயல் என்று முன்னோர் கருதினர்.	இரட்டைவால் கொண்ட பசு மாடுகள் போன்ற இயற்கையின் பிறழ்வுப்படைப்புகளைப் பார்வையாளர்கள் பார்க்குமாறு தெருவில் காட்சிப்படுத்திப் பிழைக்கின்றனர்.
கடவுள், தன் பெயரால் 'பெருமாள் மாடு' என்றழைக்கப்படும் காளை மாட்டினை முன்னோரிடம் கொடுத்து அதனைத் தங்கள் பிள்ளையைப் பராமரிப்பது போல், பராமரிக்கச் சொன்னார்.	பூவிடையரில் ஒவ்வொரு குழு வினரும் பெருமாள் மாட்டைத் தங்களோடு வைத்திருக்கின்றனர்.

பெருமாள் மாட்டை வீடு வீடாக ஒட்டிச் சென்று பிச்சை எடுத்து நாடோடியாக வாழ்க்கை நடத்தினால் பூவிடை முன்னோர்க்குச் சாப விமோசனம் கிடைக்கும் என்று கடவுள் அறிவுறுத்தினார்.	அலங்கரிக்கப்பட்ட பெருமாள் மாட்டை (பசு அல்லது காளை மாடு) வீடு வீடாக ஓட்டிச் சென்று, யரின் உறுமிமேளம் வாசித்து எளிதான வேடிக்கைக் காட்டி யாசகம் பெறுகின்றனர்.

நாடோடி வாழ்க்கை முறையின் தோற்றத்திற்கு வித்திட்ட முற்காலத்திய நிகழ்வுகளை விவரிக்கும் இரண்டு புராணக் கதைகளிலும் காணப்படும். சிறப்புக் கூறுகள், மேற்கண்ட அட்டவணைகள் ஒன்றிலும் இரண்டிலும் உள்ள 'அ' பத்திகளில் நிரல்படுத்தப்பட்டுள்ளன. இரண்டு அட்டவணைகளிலும் உள்ள 'ஆ' பத்திகளில் பூம்பூம் மாட்டுக்காரார்களின் இன்றைய யதார்த்த வாழ்க்கையின் உற்றுநோக்கப்பட்ட நடத்தைக் கூறுகள் வரிசைப்படுத்தப்பட்டுள்ளன. இவ்வாறு அகர, ஆகாரப் பத்திகளில் வரிசைப்படுத்தப்பட்டிருக்கும் புராணக்கால யதார்த்த வாழ்க்கையின் சிறப்புக் கூறுகளும், நிகழ்கால யதார்த்த வாழ்க்கையின் சிறப்புக் கூறுகளும் ஒன்றோடொன்று முரண்பட்டு அல்லது ஒத்தியைந்து எதிரிணைகளாக நிற்பவை. இந்த எதிரிணைத் தன்மைதான் புராண யுகத்தையும் நிகழ்காலத்தையும் சமநிலைப்படுத்துகிறது. சரியாகச் சொல்வோமானால், இந்தச் சமநிலைப்படுத்தலின் வாயிலாகப் புராணம் நியாயப்படுத்துதல் என்னும் செயலை ஆற்றுகிறது.

வழக்காறுகளின் செயல்பாடுகள்

பொதுவாக மக்கள் வழக்காறுகள், அவற்றை வழங்கும் சமூகத்தில் நேரிடையாகவும், மறைமுகமகாவும் பல்வேறு செயல்பாடுகளைப் புரிகின்றன. அச்செயல்பாடுகளில் ஒன்றாகப் பண்பாட்டை உறுதிப்படுத்தும் (Validating) செயல்பாட்டைக் குறிப்பிடுவர். அதாவது, வழக்காறுகளை வழங்கும் மக்களிடம், அவர்தம் பண்பாட்டிற்குரிய சடங்குகளையும், சமூக நிறுவனங்களையும் நியாயப்படுத்தக்கூடிய வகையில் வழக்காறுகள் பங்காற்றுகின்றன என்கிறார் வில்லியம் பாஸ்கம் *(1965: 292)*. இதற்கு ஆதாரமாகச் செயற்பாட்டியல் சிந்தனைப்

பள்ளியின் நிறுவனரான மாலினோவ்ஸ்கியின் புராணம் பற்றிய கருத்தினை அவர் மேற்கோள் காட்டுகிறார்.

புராணம் என்னும் நடைமுறை வழிகாட்டி

த்ரோபிரியாண்ட் தீவுகளில் வாழும் பழங்குடி மக்களின் வாழ்க்கை முறைக்கும் புராணத்திற்க்கும் இடைப்பட்ட அணுக்கமான தொடர்பை உற்றுநோக்கிய மாலினோவ்ஸ்கி, புராணம் என்பது ‘காரண விளக்கத் தன்மையுடையது (Explanatory) அல்ல’ என்று அழுத்தம் கொடுத்துக் கூறுகிறார். ஆனால் அது ஒரு அத்தாட்சிப் பத்திரமாக (Warrant) ஐதிகப் பிரமாணமாக (Charter) விளங்குவதோடு. பெரும்பான்மையான சந்தர்ப்பங்களில் மந்திரம், வாழ்க்கை வட்டச் சடங்கு, சமயச் சடங்கு, சமூக அமைப்பு ஆகியவற்றிற்கு நடைமுறை வழிகாட்டியாகவே பணியாற்றுகிறது’ என்கிறார்.

மரபான சமூகங்களில் புராணம் ஆற்றும் பணியைப் பற்றிப் பின்வருமாறு கூறுகிறார் மாலினோவ்ஸ்கி:

“.... பொதுவாகப் புராணம் என்பது, உலகப் பொருட்கள் அல்லது நிறுவனங்களின் தோற்ற மூலங்கள் பற்றிய வெறும் ஊகம் அல்ல. அது, இயற்கை பற்றிய சிந்தனை வெளிப்பாடோ அல்லது அதன் விதிகளைப் பற்றிய கற்பனாவாத விளக்கமோ அன்று. புராணத்தின் செயல்பாடு என்பது வியாக்கியானப்பாங்குடையதோ அல்லது குறியீட்டுத் தன்மையுடையதோ அன்று. மாறாக அது ஒரு அசாதாரணமான நிகழ்வு பற்றிய கூற்றாகும். இந்த அசாதாரணமான நிகழ்வுதான் ஓர் இனக்குழுவின் சமூக ஒழுங்கமைப்பைத் தோற்றி வித்தது. அல்லது அதனுடைய பொருளாதாரத் தேவை நிறைவேற்றங்களில் சிலவற்றையோ, அதன் கலைகள் மற்றும் கைவினைத் தொழில்களையோ அதன் சமயம் அல்லது மந்திர நம்பிக்கைகள் மற்றும் சடங்கு முறைகளையோ அந்த அசாதாரணமான நிகழ்வுதான் தோற்றுவித்தது. புராணம் என்பதோ அதன் கதையில் பொதிந்திருக்கும் இலக்கிய ஆர்வம் காரணமாக உயிரோட்டத்துடன் பாதுகாத்து வைக்கப்பட்டிருக்கும் கவர்ச்சியான கட்டுக்கதையின் ஒரு பகுதி அன்று அது, பண்டைக் காலத்திய யதார்த்த நிகழ்வு பற்றிய ஒரு கூற்று. அந்நிகழ்வு, ஒரு சமூகத்தினுடைய முன்னோடி

நிகழ்ச்சியின் வாயிலாக புராணம், தற்போதைய ஒழுங்கமைப்பை நியாயப்படுத்துகிறது. அம்முன்னோடி நிகழ்ச்சியை அடியொற்றி அமையும் அறநெறி சார்ந்த விழுமியங்களையும், சமூக வேறுபாடுகளையும் கடமைகளையும், மந்திர நம்பிக்கைகளையும் புராணம் வழங்குகிறது. இவ்வாறு, புராணம் தனது முக்கியமான பண்பாட்டுப் பாத்திரத்தைக் கட்டமைக்கிறது. புராணத்தின் வடிவத்தில் காணப்படும் ஒப்புமையின் அடிப்படையில், அது ஒரு வெறுங்கதையோ, இலக்கிய மூல முன்னோடி வடிவமோ அல்லது அறிவியலின் முன்மாதிரியோ அன்று. கலைப்புலம் அல்லது வரலாற்றின் ஒரு பிரிவும் அன்று. காரண காரிய விளக்கம் அளிக்கும் போலிக் கோட்பாடும் அன்று (Malinowski: 1979:45).

ஒவ்வொரு சமுதாயத்தின் முதல் இலக்கு என்பது இருத்தல் அல்லது வாழ்தல் ஆகும். ஒவ்வொரு சமுதாயத்திலும் உள்ள மக்கள் பல்வேறு விதிகள் அல்லது விழுமியங்களைக் கொண்டிருக்கின்றனர். இவை, பொருளியல் உபகரணங்களைக் கண்டறியத் தூண்டுகின்றன. இது செயல்களைப் படைத்தளிக்கிறது. இந்தச் செயல்களே செயற்பாடு (Function) என்பதை நோக்கிச் செலுத்துகின்றன. இங்கு பொதிந்திருக்கும் செய்தி யாதெனில், அச்சமுதாயத்தின் இலக்கு அல்லது நோக்கம் என்பதாகும். இதனையே மாலினோவ்ஸ்கி "Charter" அல்லது "ஐதிகப் பிரமாணம்" என்கிறார். புராணம் எவ்வாறு ஒரு சமுதாயத்தில் ஐதிகப் பிரமாணமாகச் செயல்படுகிறது என்பதை மாலினோவ்ஸ்கி தொடர்ந்து கூறுகிறார்.

புராதனப் பண்பாட்டில் புராணம் என்பது ஓர் இன்றியமையாத செயல்பாட்டினை ஆற்றுகிறது. நம்பிக்கையை வெளிப்படுத்தி, அதற்கு மதிப்பூட்டுகிறது; அதனை முறைப்படுத்துகிறது, அறநெறியைப் பாதுகாப்பதுடன் அதனை நடைமுறைப்படுத்துகிறது. சடங்கின் பயனுறுதிக்குப் புராணம் உத்திரவாதம் அளிக்கிறது; மனிதனுக்கு வழிகாட்டுவதற்குத் தேவையான நடைமுறை விதிகளையும் அது உட்கொண்டிருக்கிறது. இவ்வாறு, புராணம் என்பது மனித நாகரிகத்தின் சக்திமிக்க மூலக்கூறாகத் திகழ்கிறது. அது ஒரு வெறும் பயனற்ற கதை அன்று; ஆனால், அது திறமான, செயல்திறன் உடைய சக்தியாகும். அறிவுக்கூர்மை வாய்ந்த வியாக்கியானமோ, கலைநுட்பம் உடைய உருவகமோ அன்று.

ஆனால், அது புராதன நம்பிக்கை, அறநெறி சார்ந்த ஞானம் ஆகியவற்றின் நடைமுறை வழிகாட்டியாகும்..

"சுருங்கச் சொன்னால், தொடக்கநிலை நிகழ்வுகளின் உயரிய, சீரிய, மிக இயல்நிலை கடந்த யதார்த்தத்தை நோக்கிப் பின்னோக்கிச் சென்று மரபைக் கண்டறிந்து, அதற்கு வலுவூட்டுவதோடு, அதற்கு மிகப் பெரும் விழுமியத்தையும், கௌரவத்தையும் அளிப்பதுதான் புராணத்தின் செயல்பாடாகும்" (Bascom, 1965:292).

புராணம் பற்றிய மாலினோவ்ஸ்கியின் இந்தக் கருத்துக்கள் அமைத்துக் கொடுக்கும் தளத்திலிருந்து, தமிழகத்தில் காணப்படும் இனக்குழுத்தன்மையுடை நாடோடிச் சமூகத்தைச் சேர்ந்த பூம்பூம் மாட்டுக்காரர்களின் வாய்மொழிக் கதைகளான புராணங்களையும், அவர்களுடைய நாடோடி வாழ்க்கை முறை என்னும் சமூக ஒழுங்கமைப்பில் அவற்றின் செயல்பாடுகளையும் புரிந்துகொள்ள யத்தனிக்கலாம்.

புராணத்தின் நிகழ்த்துதல் பனுவலாக நாடோடிய வாழ்க்கை

பூம்பூம் மாட்டுக்காரர்களின் புராணக் கதைகளை, அவர்களுடைய நிகழ்காலத்திய நாடோடி வாழ்க்கை முறைக்கான காரண விளக்கம் அளிக்கும் அவற்றின் இயல்பின் அடிப்படையில் காரண விளக்கக் கதைகள் எனக் குறிப்பிட்டோம். ஆனால், மாலினோவ்ஸ்கியின் கண்ணோட்டத்தில் புராணங்கள் காரண விளக்கத் தன்மையுடையவை அல்ல. மாறாக, ஒட்டுமொத்த சமூக அமைப்பிற்கே நடைமுறை வழிகாட்டியாகத் திகழ்பவை ஆகும். இந்த இருவேறு கண்ணோட்டத்திற்கும் அளவுகோல்களாக நிற்பவை முறையே குறிப்பிட்ட நிகழ்வினம் பற்றிய வெளியாரின் அணுகுமுறையும், அது குறித்த உள்ளூர், மக்களின் கண்ணோட்டத்திலிருந்து பார்க்கும் அணுகுமுறையும் ஆகும்.

இந்நாடோடி மக்களின் சமூகம் மற்றும் நாடோடி வாழ்க்கை முறையின் தோற்றம் பற்றிக்கூறும் இந்தக் கதைகளில் வரும் பாத்திரங்களோ, இம்மக்கள் முகமறியாத முன்னொரு காலத்து முன்னோர்கள் மற்றும் இராமன், வேங்கடாசலபதி போன்ற கடவுளர்கள் ஆவர். மனிதர்களும் மண்ணுலகிற்கு வந்த

கடவுள்களும் எதிரெதிரே சந்தித்துக் கொள்ளும் தருணங்களும், விந்தையான சில நிகழ்வுகளும் இன்றைய நடைமுறையில் நடக்கக்கூடியவை என்று எதிர்பார்க்க முடியாதவை. ஆயினும், பூம்பூம்மாட்டுகாரர்கள் அந்நிகழ்ச்சிகள் தம் பண்டைய முன்னோர் காலத்தில் நடந்தவை என்று அவற்றை நம்புகின்றனர். திரும்பத் திரும்ப அவற்றை நினைவுகூர்கின்றனர். தம்முடைய நாடோடி வாழ்க்கை முறைக்கு வித்திட்ட, எதிர்பாராத திருப்புக் கட்டத்தை விவரிக்கும் அக்கதைகள், அதிசய நிகழ்வுகள் நடைபெற்ற காலத்தைப் பிரதிபலிப் பவை. இந்த அடிப்படையான பண்புக்கூறின் காரணமாக இவ்வாய்மொழிக் கதைகள், 'புராணம்' என்னும் வடிவ வகைமைக்குள் அடங்குகின்றன. ஆனால், இக்கதைகளைப் புனிதமாகக் கருதிப் போற்றுகிறார்களா எனில் அப்படித் தெரியவில்லை. ஆனால், இக்கதைகள் என்னும் நிலைத்த பனுவல்களின் நிகழ்த்துதல் பனுவல்களாக அவர் தம் வாழ்க்கை முறை அமைந்திருக்கிறது. எனவே, இந்தக் கதைகள் விவரிக்கும் சம்பவங்களை நம்புகின்றனர். ஆனால், இக்கதைகளின் எந்தப் பகுதியும் நாடகமாகவோ, சடங்கியல் நாடகமாகவோ இம்மக்களிடையே எங்கும் நிகழ்த்திக் காட்டப்படுவதாகத் தெரியவில்லை. எனினும், இக்கதைகள் விவரிக்கும் அந்த அதிசயமான சம்பவங்கள்தாம், தம்முடைய நாடோடி வாழ்க்கை முறையின் ஊற்று மூலங்களாக அமைந்தவை என்பதில் அவர்களுக்கு ஆழ்ந்த நம்பிக்கை உண்டு. இந்தப் புராணக் கதைகளை அடிப்படையாகக் கொண்டு சடங்கோ, நாடகமோ எங்கும் நிகழ்த்தப்படவில்லையாயினும், பூம்பூம் மாட்டுக்காரர்களுடைய இன்றைய மாற்றங்களை ஏற்காத நாடோடி வாழ்க்கை முறை என்பது, அவர் தம் வாய்மொழிக் கதைகளிலிருந்து உயிரூட்டப்பட்ட சடங்கியல் நாடகமாகவே தொடர்ந்து கொண்டிருப்பதையே பார்க்கின்றோம். சுருங்கச் சொல்வோமானால், பூம்பூம் மாட்டுக்காரர்களின் நாடோடி வாழ்க்கை முறையானது, அவர்களிடம் வழங்கும் புராணக் கதைகளின் சாராம்சமாக இருக்கிறது எனலாம்.

பண்டைக் காலத்தில் நிகழ்ந்த அசாதாரணமான நிகழ்வு பற்றிய கூற்றுதான் புராணம் என்றும், அந்த அசாதாரணமான நிகழ்வுதான் இனக்குழுவின் சமூக ஒழுங்கமைப்பைத்

தோற்றுவித்தது அல்லது அதன் பொருளாதாரத் தேவைகளை நிறைவேற்றிக் கொள்வதற்கு உதவும் உபாயங்களைத் தோற்றுவித்தது என்றும், குறிப்பிட்ட சமூகத்தின் நிறுவனங்களிலும், அதன் இலக்குகளிலும் தொடர்ந்து நீடித்திருக்கிறது என்றும், அத்துடன், அம்முன்னோடி நிகழ்வின் வாயிலாகப் புராணம் தற்போதைய ஒழுங்கமைப்பை நியாயப்படுத்துகிறது என்றும் புராணம் மற்றும் அது விவரிக்கும் முன்னோடி நிகழ்வு பற்றி மாலினோவ்ஸ்கி கூறுகிறார்.

இந்தக் கருத்துகளின் வெளிச்சத்தில் பூம்பூம் மாட்டுக்காரர்களின் புராணக் கதைகள் அவர்களுடைய சமூகத்தில் ஆற்றும் செயல்பாடுகளைப் பற்றிப் புரிந்துகொள்ள இயலும். அடிப்படையில், இக்கதைகள் அவர்களுடைய முன்னோர் வாழ்ந்த பண்டைக் காலத்தில் நிகழ்ந்த மிகவும் அசாதாரணமான சம்பவங்கள் பற்றிய விவரிப்புகளாகும். நிலைத்த வேளாண்மை, பூ கட்டும் தொழில் ஆகிய பொருளாதாரத் தேவை நிறைவேற்ற உபாயங்களையும் நிலைக்குடி வாழ்க்கை முறையையும் முற்றிலும் வேரறுத்து, நிலம், வீடு முதலிய யாவற்றையும் இழந்து, அவர்கள் ஊர் ஊராகச் சுற்றி அலைந்து, இரந்து வாழும்படியான நாடோடி வாழ்க்கை முறையைப் பூம்பூம் மாட்டுக்காரர்களின் முன்னோர்களிடம் சுமத்திய அசாதாரணமான திருப்புக் கட்டத்திற்கு வித்திட்ட முன்னோடி நிகழ்வுகள் அவை. அதாவது, நாடோடி வாழ்க்கை முறையைத் தழுவிய ஒரு சமூக ஒழுங்கமைப்பைத் தோற்றுவித்தவை.

இந்த நாடோடி வாழ்க்கைமுறை என்பது பல்வேறு வகையான நடத்தைக் கூறுகளால் ஒருங்கிணைக்கப்பட்டதாகும். குறிப்பிட்ட இடத்தில் ஏனைய சமூகங்களைப் போல் வீடுகட்டிக் கொண்டு நிரந்தரமாக வசிக்காமல் ஊர் ஊராகச் சுற்றித் திரிந்து, வீடு வீடாகச் சென்று இரந்து நின்று, யாசகம் பெற்றுப் பசியாற்றிக்கொள்ளும் வாழ்க்கை முறை அது. புராதனக் காலத்தில் கடவுளர்கள் சபித்தவாறு, பெருமாள் மாட்டையும், இயற்கையின் பிறழ்வுப்படைப்புகளையும் ஊர் ஊராக ஓட்டிச் சென்று வித்தை காட்டுவது; அதன் மூலம் சன்மானம் பெற்றுப் பசியாற்றிக் கொள்வது, முன்னோடி நிகழ்ச்சியை ஆதாரமாகக் கொண்டு நடை, உடை, பாவனைகளைப் படைத்துக்

கொண்டிருத்தல்; அதாவது, நாடோடி இரவலர்களாக ஆகுமாறு கடவுளர்கள் சபித்தபோது, முன்னோர்களுக்குச் சுரைக்குடுக்கை, வேட்டி, தலைப்பாகை, நெற்றியில் நாமமிட்டுக் கொள்வதற்கு நாமக்கட்டி, பொட்டு வைத்துக்கொள்வதற்காகத் தென்னங் குடுவையில் நிரப்பப்பட்ட குங்குமம் ஆகிய அனைத்தையும் ஒப்பனைப் பொருட்களாகக் கொடுத்து, நாடோடி நிகழ்த்துக் கலைஞர்களாகத் தொழில் செய்து பிழைக்குமாறு ஆக்கினர். இதனை அப்படியே பின்பற்றும் விதமாகத் தலைமுறைத் தலைமுறைகளாக நாடோடிக் கலைஞர்களாகப் பிழைப்பு நடத்துதல். இத்தகைய சில கூறுகளை ஒருங்கிணைத்துக் கொண்டிருக்கும் ஒரு வடிவமே அவர்களுடைய நாடோடி வாழ்க்கை முறை.

இந்த நாடோடி வாழ்க்கைமுறை தோன்றுவதற்கு வித்திட்ட அசாதாரணமான முற்காலத்திய நிகழ்வுகள் பற்றிய கூற்றுகளாகப் பூம்பூம் மாட்டுக்காரர்களின் புராணக் கதைகள் விளங்குகின்றன. மேற்கண்ட நிகழ்வுகள், அவர்களுடைய இன்றைய வாழ்க்கை முறையின் ஒட்டுமொத்த பரிமாணத்தில் தொடர்ந்து நீடித்துக்கொண்டிருக்கின்றன. ஆகவே, முற்றிலும் எதிர்பாராத, அதியதார்த்தமான முன்னோடி நிகழ்ச்சிகள் என்பனவற்றின் வாயிலாக அப்புராணங்கள், தற்போதையே நாடோடி ஒழுங்கமைப்பை நியாயப்படுத்துகின்றன.

இந்த முன்னோடி நிகழ்ச்சிகள் பற்றியும் அவற்றிற்குப் பூம்பூம் மாட்டுக்காரர்கள் தற்காலத்தில் கொடுக்கும் முக்கியத்துவம் குறித்தும் நாம், கவனத்தில் எடுத்துக்கொள்ள வேண்டும். த்ரோபி ரியாண்ட் தீவுகளின் பழங்குடி மக்கள் மிகவும் தீவிரமாகத் தம்முடைய வழக்கங்களைக் கடைப்பிடித்தலை உற்று நோக்கிய மாலினோவ்ஸ்கி, அதிலிருந்து ஒரு முக்கியமான உண்மையை உய்த்துணர்ந்துகொள்கிறார். அதாவது, “நிகழ்காலத்தை விட, கடந்த காலம் என்பதுதான் அவர்களுக்கு மிகவும் முக்கியமானது” என்கிறார். ‘புராண நிகழ்வுகளோடு, தற்காலத்திய நடத்தைமுறைகள் இணைத்துத் தொடர்புப்படுத்தப்படுகின்றன. தற்போது வாழும் மக்களின் நேரிடையான முன்னோர்களின் காலத்துச் சம்பவங்களோடு நிகழ்காலத்திய நடத்தை முறைகள் இணைத்துப் பார்க்கப்படுவதில்லை என்பது குறிப்பிடத்தக்கது. மாறாகப் புராண யுகத்தைச் சேர்ந்த மிகவும் பிரசித்திப்

பெற்ற முன்னோர்களோடு இணைக்கப்படுகின்றன. இவ்வாறு, புராணயுக நிகழ்வுகளுக்கும், தற்காலத்திய நிகழ்வுகளுக்கும் இடைப்பட்ட தொடர்பு என்பது, மிகப் பெரும் சமூக முக்கியத்துவத்தை வெளிப்படையாக, ஆதாரப்பூர்வமாகத் தாங்கி நிற்கிறது. முக்கியத்துவம் வாய்ந்த கடந்த காலத்திய நிகழ்வுகள் பற்றிய கதைகள் புனிதமானவையாகக் கொண்டாடப்படுகின்றன. ஏனெனில், அவை தங்களுடைய புராணயுகத்துத் தலைமுறை யினர் பற்றிப் பேசுபவை; அவர்களுடையவை. இக்காரணம் பற்றியே பொதுவாக அவை உண்மையானவை என்று ஏற்றுக் கொள்ளப்பட்டவை. ஒவ்வொருவரும் அறிந்தவை; சொல்பவை. கடந்த காலத்தியவை, மக்களால் ஏற்றுக்கொள்ளப்பட்டவை' என்னும் இரண்டு பண்புக் காரணிகள் காரணமாக, சமூக அறநெறியின் அடிப்படையில் சரியானவை என்னும் அங்கீகாரத்தைப் பெற்றவை.' (Young1979:237).

மாலினோவ்ஸ்கி முன்வைக்கும் மேற்கண்ட கூற்றின் சாராம்சத்தை உள்வாங்கிக்கொண்டு, பூம்பூம் மாட்டுக்காரர்களின் புராணக் கதைகளை அணுகும் போது, புராணயுகம் – 'நிகழ்காலம்', புராண யுகத்து முன்னோடி நிகழ்ச்சிகள் – தற்காலத்திய நடத்தை முறைகள் ஆகிய இவ்விரண்டு எதிரிணையன்களுக்கும் இடைப்பட்ட தொடர்பு என்பது, பூம்பூம்மாட்டுக்காரர்களின் நாடோடி வாழ்க்கை முறையை உற்றுநோக்கும் போது, சமூக முக்கியத்துவம் வாய்ந்தது என்பதை வெளிப்படுத்துகிறது. பூம்பூம் மாட்டுக்காரர்களைப் பொறுத்த வரையில் பண்டைக் காலத்திய முன்னோர்களிடையே நடந்த நிகழ்ச்சிகள் பெருமைக்குரியவையா அல்லது சிறுமைக்குரியவையா என்னும் கேள்வியே எழவில்லை. முன்னோர்களின் வாழ்க்கை முறையையே தலைகீழாக மாற்றி அமைத்த, அசாதாரணமான நிகழ்வுகள் என்பன தங்களுடைய முன்னோருடன் தொடர்புடையவை. அவ்வகையில் அவை முக்கியமானவை. அந்நிகழ்வுகளை விவரிக்கும் புராணக் கதைகள் புனிதமானவையோ இல்லையோ திரும்பத் திரும்ப நினைவுகூர்ந்து சொல்லப்படுகின்றன. அந்தக் கதைகளின் அடிப்படையிலேயே அவர்களுடைய இன்றைய நாடோடி வாழ்க்கை முறை, ஒரு நிகழ்த்துதலைப் போல் நீட்சியடைந்து கொண்டிருக்கிறது. இந்த வாதங்களின் அடிப்படையில் பார்க்கும் போது, அவை உண்மையானவையாகவும், அவர் தம் சமூக

அறநெறியின் அடிப்படையில் ஏற்றுக்கொள்ளப்பட்டவையாகவும் தோன்றுகின்றன. இக்கோணத்தில் அணுகும் போது, இப்புராணக் கதைகள், பண்பாட்டை உறுதிப்படுத்தும் பணியை ஆற்றுகின்றமை வெளிப்படையானது. அவ்வகையில், நாடோடி வாழ்க்கை முறையின் ஒட்டு மொத்த பரிமாணத்திற்கும் ஆதாரமாக அமைந்து, தொழில், வாழக்கைமுறை முதலிய அனைத்திற்கும் ஐதிகப் பிரமாணங்களாக (Charters) அல்லது நடைமுறை வழிகாட்டிகளாகப் பூம்பூம் மாட்டுக்காரர்களுடைய புராணக் கதைகள் செயல்படுகின்றன.

கட்டுரையின் முன்னுரையில், பொதுவாக இனக்குழுச் சமூகங்களில் வாய்மொழிக் கதைகள் பெறும் முக்கியத்துவம் குறித்து மதிப்பிடும் போது, சில நுட்பமான கருத்துகள் சுட்டிக்காட்டப்பட்டிருந்தன. சுற்றுவட்டாரங்களையும் அவற்றில் வாழும் மக்களையும் பற்றிப் பேசுவனவாக அக்கதைகள் விளங்கினாலும், அவை தம்மளவில் புறவயமான வடிவங்களாகும். அவ்வாய்மொழிக் கதைகளின் மெல்லிய மேலடுக்கின் கீழ், மற்றொரு பொருளடுக்கு உள்ளது. இப்பொருளடுக்கானது, அடித்தளத்தில் பொதிந்திருக்கும் அவ்வாய்மொழிக் கதைகளின் விழுமியங்களை வெளிப்படுத்துகிறது (Fettereman, *1989: 70–71)* ‘வாய்மொழிக் கதைகளை ஆய்வாளர்கள் முறைப்படுத்தி நோக்கினால், ஒரு குறிப்பிட்ட மக்களுடைய வாழ்க்கை முறை பற்றிய உள்நோக்குச் சித்திரத்தை அவை முன்வைக்கும்’ (Herskovits, 1974: 269). அது போலவே வழக்காறுகள் – குறிப்பாகப் புராணம் முதலிய வாய்மொழிக் கதைகள், செய்தி பற்றிய செய்திகளையும் (Meta Messages) சொல்லக்கூடும். எனவே, இந்த அளவுகோலின் துணையோடு பூம்பூம் மாட்டுக்காரர்களின் புராணங்களை மேலும் அலசுவதற்கு வாய்ப்பு இருக்கிறது.

மாலினேவ்ஸ்கி, த்ரோபிரியாண்ட் தீவுகளின் பழங்குடிகளை முன்னிறுத்திக் கூறும்போது, அவர்கள் நிகழ்காலத்தைவிட, கடந்த காலத்திற்குத்தான் அதிக முக்கியத்துவம் தருகிறார்கள் என்கிறார். பூம்பூம் மாட்டுக்காரர்கள் கூட, தாம் வழங்கும் புராணங்களிலும் சரி, வாழும் யதார்த்த வாழ்க்கையிலும் சரி, கடந்த காலத்திற்குத்தான் முக்கியத்துவம் தருகிறார்கள். இந்தக் கூறினையும், அவர்களுடைய புராணக் கதைகளில் முதலாவதில் இடம்பெறும் சாபம். இரண்டாவதில்

இடம்பெறும் சாபவிமோசனம் என்னும் கூறினையும் கவனத்தில் எடுத்துக்கொண்டால், அப்புராணங்கள் செய்தி பற்றிய செய்தியாக, ஐதிகப்பிரமாணம் (Charter) என்னும் நிலையில் நடைமுறை வழிகாட்டிகளாகத் திகழ்வதோடு மட்டுமல்லாமல், மற்றொரு உட்பொருளையும் தம்மகத்தே கொண்டிருக்கலாம் அல்லவா என்னும் கேள்வியும் நம்மிடம் எழுகிறது.

கால எல்லையற்ற சாபவிமோசனப் பயணம்

முன்னெப்போதோ ஒரு காலத்தில் கடவுளர்களால் சபிக்கப்பட்ட நிலையில், அந்தச் சாபத்திலிருந்து விடுபடுவதற்காகப் பண்டைய முன்னோர்கள் காலந்தொட்டு, வழிவழியாகச் சாபவிமோசன யாத்திரை மேற்கொண்டிருக்கும் இன்றைய நாடோடிகளான பூம்பூம் மாட்டுக்காரர்கள், எத்தகைய ஒரு சூழலில் வாழ்கிறார்கள், யாரிடத்துத் தங்கள் கதைகளைத் திரும்பத் திரும்பச் சொல்லிக்கொண்டிருக்கிறார்கள் என்பதையும் பார்க்க வேண்டும்.

ஒரே இடத்தில் நிரந்தரமாக வீடுகள் அமைத்து விவசாயம், தொழில், வணிகம் ஆகியவற்றின் மூலம் நிரந்தர வருவாயுடன் வசதியாக வாழக்கூடிய மக்களிடையே, இவ்வசதி வாய்ப்புகள் எவையுமில்லாமல் நாடோடிகளாக வலம் வந்து யாசகம் பெற்றுப் பிழைப்பவர்கள் பூம்பூம் மாட்டுக்காரர்கள். இருவகை மக்களுக்கு இடையே நிலவும் இம்மிகப் பெரிய ஏற்ற இறக்க நிலைகள், எவ்வாறேனும் சமன்படுத்தப்பட்டாக வேண்டும். முன்னோர்களின் காலத்தில் பூவிடையர்கள் நிலவுடைமையாளர்களாகவும், திருப்பதியிலும், அயோத்தியிலும் பூக்காரர்களாகவும் விளங்கியவர்கள் எனக் கூறுவதன் மூலம் மேற்கண்ட சமனற்ற நிலை மனரீதியாகச் சமன்படுத் தப்படுகிறது. எனவே இந்தப் புராணக் கதைகள் மறைமுகமாக இச்செயற்பாட்டைப் புரியக்கூடியவையாக விளங்குகின்றன.

இரண்டு கதைகளிலும் அறுதியிட்டுக் கூறமுடியாத ஒரு காலத்தில் தங்கள் முன்னோரின் வாழ்க்கையில் முறையே இராமன், வேங்கடாசலபதி ஆகிய கடவுளர்கள் நுழைந்து, விதித்த சாபம் மற்றும் சாபவிமோசன உபாயம் ஆகியவை விளக்கப்படுகின்றன.

இந்த இரண்டு கதைகளிலும் இருவகைக் காலங்கள் இடம் பெறுகின்றன. அவை புராணக் காலமும் முன்னோர் தொடர்புடைய பண்டைய வரலாற்றுக் காலமும் ஆகும். இவை முக்கியமானவை. அதாவது, பூம்பூம் மாட்டுக்காரர்களுடைய முன்னோரின் யதார்த்த வெளி மற்றும் காலத்திற்குள் புராணக் காலம் பிரவேசிக்கிறது. இவ்விரண்டுக் காலங்களின் சங்கமிப்பில் தான் அந்தத் திருப்பம் சம்பவிக்கிறது. முன்னோர்களின் பண்டைய வரலாற்றுக் காலத்தில், பூவிடையர்கள் வேளாண்மைத் தொழில் செய்து வாழ்ந்த நிலவுடைமையாளர்களாகவும், புத்திசாலிகளாகவும் தந்திர உபாயமிக்கவர்களாகவும் ஏமாற்றுப் பண்புடையவர்களாகவும் தர்மசிந்தை அற்றவர்களாகவும் நிறுத்தப்படுகின்றனர். அதிசயங்களின் காலத்திற்குரிய புராணமாந்தர்கள் உருமாற்றத்தின் மூலம் யாசகராகத் தோன்றிச் சாமானிய மக்களைச் சோதிப்பவர்களாவும், சாபமிடுதல் என்னும் மந்திர உச்சாடனம் மூலம் அச்சாமானியர்களுடைய வாழ்க்கை முறையையே தலைகீழாக்கித் தலைவிதியையே மாற்றியமைக்கக் கூடியவர்களாகவும், அத்தலைகீழ் முறையை நேர்ப்படுத்தும் வண்ணம் சாபவிமோசனம் வழங்குபவர்களாகவும் திகழ்கின்றனர்.

இவ்வாறு அதி அற்புத ஆற்றல் படைத்த கடவுள் அல்லது புராண மாந்தர்களும் அவர்களுக்கு இணையான ஆற்றல் அற்ற பூம்பூம் மாட்டுக்காரர்களுடைய முன்னோர்களும் எதிரெதிராகப் பார்க்க நேர்ந்த அந்தச் சந்திப்பு, இருவேறு காலங்களின் சங்கமமாகும். புதிர்மையும் மயக்க நிலையும் நிறைந்த அத்தகைய காலச்சங்கமம் இன்றும் தொடர்கிறது என்னும் பூவிடையர்களின் நம்பிக்கையின் அடையாளமாக இக்கதைகளும் அவர்தம் வாழ்க்கை முறையும் திகழ்கின்றன. இக்கால மயக்கத்தில் சிக்குண்டவர்களாக மயங்கிக் கிடக்கும் மனப்பாங்கினை, அவர்களுடைய சாபம் படிந்த வாழ்க்கையை, அவர்கள் அப்படியே எதிர்ப்பின்றி, வெல்லும் முயற்சியின்றி ஏற்றுக்கொண்டு செல்லும் யதார்த்தப் போக்கிலிருந்து அறிந்துகொள்ளவியலும். கடவுளை ஏமாற்றிய முன்னோர் மீது இராமன் விதித்த சாபம் என்பது, தலைமுறைத் தலைமுறையாகத் தொடர்ந்துவரும் தொடர் வினை என்று ஏற்றுக் கொண்டவர்கள் அவர்கள். இன்னொரு பக்கம், சாபம்

என்னும் தண்டனைக் காலத்திலிருந்து மீட்சி அடைவதற்காக, பெருமாள் மாட்டை ஓட்டிக்கொண்டு அவர்கள் எப்போதோ தொடர்ந்த சாபவிமோசனப் பயணம், கால எல்லை ஏதுமின்றித் தொடர்ந்து போய்க்கொண்டிருக்கிறது. ஆனால், ஒன்று மட்டும் தோன்றுகிறது. புராண மாந்தர்களின் காலம், பூம்பூம் மாட்டுக்காரர்களுடைய முன்னோரின் வாழ்காலம் என்னும் இரண்டு காலங்களின் சந்திப்பு மயக்கத்திலிருந்து பூம்பூம் மாட்டுக்காரர்கள் எப்போது விடுபடுகிறார்களோ அப்போது தான் அவர்கள் சாபவிமோசனம் அடைவார்கள்.

எங்கோ தொலைவில் ஒலிக்கும் நாடோடிகளின் இசை

கிராமத்தின் வாழ்க்கை அனுபவத்தைத் தம்முள் தக்க வைத்துக் கொண்டிருக்கும் எந்த ஒருவரும் குறிப்பாகக் கலை சார்ந்த இரண்டு வெவ்வேறு மரபுகளைப் பற்றி எப்போதும் மனதில் இருந்துத் துடைத்தெறிந்து விடாமல், ஞாபகம் வைத்துக் கொண்டிருப்பார்கள். ஒன்று, தம்முடைய மண் சார்ந்த கலை மரபுகள்; மற்றொன்று, அவ்வப்போது ஊருக்கு வந்து போகும் நாடோடிகள், இரவலர்கள் ஆகியோரின் கலை மரபுகள்; ஒவ்வொருவருடைய வட்டாரத்தின் தன்மைக்கு ஏற்ப, இளம் பருவத்தில் அவரவர் கவனத்தை ஈர்த்த வெவ்வேறு வகையான நாடோடி இனங்களின் நடனம், பாட்டு, தோற்பாவைக்கூத்து முதலிய நிகழ்த்துக் கலைகள், கைவினைக் கலைகள் உட்பட பல்வேறு கலைமரபுகளை நினைவுக்கூர்ந்திட இயலும், தற்போதும் கூட அவை உயிர்வாழ்கின்றன..

மோடி வித்தைக்காரர்களின் மந்திர தந்திரங்கள், குறிசொல்லும் ராப்பாடிகளுடைய சிறிய உடுக்கையான குடுகுடுப்பையின் அடுக்கடுக்கான சொடுக்கொலிகள், நரிக்குறவர்களின் உடுக்கை முழக்கத்தோடு ஒலிக்கும் காளி பற்றிய பாட்டு, தாதரின் பாட்டுக்கு இடையே ஒலிக்கும் சேகண்டையின் நாதம், குரங்காட்டியின் மந்தமான குடுகுடுப்பை ஒலி, பூம்பூம் மாட்டுக்காரரின் உறுமி மேள இசைக்கு இடையே கேட்கும் அவனுடைய யாசகம் வேண்டும் குரல். 'அம்மா சோறு போடுவாங்களா' எனக் கேட்கும் அவனுடைய கேள்விக்குக்

கழுத்து மணி ஓசை கேட்கத் தலையாட்டும் பெருமாள் மாடு; பூம்பூம் மாட்டுக்காரர்களுள் சிலர் வாசிக்கும் இரட்டை மேளம் அல்லது ரவணா மேளத்தின் உச்ச இசை, தவில் – நாதஸ்வரச் சேர்ந்திசையில் வெளிப்படும் திரைப்படப்பாடல், வீணை நரம்பினைச் சுண்டி, சப்தம் எழுப்பி, 'சாசியம் பார்க்கலியோ', என வரும் வீணை சோதிடன் – இப்படிப் பல்வேறு வகையான இசைக்கருவிகளை வாசித்தும் பாட்டுப்பாடியும், குறிசொல்லிய வாறும் இரவலர்களாக வரும் பலவகையான நாடோடிகளின் காட்சிப்படிமங்கள் அப்படியே நமது மனதில் கிடக்கின்றன. தற்போது ஒருசில நாடோடிகள் காணாமல் போய்விட்டாலும் அல்லது நமது கண்ணிற்படாவிட்டாலும் ஆங்காங்கே பலர் இன்றும் வளைய வந்துக்கொண்டிருக்கிறார்கள்.

தேசியப் பண்பாட்டு வரைப்படமும் விளிம்புநிலை மக்களின் பண்பாடும்

பெரும்பாலும், இரவலர்களாக வாழ்க்கை நடத்திக் கொண்டிருக்கும் இத்தகைய நாடோடிகளுடைய இருப்பும், அவர்தம் கலைகளும் கைவினைகளும், தேசிய அளவில் எத்தகைய அங்கீகாரம் கொடுக்கப்பட்டிருக்கின்றன? இந்தியாவின் ஓட்டு மொத்தமான பண்பாட்டு பரிமாணத்தில் நாடோடிகளின் பண்பாடுகள் உள்ளடக்கப்பட்டுள்ளனவா? இவை போன்ற வினாக்களை எழுப்பி நாடோடிகள் பற்றி உடனடியாகச் செலுத்த வேண்டிய அக்கறையின் அவசியம் பற்றிச் சமூகவியலறிஞரான எஸ்.சி. துபே சொல்லுவதைக் கவனிக்க வேண்டும்.

"இந்தியாவின் பலவண்ணப் பண்பாட்டுத் தொகுதிக்குள் கழைக்கூத்தாடிகள், கதைப்பாடகர்கள், இரவலர்கள், காமத்தரகர்கள் (Pimps), பாலியல் பணியாளர்கள், நிகழ்த்துக் கலைஞர்கள், வேடிக்கைக் காட்டுவோர், ஆட்டம் மற்றும் பாட்டுக் கலைஞர்கள், பாம்பாட்டிகள், விலங்குகளைப் பழக்கி வித்தைக் காட்டுவோர், கதைசொல்லிகள், சோதிடர்கள், நாடோடிகள் போன்றோர் அடங்குகின்றனர். நாட்டார் மற்றும் வெகுமக்கள் பண்பாட்டின் பன்முகத்தன்மைக்கும் உயிர்ப்புத் தன்மைக்கும், இந்தக் குழுக்கள் மிகப் பெரும் அளவில் பங்களிப்புச் செய்துள்ளன. ஆனால், நாட்டின் ஒட்டுமொத்தப் பண்பாட்டுத் தொகுதிக்குள் இந்தக் குழுக்கள்

தனித்து இடம்பெறவில்லை. இந்தக் குழுக்கள் கவனத்தில் எடுத்துக்கொள்ளப்பட வேண்டும். செய்து முடிக்கப்படாத பண்பாடு பற்றிய ஆய்வுகளின் திட்ட நிரல்களில் இக்குழுக்கள் இணைத்துக்கொள்ளப்பட வேண்டும்.” (S.C. Dube, 1993:v).

பல்வேறு தேசிய இனங்களும் நூற்றுக்கணக்கான எழுத்து மற்றும் எழுத்து வடிவம் அற்ற மொழிகளும், கிளை மொழிகளும் பலவகையான பண்பாடுகளும் நிறைந்த இந்தியாவில் சமுதாயம், பண்பாடு பற்றி ஆயிரக்கணக்கான ‘சர்வேக்களும் நூற்றுக்கணக்கான ஆய்வுகளும் இதுவரையில் மேற்கொள்ளப்பட்டிருப்பினும், நாட்டின் பண்பாட்டு வரைபடத்தில் குறிப்பிடத்தக்க அளவில் ஒரு வெற்றிடம் – ஓர் இடைவெளி இருக்கிறது என்று தமது கவலையை வெளிப்படுத்துகிறார் எஸ்.சி. துபே. மேற்கண்ட பட்டியலில் உள்ளவர்களைப் போன்ற பல விளிம்புநிலை மக்களின் சமூகம் மற்றும் பண்பாடு பற்றிப் போதிய அளவில் அக்கறை காட்டப்படவில்லை என்பதுதான் துபேயின் வருத்தத்திற்குக் காரணமாகும். தற்போது பண்பாட்டுத் தளத்தில் ஆங்காங்கு விளிம்புநிலை மக்களைப் பற்றிக் கவனம் செலுத்துப்படுகிறது என்பதும் குறிப்பிடத்தக்கது.

பொதுவாக நாடோடி மக்கள் என்றாலே அவர்கள் இசை, நடனம், வாய்மொழி மரபுகள் ஆகியவற்றோடு இணைத்துச் சிறப்பித்துச் சொல்லப்படுவார்கள். குறிப்பாக ஐரோப்பிய நாடுகளில் வாழும் நாடோடிகளுடைய இசைவடிவங்களையும் நிலைக்குடிகளின் இசைமரபில் அவற்றின் பங்களிப்பையும், மிகவும் சிறப்பித்துக் கூறுவர். அதிலும் இந்திய வம்சாவளி யினரான நாடோடிகளுடைய இசைவடிவங்கள் அய்ரோப்பிய இசைமரபினோடு கலந்துவிடாமல் தத்தம் தனித்தன்மையைப் பாதுகாத்துக்கொண்டிருப்பதையும் ஆராய்ச்சியாளர்கள் கண்டறிந்துள்ளனர். (D.P. Singhal, 1982: 60-63) இவ்வாறே இந்திய நாடோடி மக்கள் தங்கள் தங்கள் நிகழ்த்துதலின் மூலமாகக் கலைமரபுகளைப் பல்வேறு பகுதிகளுக்குப் பரப்பும் பணியைச் செய்வதோடு விதவிதமான கலைவடிவங்களின் வாயிலாகப் பல்வேறு மொழிகளில் பழமரபுக் கதைகள், புராணங்கள் போன்றவற்றை எடுத்துரைத்தல், பாடல் வடிவில் நிகழ்த்துதல் என்பனவற்றின் மூலம் வட்டாரப் பண்பாடுகள் தமக்குள்

சங்கமித்துக்கொள்ளும் வண்ணம் பெரும்பங்காற்றியுள்ளமையும் குறிப்பிடத்தக்கது (Apama Rao, Michael J. Casimir, 2003:27).

தமிழக நாடோடிகளின் இசைமரபுகள்

வாய்மொழிப்பாடல், தோற்கருவிகள், குழற்கருவிகள் போன்றவற்றின் இசை வடிவங்கள், ஆட்டக்கலைகள் என்று தத்தம் கலைத்திறனை வெளிப்படுத்தும் நாடோடிகள், தமிழகத்தில் பரவலாக உள்ளனர். சிங்கக் கொடியையும் குலத்தோற்றத்தைக் குறிக்கும் கொடியையும் ஏந்தி, 'வாங்கா' இசைக் கருவியையும், வீரவெண்டையத்தையும் இசைத்தவாறு வாழ்த்துப்பாடல் பாடி ஊரை வலம்வரும் சாதிப்பிள்ளைகள், (இரத்தின புகழேந்தி 2001:15), சேமக்கலம் (சேகண்டி) என்னும் வெண்கலத் தாளத்தை அடித்தும், சங்கு ஊதியும் பக்திப்பாடல்களைப் பாடியவாறு யாசகம் பெறும் ஆண்டிகள், உறுமிக்கார நாயக்கப் பெண்ணின் உறுமி மேள முழக்கத்திற்கேற்ப, கால்களில் சதங்கைகள் கட்டிய ஆடவன் ஒருவன் சாட்டையால் தன்னைக் குருதி வெளிப்படும் அளவிற்கு அடித்துக்கொண்டு வீதியில் ஆடும் சாட்டையடிக்காரன். (இ. முத்தையா, 2003: 223).

'திருப்பதி வேங்கடாசலபதிக்கு அடிமைகளாக நேர்ந்து விடப்பட்டவர்கள்' என்னும் ஐதிகப்பின்னணியோடு, தப்பு, சேகண்டி ஆகியவற்றை இசைத்தும், சங்கு முழங்கியும் பெருமாளைப் போற்றித் துதிக்கும் பக்திப்பாடல்களைப் பாடி, யாசகம் பெறுவோர் தாசரிகள் (பக்தவத்சலபாரதி, 2003:19).

பாம்புகளைப் பிடித்து வந்து, தாம் இசைக்கும் மகுடி இசைக்குத் தக்கவாறு அவற்றை அசைய வைப்பதாகப் பாவித்து, பார்வையாளர்களைக் கவர்ந்து சன்மானம் பெறும் பாம்பாட்டிகள்.

'சிவன் கொடுத்த மணியை ஆட்டி இசைத்தவாறு ஒவ்வொரு வீடாகச் சென்று சிவன், முருகன், காமாட்சி போன்ற தெய்வங்களைப் போற்றிப்பாடியும் நெல் வகைகளைப் பற்றிய பாடல்களைப் பாடியும் யாசகம் பெற்றுப் பிழைப்பு நடத்தும் நாழிமணிக்காரர்கள் (ஓ. முத்தையா, 2003: 112)

ராமர், ஆஞ்சநேயர், கிருஷ்ணர் முதலிய வைணவ சமய

மரபுக்கு உட்பட்ட தெய்வங்களின் வேடம் தரித்து, கஞ்சிரா, ஆர்மோனியம், ஜால்ரா, மிருதங்கம், கட்டை முதலிய இசைக் கருவிகளை இசைத்தவாறு பாடல்களைப் பாடிக் குழுவாகச் சென்று யாசகம் பெறும் பகல் வேடக்காரர்களான ஜங்கமப் பண்டாரங்கள். (சோ. சேகர், 1991) ஜக்கம்மாவை முன்னிறுத்திக் குடுகுடுப்பை ஒலிக்க, நள்ளிரவைக் கடந்து அல்லது அதிகாலையில் நல்ல சேதி சொல்லிச் செல்லும் குடுகுடுப்பைக்காரன் – கதைப்பாடல் பாடியோ, பெருமாள் மாடு தலையாட்ட உறுமிமேளம் வாசித்தோ, சிறுவர் – சிறுமியர் பொய்க் கால் குதிரை ஆட்டம் ஆட, ரவணா மேளம் அடித்தோ ஊரை வலம் வரும் பூம்பூம் மாட்டுக்காரர்கள் ... (ஆ. தனஞ்செயன், 2003: 83). இவ்வாறு பல்வேறு இசைக்கருவிகளை வாசித்தும், வாய்மொழிப் பாடல்களைப் பாடியும் யாசகம் பெறுவதன் வாயிலாக வாழ்க்கை நடத்தும் மக்களைக் கொண்ட பல்வேறு நாடோடிச் சமூகங்கள், வெகுமக்கள் ஊடகச் சூழல் எங்கும் வியாபித்த நிலையில், இன்றும் தமிழகத்தில் காணப்படுகின்றன.

புரவலர் ஆதரவும் நாடோடிகளும்

இச்சமூகத்தினருடைய இசை நிகழ்த்துதல்களை ஒட்டுமொத்தமாகத் தொகுத்துப் பார்க்கும்போது, இந்த மண்ணின் நிலைக்குடிச் சமூகங்களுடைய பண்பாட்டுச் சூழலில், நாடோடிகளுடைய இசை வடிவங்கள் எத்தகைய இடத்தைப் பெறுகின்றன என்னும் ஒரு கேள்வி எழுகிறது. இந்தக் கேள்விக்கு விடை காணுவதற்கு, நாடோடிகள் இதுவரையில், பாரம்பரியமாக அனுபவித்துவரும் புரவலர்த் தன்மையின் (patronage) அடிப்படையிலேயே முயல வேண்டும். அவ்வகையில் பின்வருமாறு நாடோடிகளை வகைப்படுத்தலாம்:

1. சாதிச்சார்புடைய புரவலர் ஆதரவு

சாதித் தோற்றம் பற்றிய புராணத்தின் அடிப்படையில், நிலைக்குடியான ஏதேனும் ஒரு குறிப்பிட்ட சாதியோடு இணைப்புறவை ஏற்படுத்திக்கொண்டு, பாரம்பரியப் புரவலர் ஆதரவை (Traditional Patronage) அனுபவித்துக் கொள்வதற்கு உரிமை கோரும் நாடோடிச் சமூகங்கள், சில

தமிழகத்தில் காணப்படுகின்றன. இவ்வகைக்கு உதாரணமாக, வன்னியர் எனப்படும் மிகவும் பிற்பட்ட வகுப்பைச் சேர்ந்த குறிப்பிட்ட நிலைக்குடிச் சாதியாரிடமிருந்து, நெல் முதலிய தானியங்களைப் பெறுவதற்குப் பாரம்பரியமாக உரிமையுடையவர் என்றெழுதப்பட்ட செப்புப்பட்டயத்தினை ஆதாரம் காட்டிப் புரவலராதரவுப் பெற்று வரும் ‘சாதிப்பிள்ளை’ அல்லது ‘பள்ளிக்குப் பிள்ளைப் பிறந்தோர்’ என்னும் நடோடிச் சமூகத்தை இங்குக் குறிப்பிடலாம்.

2. சமயச்சார்புடைய புரவலராதரவு

மேற்குறிப்பிட்டவாறு ஒரு குறிப்பிட்ட சாதி என்றில்லாமல், சைவம் அல்லது வைணவம் என்று மதம் சார்ந்த நம்பிக்கை மற்றும் புராணப்பின்னணியில் ஒரு தொடர்பை நிறுவிக் கொண்டதன் அடிப்படையில், அம்மதம் சார்ந்த நிலைக்குடி மக்களிடம் சென்று தம்தம் கலையை நிகழ்த்திக் காட்டி யாசகம் பெற்று வாழும் நாடோடிகள் தமிழகத்தில் காணப்படுகின்றனர். கண்டஜங்கம் என்னும் நாழிமணிக்காரர் (சைவம்) ஜங்கமப் பண்டாரம் என்னும் பகல்வேடக்காரர் (வீரசைவம்) முதலிய சமூகத்தினர் இவ்வகையில் அடங்குவர்.

3. வரையறையற்ற புரவலர் ஆதரவு

மூன்றாவது வகையானது, மேற்கண்ட இரண்டு வகையான புரவலர்த் தன்மையையும் சார்ந்திராமல், தம்முடைய கலை வடிவங்களை எங்கு, யாரிடம் வேண்டுமானாலும் நிகழ்த்திக் காட்டிவிட்டு, அவர்களிடமிருந்து யாசகம் பெற்று வரையறையற்ற புரவலர்த் தன்மையைச் சார்ந்து வாழ்க்கை நடத்தும் நாடோடிகளை உள்ளடக்கியது. தொழில் மற்றும் சாதித் தோற்றம் பற்றிய புராணத் தொடர்புகளைப் படைத்துக் கொண்டிருந்தாலும் பரவலான புரவலராதரவைப் பெற்று வரும் பூம்பூம் மாட்டுக்காரர்கள், குடுகுடுப்பை நாயக்கர் (காட்டு நாயக்கர்), நரிக்குறவர், உறுமிக்காரன் நாயக்கர் அல்லது சாட்டையடிக்கார நாயக்கர், பாம்பாட்டிக் குளுவர், குரங்காட்டிக் குளுவர் ஆகிய வகுப்பினர் இம் மூன்றாம் வகைப்பாட்டிற்குள் அடங்குகின்றனர்.

நாடோடிகளின் இசைக்கருவிகள்

பொதுவாக இசைக்கருவிகள் நான்கு வகைகளாக வகைப்படுத்தப்படும். அவை நரம்புக் கருவிகள், துளைக் கருவிகள், தோற்கருவிகள், கஞ்சக் கருவிகள் என்பன. நாடோடிகளுடைய இசைக்கருவிகள் அனைத்தும் இந்த நான்கு பெரும் வகைகளுக்குள் அடங்குவன. நரம்புக் கருவியில் வீணையும் (மலைப் பண்டாரம் அல்லது வீணை சோதிடன்), துளைக் கருவியில் நாகஸ்வரம், ஒத்து, முகவீணை, சங்கு, எக்காளம், மகுடி, வாங்கா ஆகியவையும், தோற்கருவியில், உறுமி, தவில், இரட்டைச் சட்டி மேளம் (ரவணா மேளம்), குடுகுடுப்பை (சிறிய உடுக்கை) தப்பு, மிருதங்கம் போன்றவையும், கஞ்சக் கருவியில், சேகண்டி, வெண்டையம், சேமக்கலம் (சேகண்டி), ஜால்ரா நாடோடிகளுடைய ஒவ்வொரு நிகழ்த்துதலையும் அடிப்படையாகக் கொண்டு பார்க்கையில், அதனில் இடம்பெறும் இசைக்கருவிகள் முறையே வாய்மொழிப் பாடல்களுக்குப் பக்க இசையாகவும், தனி இசையாகவும், விலங்குகளின் உடலியக்கங்களோடு ஒத்தியைந்து போவதாகவும், நடன அசைவுகளுக்கு உந்து சக்தியாகவும் நடனமல்லாத உடலசைவுகளுக்குப் பின்னணியாகவும் (உதாரணம்: கழைக் கூத்தாடிகள்) செயல்படுகின்றன என்பதை அறிந்துகொள்ளலாம்.

வாய்மொழி இசை என்று எடுத்துக்கொண்டால், பெருமாள் மாட்டுக்காரனின் கதைப்பாடல்கள் பாடும் வாய்மொழி நிகழ்த்து தலை இங்கு முக்கியமாகச் சொல்லலாம். நாடோடிகளுள் கதைப்பாடல்கள் பாடுவோர் இவ்வகுப்பினைச் சேர்ந்த மக்களே எனலாம். வீடுவீடாகச் செல்லும் பெண்கள் தாலாட்டினையும், நல்லதங்காள் கதையையும் பாடுகின்றனர். ‘நல்லதங்காள் கதைப்பாடலை முழுமையாகப் பாடக்கூடிய பெண் பாடகர்கள் இச்சமூகத்தில் இன்றும் காணப்படுகின்றனர் என்பதும் குறிப்பிடத்தக்கது.

இச்சமூகத்தின் ஆண்பாடகர்களில், பலர் வீரமல்லாரியை முழக்கி, அதன் பின்னணி இசையில் திரைப்படப்பாடல்களையே பாடுகின்றனர். இவர்களைப் பொறுத்தவரையில், வாய்மொழிப்பாடல் ஏறக்குறைய மறைந்து போய்க்கொண்டிருக்கிறது எனலாம். ஏனெனில் அவ்விடத்தைத்

திரைப்படப்பாடல் ஆக்கிரமித்து விட்டது. தாசரிகள், நாழிமணிக்காரர்கள், பகல்வேடக்காரர்கள் போன்றோர் வைணவசைவ சமயங்கள் சார்புடைய ஒருவகை பக்தி இசைமரபினைப் பேணி வருகின்றனர். மேலும், தெலுங்கைத் தாய்மொழியாகக் கொண்ட பல நாடோடிகள், நிலைக்குடிகளை நாடிச் சென்று பொருள் தேடும் போது, தமிழிலேயே தங்கள் பாடல்களைப் பாடுகின்றனர். 'வாக்ரி போலி' எனும் இந்தோ –ஆரிய மொழியைப் பேசும் நரிக்குறவர்கள் காளியைப் பற்றித் தமிழில்தான் பாடுகின்றனர்.

பொதுவாக நாடோடிகளுடைய இசை வடிவங்களைப் பற்றி, அவற்றின் அமைப்பு, நுட்பம், நயம் முதலிய கூறுகளை மையப்படுத்தி, ஆராய்வதன் வாயிலாக அவற்றின் தனித்தன்மையை வெளிப்படுத்த இயலும். வேறொரு சந்தர்ப் பத்தில் இம்முயற்சி சாத்தியமாகலாம்.

நாடோடிகளின் இசைவடிவங்கள் நிழ்த்துநர்களின் சமூகங்களிலும், ஆதரவுச் சமூகங்களிலும் ஆற்றுகின்ற செயல்பாடுகள் எத்தன்மையானவை என்று யோசிக்கையில், அவை ஒரே தன்மையுடையவை அல்ல என்பதை அனுமானிக்க முடிகிறது.

நாடோடிகளைப் பொறுத்த வரையில், அவர்களுடைய இசை முதலிய நிகழ்த்துதல் கலைவடிவங்கள் அவரவர்களுக்கான இன அடையாளத்தை வழங்குகின்றன. நாடோடிகளின் தோற்றப் புராணக் கதைகளின் வாயிலாக இசைக் கருவிகள் முதலியவை புனிதத் தகுதியைப் பெற்றவையாகத் திகழ்கின்றன. சிவன், பெருமாள், ராமன், காளி, ஜக்கம்மா முதலிய தெய்வங்களைப் புகழ்ந்து பக்திப்பாடல்களைப் பாடுவதென்பது சாபத்தின் காரணமாக ஏற்பட்ட வினையென்றும் அதே சமயத்தில், அது சாபவிமோசனத்திற்கான உபாயமா கவும் கருதப்படுகிறது. கடவுளர்கள் இவ்வாறாகத் தத்தம் திருநாமங்களை உச்சரித்துப்பாடிப் பிழைத்துக்கொள்ளுமாறு உபாயம் சொல்லிச் சென்றனர் என்ற வியாக்கியானமும் கூட, நாடோடிகளுள் சிலரிடையே வழங்கும் புராணக்கதைகள், நம்பிக்கைகளில் வெளிப்படையாகவோ பொதிந்தோ உள்ளது (ஆ. தனஞ்செயன், 2004: 22–23).

நிலைக்குடிச் சமூகங்களின் பண்பாட்டு அக-புறவெளிகளும் நாடோடிக் கலைமரபுகளும்

இந்நிலையில், நாடோடிகளின் இசை மரபுகள் நிலைக்குடிச் சமூகங்களின் பண்பாட்டில் பெறும் இடத்தினைத் தெளிவுப்படுத்திக் கொள்வது தேவை. ஏதேனும் ஒரு குறிப்பிட்ட மரபு, குறிப்பிட்ட பண்பாட்டில் வகிக்கும் பங்கினை அடிப்படையாகக் கொண்டே அதன் மதிப்பை எடைபோட முடியும். அவ்வகையில், நிலைக்குடிகளின் பண்பாட்டைச் சேர்ந்த அகவெளிப் பரப்பில் இடம் பெற்றிருக்கக்கூடிய கலைமரபுகளுக்கு எப்போதும் ஒரு தனி இடம் உண்டு என்பதை அனுமானிக்க முடிகிறது. அதாவது, நிலைக்குடிகளின் பண்பாட்டு நிகழ்த்துதல்களில் (Cultural Performances) குறிப்பிட்ட கலைமரபுகள் இன்றியமையாத, ஒருங்கிணைந்த பகுதியாக அமையும் நிலையில், அப் பண்பாட்டில் அவற்றிற்கான இடம் நிச்சயிக்கப்பட்டுவிடுகிறது. காதணி விழா, பூப்புச் சடங்கு, பரிசம், திருமணம், வளையல் காப்பு மற்றும் இறப்பைத் தொடர்ந்து நிகழ்த்தப்படும் இறுதிச் சடங்கு, பால் தெளியல், கருமாதி முதலியவை உட்பட்ட வாழ்க்கை வட்டச்சடங்கு நிகழ்வுகள் மற்றும் குலதெய்வங்கள், ஊர்த்தெய்வங்கள் ஆகியவற்றை முன்னிலைப்படுத்தி நடத்தப்படும் காப்புக்கட்டு, கொடை விழா, காமன் பண்டிகை, மார்கழிப் பஜனை முதலிய கோயில் திருவிழாக்கள், இனமுன்னோர்களைக் கொண்டாடி நடத்தப்படும் பிறந்த நாள், நினைவு நாள் விழாக்கள், பொங்கல் முதலிய பருவக்கால மற்றும் ஆண்டு விழாக்கள், அரிதாகத் தேவை கருதி நடத்தப்படும் 'கொடும்பாவிக் கட்டுதல்' முதலிய மழைச் சடங்குகள் போன்றவைப் பண்பாட்டு நிகழ்த்துதல் என்னும் கருத்தாக்கத்தை வெளிப்படுத்தும் சில உதாரணங்கள். இவை ஒவ்வொன்றிலும் நிலைக்குடிச் சமூகங்களின் 'எஜமானிய முறை' (Jajmani System) என்பதற்குள் அடங்கும் அல்லது அடங்காத சடங்கியலர்களும், இசைக்கலைஞர்களும், நிகழ்த்துநர்களும் பங்கேற்கின்றனர். நிலைக்குடிகளின் சமூக ஒழுங்கமைப்பிற்குள் இவர்கள் தவிர்க்க முடியாத அங்கமாக இருக்கின்றனர். ஆகவேதான், நிலைக்குடிச் சமூகங்களுடைய பண்பாட்டின் அகவெளிப் பரப்பில் அடங்கக்கூடியவையாக அவர்களுடைய கலைமரபுகளும் சேவையும் அமைந்து, தத்தமது பங்களிப்பைச்

செய்கின்றன. ஆனால், நாடோடிகளுக்கும் அவர்களுடைய கலைகளுக்கும் நிலைக்குடிப் பண்பாட்டில் எத்தகைய இடம் கொடுக்கப்பட்டிருக்கிறது என்பதைப் பார்க்க வேண்டும்.

நாடோடிகள், தொடர்ந்து நிலைக்குடிச் சமூகங்களுடைய பண்பாட்டின் புறவெளிப் பரப்பிலேயே இயங்கிக் கொண்டிருக்கின்றனர். அகவெளிப் பரப்பிற்குள் நாடோடிகள் இடம் பெற முடியவில்லை. சாதிப்புராணத்தின் வாயிலாக ஒரு சில நாடோடி இனங்கள் (உதாரணம் சாதிப்பிள்ளை) சாதிய ஒழுங்கமைப்பிற்குள் வந்துவிட்டதுபோல் தோற்றம் அளித்தாலும், அது முழுமையானதாகத் தெரியவில்லை. ஆனால், நோக்கர் என்னும் பிரிவினர் மட்டுமே சாதி அமைப்பிற்கு உட்பட்ட யஜமானியர் முறைக்குள் இருக்கின்றனர். வன்னியர் உட்பட பிற்பட்ட வகுப்பினரான நிலைக்குடிச் சமூகங்களின் வாழ்க்கை வட்டச் சடங்குகளிலும், அவர்களுடைய கோயில் திருவிழாக்களிலும் நோக்கர் தங்களுடைய சங்கு, கொம்பு, எக்காளம் முதலிய காற்றுக் குழற் கருவிகளை இசைக்கின்றனர். அறுவடைக் காலங்களில் நெல்லைப் படியாக அல்லது சன்மானமாகப் பெறும் உரிமை ஏனைய ஊர்ப் பணியாளர்களைப் போல் நோக்கர்களுக்கும் உண்டு. எனவேதான், நோக்கரை ஏனைய நாடோடி இனங்களோடு சேர்ப்பது பொருத்தமானது அல்ல எனச் சொல்ல முடிகிறது. அதாவது, அவர்களும் நிலைக்குடிகளே என்பதுதான் பொருத்தமானது.

நிலைக்குடிச் சமூகங்களின் பண்பாட்டு நிகழ்த்துதல்களில் இடம்பெறும் கலைஞர்களுடைய கலைமரபுகள் பற்றி மேற்கண்ட சமூகத்தினர்க்குச் சடங்கியல் ரீதியிலான, அழகியல் ரீதியிலான அல்லது சமூக அந்தஸ்துப் பற்றிய கண்ணோட்டங்கள் உண்டு. ஆனால், இச்சமூகங்களுக்கு நாடோடிகளுடைய இசை முதலிய கலை மரபுகளின்பால், மேற்குறிப்பிட்டவாறு சடங்கு மற்றும் அழகியல் ரீதியிலான உணர்வுகள் மற்றும் கண்ணோட்டங்கள் கிடையாது. ஆனால், இச்சமூகங்களின் சிறுவர் – சிறுமியர்க்கு என்னவோ நாடோடிகளுடைய கலைமரபுகளின்பால் எப்போதும் ஒரு ஈர்ப்பு இருந்துகொண்டே இருக்கிறது. ஏனெனில், அவர்கள் நிறுவனமயப்படுத்தப்படாதவர்கள். அவர்களுடைய ரசனைத் தேவையை நாடோடிக் கலைஞர்களின் கலைகள்

பூர்த்திச்செய்வனவாக உள்ளன. பெரியவர்களுக்கும்கூட, நாடோடிக் கலைகளின் பால் ஆர்வம் இருந்தாலும், அது தனி மனிதர்களைப் பொறுத்தது; வரையறுக்கப்பட்டது. அதனால்தான், நிலைக்குடிச் சமுதாயத்தினர், நாடோடிக் கலைஞர்களைத் தேடிச் செல்லாமல், அக்கலைஞர்களே பார்வை யாளர்களை நோக்கிச் செல்ல வேண்டியதாக உள்ளது. அவர்கள் கொடுக்கும் சொற்பமான சன்மானத்தைப் பெற்றுக்கொண்டு, ஒரு வீட்டிலிருந்து மற்றொரு வீடு, ஒரு தெருவிலிருந்து, மற்றொரு தெரு, ஊர் என்று நாடோடிக் கலைஞர்கள் தொடர்ந்து தங்கள் கலைகளை நிகழ்த்திக்கொண்டே பயணத்தைத் தொடர்கின்றனர்.

நிலைக்குடிச் சமூகங்களுடைய பண்பாட்டின் புறவெளிப் பரப்பில் இயங்குவோராக இருப்பினும், நாடோடிகளுடைய கலைமரபுகள், முன்னவர்களின் கலை, இலக்கியம் மற்றும் ஊடகங்களில் தத்தம் தாக்கத்தைச் செலுத்தி வந்திருக்கின்றன. அல்லது அவை நகலெடுக்கப்பட்டிருக்கின்றன. இந்நிலையில், அவற்றை மதிப்பீட்டு நோக்கில் அணுக வேண்டியுள்ளது.

வெகுமக்கள் கலை இலக்கியப்படைப்புகளில், நாடோடிகளின் கலை மரபுகள்

நாடோடிகளின் இசைக்கருவிகள், வாய்மொழிப் பாடல்கள், நடனங்கள் போன்ற கலைமரபுகள், காலந்தோறும் நாடோடி அல்லாத, நிலைக்குடி மக்களின் கலை, இலக்கியப் படைப்புகளில் நேரடியாகவோ நகலெடுத்தோ, பயன்படுத்தப் பட்டிருக்கின்றன. நாடோடிகள், அவர் தம் பண்பாட்டுக் கூறுகள் முறையே நாயகன் – நாயகிகளாகவோ, நகைச்சுவைப் பாத்திரங்களாகவோ முக்கியப்பாத்திரங்கள் சந்திக்கும் தருணத்தை ஏற்படுத்துபவர்களாவோ, முகாமைப்பாத்திரங்களின் மனநிலையைப் பிரதிபலிக்கும் உருவகங்களாகவோ குற்றாலக் குறவஞ்சி போன்ற இலக்கிய நூல்கள் மற்றும் நாட்டார் நடனம், நாட்டார் நாடகம் (இசை நாடகம்), பரதநாட்டியம் நாட்டிய நாடகம், திரைப்படம் தொலைக்காட்சித் தொடர் போன்றவற்றில் பயன்படுத்தப்பட்டிருக்கின்றன. தஞ்சாவூர் உட்பட தமிழகத்தின் பல மாவட்டங்களில் கோயில் திருவிழாக்கள் நடைபெறும் போது அரிச்சந்திரன், பவளக்கொடி, கோவலன்–கண்ணகி, நல்லதங்காள் போன்ற நாடகங்களை நடத்துவது வழக்கம்.

நாடகம் பார்க்கும் பார்வையாளர்களை உறக்கம் தழுவும் பின்னரவில், அவர்களை விழித்திருக்கச் செய்யும் உத்தியாக – நாடகத்தின் இடைச்செருகலாக – குறவன் – குறத்தி ஆட்டம் நடத்தப்படுவது வழக்கம். நரிக்குறவர்களைப் போல் வேடம் தரித்த குறவன் குறத்தியையும், குறத்தி குறவனையும் தேடிப் போவது போல் அமையும் காட்சியில், இடையே நகைச்சுவைக் கதாபாத்திரம் ஏற்று நடிக்கும் ஒருவன் எதிர்ப்படுவான். அவன், குறத்தியைப் பார்த்துப் பேசும் உரையாடல்கள், இரட்டை அர்த்தச் சொற்களால் நிரம்பி, பார்வையாளர்களுக்குப் பாலியல் ரசனையையும், சிரிப்பையும் ஊட்டக்கூடியவையாக அமையும், இந்தக் காட்சிக்கேற்றாற் போல்,

"கட்டக் கொறத்தி, கருங்கொறத்தி - மாமா
கைநெறைஞ்ச வளைவிக்காரி
கண்டா வரச்சொல்லுங்க - மாமா
கடலூரு டேசனுக்கு"

என்று குறவன் தெம்மாங்கு மெட்டில் பாடுவான். இந்த மேடை நாடகக் காட்சி மூலம் குறவன் – குறத்திப்பாட்டு என்னும் தனி ஒரு பாடல் வடிவம் தோன்றியது. கும்பாட்டம் (கரகாட்டம்) நடைபெறும் போதும், இடைக்காட்சியாகக் குறவன் – குறத்தி ஆட்டம் இடம் பெறுவதும் வழக்கமாயிற்று. ஆனால், இந்த இருவேறு நிகழ்த்துதல்களிலும் நரிக்குறவர் சமூகமும், அவர்களுடைய பாடலும் உரிய முறையில் பிரதி நிதித்துவம் செய்யப்படவில்லை என்பது கவனத்திற்குரியது. குறைந்த ஆடையில் உடலைக் காட்டும் ஒப்பனையும், பாலியல் ரீதியிலான உடல் நடத்தைகளும், கொச்சையான பேச்சும் பாட்டும் நிறைந்த குறவன் – குறத்தி பாத்திரங்கள் மலிவான, ரசனைக்குரிய அம்சங்களாகவே பயன்படுத்தப்பட்டன. (N. Radhakrishnan, 1982:51-53): மோடிவித்தைக்காரர்களும் குடுகுடுப்பைக் காரர்களும் மேலும் பல நாடோடிச் சமூகத்தினரும் வெகுமக்கள் ஊடகங்களில் கையாளப்பட்டிருக்கும் விதமும் அதன் நோக்கமும் இயல்பானதாகவோ சாதகமாகவோ இருந்ததில்லை. நிலைக்குடிச் சமூகங்களின் மேலோட்டமான வெகுமக்கள் ரசனைத் தேவையைப் பூர்த்திசெய்யக் கூடியனவாகவே இருந்திருக்கின்றன. இதற்கு ஒரு பொருத்தமான எடுத்துக்காட்டு, திரிகூடராசப்பக் கவிராயர் இயற்றிய திருக்குற்றாலக் குறவஞ்சி

என்னும் நூலாகும்.

சிங்கன், தன்னுடைய சிங்கியைத் தேடிப் பல இடங்களில் அலைந்து திரிந்து, இறுதியில் அவளைக் கண்டடைகிறான்.

“இத்தனை நாளாக என்னுடன் சொல்லாமல்
எங்கே நடந்தாய் நீ சிங்கி
கொத்தார் குழலார்க்கு வித்தாரமாகக்
குறிசொல்லப் போனனடா சிங்கா”

என்று சிங்கனும் சிங்கியும் கேள்வி – பதில் அமைப்பில் உரையாடல் செய்துகொள்கின்றனர். ஒரு கட்டத்தில் அவ்வுரையாடல் பாலியல் உணர்வுகள் கொப்பளிக்க பின்வருமாறு தொடர்கிறது:

“குன்றத்தைப்பார்த்தாற் கொடியிடை தாங்குமோ சிங்கி - தன்
கொடிக்குச் சுரைக்காய் கனத்துக் கிடக்குமோ சிங்கா
பெட்டகப்பாம்பைப் பிடித்தாட்ட வேண்டாமோ சிங்கி - இந்த
வெட்ட வெளியிலே கோடிப்பாம் பாடுமோ சிங்கா”

(திருக்குற்றாலக் குறவஞ்சி, 7-9)

குறி சொல்வதிலும் கைவினைக் கலையிலும் தேர்ச்சிப் பெற்ற குறவர் சமூகத்தைச் சேர்ந்த சிங்கன் – சிங்கி உரையாடலாகக் குற்றாலக் குறவஞ்சியில் இடம்பெற்றிருக்கும் மேற்கண்ட பாடற் கண்ணிகள், செவ்விலக்கியம் அல்லது எழுத்திலக்கியப் படைப்புகளில் விளிம்புநிலை மக்கள் பொதுவாக எத்தகைய மலிவான ரசனையூட்டலுக்குப் பயன்படுத்தப்பட்டுள்ளனர் என்பதற்கு ஓர் எடுத்துக்காட்டு. இதன் படியிறக்க நிலையையே இன்று இசைநாடகம், கரகாட்டம் முதலிய நிகழ்த்துதல் கலைகளில் இடம்பெறும் குறவன் – குறத்தி ஆட்டத்தில் பார்க்கிறோம்.

தோற்கருவிகளுள் வித்தியாசமான ஒலிநயத்துடன் தனித்து நிற்பது உறுமி, ஒன்றுக்கு மேற்பட்ட நாடோடிச் சமூகங்களில், பொதுவானதாக இடம் பெற்றிருக்கும் இசைக்கருவி எதுவென்றால் அது இந்த உறுமிமேளம்தான். புராணப்பின்னணியின் அடிப்படையில் சில்லவார் சமூகத்தினரால் தேவதுந்துபி என்று சிறப்பித்துக் கூறப்படும் உறுமி, அவர்களுடைய தேவராட்டம் என்ற நடனத்தின் உந்து

சக்தியாக அமைவது. இந்த நடனத்தின் போது உறுமியைக் கம்பளத்து நாயக்கரின் ஊழியச் சமூகமான தொளுவா நாயக்கர் பிரிவைச் சேர்ந்த கலைஞர்களே இசைக்கின்றனர். தேவராட்டக்கலை மட்டுமல்லாமல் அவர்களுடைய திருமணம் முதல் இறப்பு வரையிலான அனைத்து வாழ்க்கை வட்டச் சடங்குகளிலும் உறுமிமேளத்திற்கு முக்கிய இடம் உண்டு. மங்கல நிகழ்ச்சிக்கும், அமங்கல நிகழ்ச்சிக்கும் ஒரே இசைக்கருவி பயன்படுத்தப்படுகிறது என்பது கவனிக்கத்தக்கது. ஆனால், நிகழ்ச்சிகளுக்குத் தக்கவாறு உறுமியின் சொற்கட்டுகள் வேறுபடுகின்றன; வெவ்வேறு பொருள் தருகின்றன. எனினும், பூம்பூம் மாட்டுக்காரர், சாட்டையடிக்காரர் போன்ற வேறு சில நாடோடிக் குழுவினரும் தத்தம் இசைக்கருவியாக உறுமியைக் கொண்டிருக்கின்றனர். இவர்கள் அனைவருமே தெலுங்கைத் தாய்மொழியாகக் கொண்டவர்கள். பூம்பூம் மாட்டுக்காரர்களும், சாட்டையடிக்காரரும் வைத்திருக்கும் உறுமி மேளத்திற்கும், கம்பளத்து நாயக்கரின் உறுமி மேளத்திற்கும் இடையே வித்தியாசம் உண்டு. அதாவது, கம்பளத்து நாயக்கரின் தேவராட்டம் முதலிய நிகழ்வுகளுக்குத் தொளுவா நாயக்கர் இசைக்கும் உறுமியின் தட்டு அகலமானதாக இருக்கும், மற்ற நாடோடி வகுப்பினரின் உறுமியின் தட்டு அகலம் குறைந்ததாக இருக்கும். நையாண்டி மேளக்குழுவிலும் இவ்வுறுமி இடம்பெறுகிறது. அருந்ததியர் இசைக்கும் இவ்வுறுமிக்கும் மேற்கண்டவை பொருந்தும். இனக்குழு இசை வடிமவான உறுமி இசை, தேவராட்டம் போலவே, தானும் எல்லைக் கடந்து வியாபகம் கொண்டுவிட்டது.

தற்போது, உறுமியின் இசை வடிவம், திரைப்படப் பாடல்கள், படக்காட்சிகள் ஆகியவற்றில் அடிக்கடி, இடம்பெறும் பின்னணி இசையாக ஆகிவிட்டது. நவீன நாடகப்படைப்புகள் சிலவற்றிலும் உறுமி இசை, இடம் பெற்றது. மேடையில் மரபான இசைக்கலைஞர்களே தேவதுந்துபியை வாசித்தார்கள். குறிப்பிட்டுச் சொல்ல வேண்டுமானால், மு. இராமசாமியின் ‘சாபம் விமோசனம்’ நாடகப்படைப்பில் உறுமி இசை பயன்படுத்தப்பட்டிருந்த விதத்தை நினைவுகூரலாம்.

பொதுவாக, நாடோடிகளுடைய இசைக்கலை வடிவங்கள் அனைத்தையும் தொகுத்து நோக்கும் போது, அவையாவும்

தனித்துவமான பண்பாட்டுச் செல்வங்களாகத் திகழ்பவை என்பதைப் புரிந்துகொள்கிறோம். வாய்மொழி இசை, கருவி இசை என்னும் வகைமைகளுக்குள் அடங்கும் ஒவ்வொன்றும், அந்தந்த நாடோடிச் சமூகத்தின் அடையாளத்தையும், அதன் உலகக் கண்ணோட்டத்தையும் இயல்பாகப் பிரதிபலித்துக்கொண்டிருக்கிறது. நிலைக்குடிச் சமூகங்களின் மக்களைப் பார்வையாளர்களாக ஆக்கிக்கொள்ள அவர்களைத் தேடிப்போய் வலையவரும் நாடோடிகளின் இத்தகைய கலைவடிவங்களை வெகுமக்கள் ஊடகங்கள் தத்தம் நோக்கத்திற்கேற்பப் பயன்படுத்திக்கொள்வதும் தொடர்ந்து நடந்துகொண்டுதான் இருக்கிறது.

தமிழக நாடோடிச் சமூகங்களில் நிலைக்குடிச் சமூகங்களின் பண்பாட்டுத் தாக்கம்

'**நா**டோடியம்' என்பது ஒரு வாழ்க்கை முறை. இவ்வாழ்க்கை முறையைத் தழுவிய நாடோடிச் சமூகங்கள் இந்திய மாநிலங்கள் அனைத்திலும் பரவலாக உள்ளன. அவற்றை ஆயர் நாடோடிகள் (Pastorialists), வேட்டை மற்றும் உணவு சேகரிப்பு நாடோடிகள் (Hunters - Gatheers) உணவு உற்பத்தியில் ஈடுபடாத நாடோடிகள் (Peripatetics) என்று மூன்று வகையான பெருந்தொகுப்பிற்குள் அடக்குவர். (Aparna Rao, Casimir, 2003:5-8)

தமிழகத்தில் சுமார் முப்பது நாடோடிச் சமூகங்கள் உள்ளன. இவற்றுள் பெரும்பாலானவை இனக்குழுப் பண்பாட்டிற்குரிய அடையாளங்களோடு தெலுங்கு, மராத்தி, வாக்ரிபோலி, உருது, மார்வாடி, கன்னடம், மலையாளம், இந்தி, தமிழ் போன்ற பல்வேறு மொழிகள் பேசுபவை. சில நாடோடிச் சமூகங்கள் சாதிய ஒழுங்கமைப்பினைத் தழுவும் தன்மையனவாகவும், வேறு பல தனித்து சுயாட்சித் தன்மையுடையனவாகவும் காணப்படுகின்றன. (பக்தவத்சல பாரதி, 2003 : 26) நாடோடிச் சமூகங்கள், சுயேட்சைத் தன்மையுடனோ, நிலைக்குடி யினரின் புரவலர் ஆதரவு பெற்றவையாகவோ இருப்பினும், அவையாவும் நிலைக்குடிச் சமூகங்களைச் சார்ந்து நிற்பவை. இந்தச் சார்புநிலை, நாடோடிகளின் சமூகம், பண்பாட்டில் குறிப்பிடத்தக்க வகையில் நிலைக்குடியினரின் பண்பாட்டுத் தாக்கங்கள் ஏற்பட வாய்ப்பேற்படுகிறது.

நிலைக்குடி மக்களின் பண்பாட்டினோடு நாடோடிகளின் பண்பாட்டினை ஒப்பிடும்போது, முன்னதன் துணைப் பண்பாடாகவே நாடோடிகளின் பண்பாடு திகழ்கிறது.

நாடோடிகள், தத்தம் இனம், மொழி, உறைவிடமுறை, தொழில், உணவுப்பொருட்களைப் பெறுவதற்குரிய சேகரிப்பு, வேட்டை முதலிய பொருளியல் நடவடிக்கைகள், உணவு உடை, குடும்பம், உறவுமுறை, வாழ்க்கை வட்டச் சடங்குகள், சமயம், வாழ்க்கைமுறை பற்றிய கண்ணோட்டங்கள், கலை, இலக்கியங்கள் என்பன உள்ளிட்ட சமூக, பண்பாட்டுக் கூறுகளால், நிலைக்குடிச் சமூகங்களின் பண்பாட்டிலிருந்து வேறுபட்டுக் காணப்படுகின்றனர். அதே சமயத்தில், நாடோடிகள் தத்தம் உணவுத் தேவைக்காக நிலைக்குடிகளை அணுகுவதற்குப் பயன்படுத்தும் நிகழ்த்துக் கலைகளான ஊடகங்கள் வெளிப்படுத்தும் கருத்துகள், அச்சமூகத்தினரின் பண்பாட்டோடு ஏதோ ஒரு வகையில் நெருக்கமானவையாக உள்ளன. இவ்வெதார்த்தம் ஒரு பக்கம் இருந்தாலும், நாடோடிகள் தத்தம் வாழ்க்கை முறையால் நாடோடியத்தால் – நிலைக்குடிச் சமூகங்களின் வாழ்க்கை முறைக்கு முற்றிலும் எதிர்நிலையிலேயே உள்ளனர். இந்நிலையில் நிலைக்குடிகளிடையே ஊடாட்டம் செய்யும் நாடோடிகள், எத்துணை அளவிற்கு அவர்களுடைய வாழ்வியல் முறைகளால் தாக்கத்திற்கு ஆட்பட்டு, மாற்றங்களை எதிர்கொண்டு வருகின்றனர் என்பதைப் பற்றி விளக்கும் முயற்சியாக இக்கட்டுரை அமைகிறது.

பண்பாடு: சில வரையறைகள்

பண்பாடு என்னும் கலைச்சொல் இலக்கியத்தளத்தில் மிகவும் மேலோட்டமான பொருளிலேயே வழங்குகிறது. சமூக அறிவியற் புலங்களில், குறிப்பாக, மானிடவியலில், பண்பாடு (Culture) என்பது, புறவயமாக ஆழ்ந்த நோக்கிலேயே கையாளப்படுகிறது. மானிடவியலர்களில் இ.பி. டைலர் தாம் முதன் முதலில் இச்சொல்லிற்கு வரையறை அளித்தார். அதோடு இதனை மிக அதிகமாகவும் பயன்படுத்தினார். "சமூகத்தில் ஓர் உறுப்பினன் என்னும் வகையில், மனிதன் பெற்றிருக்கும் நம்பிக்கைகள், கருத்துகள், வழக்கங்கள், சட்டங்கள், அறநெறிகள், கலைகள், திறமைகள், திறன்கள் போன்றவற்றைக் குறிப்பது

பண்பாடு” என்று டைலர் வரையறுக்கிறார். இவ்வரையறையை மேற்கொண்டு விளக்கும் அறிஞர்கள் ‘இவ்வரையறையில் வலியுறுத்தப்படுவதான பண்பாடு என்பது சமூக மரபுச் செல்வமே (Social heritage)’ என்றும், ‘அது தனிமனிதனுக்குச் சமூகம் வழங்கும் கொடை’ என்றும் கூறுவர். இதனையே மேலும் தெளிவுப்படுத்தும் விதமாக மாலினோவ்ஸ்கி “ஒட்டுமொத்த வாழ்க்கை முறையே பண்பாடு ஆகும். கருவிகள், சிந்தனை, சமூகம், பருப்பொருள் ஆகியவற்றின் வாயிலாக அவ்வாழ்க்கை முறை உருவாக்கப்படுகிறது” என்கிறார். “ஒருபுறம் சமூகப் பண்பாட்டையும் மற்றொருபுறம் பொருள்சார் பண்பாட்டையும் நாம் கொண்டிருக்கிறோம்“ என்று பண்பாட்டைப் பற்றி மற்றொரு கோணத்தில் அணுகும் பிட்னே என்பவர், அதனை வேளாண் பொருட்களாகவும், (வேளாண்மை உற்பத்திப் பொருட்கள்) புழங்கு பொருட்களாகவும் (தொழில் நுணுக்க உற்பத்திப் பொருட்கள்) சமூகப் பொருட்களாகவும் (சமூக அமைப்பு) மனப்படைப்புகளாகவும், (மொழி, சமயம், கலை போன்றவை) வரையறை செய்கிறார்.

இவ்வாறு, பண்பாடு பற்றிய வரையறைகள், விளக்கங்கள் விவாதங்கள் என்று மானிடவியலர்களிடையே நீண்ட காலம் நடந்திருக்கின்றன. லிண்டன், குளுக்கோன், குரோபர் போன்ற மானிடவியலர்கள் மனிதப் புரிதலின் அகவயத் தன்மையை அடிப்படையாகக் கொண்ட கண்ணோட்டத்தில் பண்பாட்டினை வரையறுத்துள்ளனர். “மக்களுடைய வாழ்க்கை முறை என்பது ஒரு நிலை. அதைப் பற்றி ஆராய்ந்து எழுதுவது என்பது மற்றொரு நிலை. முன்னது யதார்த்தம் ; பின்னையது, அதனைப் பற்றிய நமது புரிதலாகும். முன்னையது பண்பாடு’ என்று அழைக்கப்படுமானால், பின்னையதைக் கட்டமைக்கப்பட்ட பண்பாடு’ (Culture - construct) என்று அழைக்கலாம்” என்கிறார் லின்டன். அதாவது கட்டமைக்கப்பட்ட பண்பாடு என்பது மக்களின் இயல்பான நடத்தை என்னும் யதார்த்தத்திலிருந்து பிரித்தெடுக்கப்பட்ட சாராம்சமாகும் (abstraction). குளுக்கோன் வேறு வகையில் பண்பாட்டைப் பார்க்கிறார். சிந்தனை, உணர்வு, செயல் ஆகியவற்றிற்கான ஒரு வழிமுறையே பண்பாடு என்பது அவருடைய விளக்கமாகும். கிலின் (Gilin) போன்றோர் பார்வை இதிலிருந்து வேறுபட்டது. பண்பாடு என்பது செயல் அல்ல.

மாறாக அது மாதிரியாகும். (Patterning) என்பது அவருடைய விளக்கம். இது பற்றி மேலும் விளக்கும் அறிஞர்கள், பண்பாடு என்பது கட்டமைக்கப்பட்ட ஒரு மாதிரி மட்டுமே. அதுவும் கூட, அது மக்களாலே மேற்கொள்ளப்பட்டதன்று. அவர்களுடைய வாழ்க்கையை ஆராயக்கூடிய மானிடவியலர்களாலேயே அது கட்டமைக்கப்படுகிறது. ஆகவே, இயல்பான வாழ்க்கை முறை யிலிருந்து அது வேறுபடுத்தப்பட வேண்டும்' என்பர்.

இவ்வாறு பண்பாடு குறித்து வெவ்வேறு வரையறைகளும் – விளக்கங்களும் காணப்பட்ட போதும், அவற்றிற்கு இடையே காணப்படும் குறை – நிறைகளைப் பற்றிய விவாதத்தில் ஈடுபடுவது நமது நோக்கம் அல்ல. ஆனால் அது தீவிரமான ஒரு விவாதப்பொருளாக இருந்து வந்திருக்கிறது என்பதை அறிவதன் மூலம், பண்பாடு என்னும் சொல்லை மேலோட்டமான அர்த்தத்தில் கையாளுவதைத் தவிர்க்கலாம். மேலும், ஒரு வசதிக்காக மேற்கண்ட வரையறைகளிலிருந்து பண்பாடு பற்றிய ஓர் அடிப்படையிலான புரிதலை நாம் ஏற்படுத்திக் கொள்ளலாம். 'மனித நடத்தையின் கற்றுக்கொள்ளப்பட்ட பகுதியே பண்பாடு ஆகும்'. என்னும் வரையறையை இங்கு எடுத்துக்கொள்ளலாம். (Herskovits, 1955:313)

மனித ஊடாட்டங்களும், பண்பாட்டுப் பரவலும்

பொதுவாக மக்கள், இனம், மொழி, சாதி, மதம், வட்டாரம், மாநிலம், நாடு என்பன உள்ளிட்ட வெவ்வேறு அரசியல் பண்பாட்டுக் கூறுகளால் பிரிந்து கிடப்பவர்கள். ஆயினும், மேற்கண்ட சமூக, அரசியல், பண்பாட்டுக் கூறுகளால் அமைந்த அரண்களுக்குள் தொடர்புகள் ஏதுமின்றி முடங்கிக் கிடப்பவர்கள் அல்லர். அரசியல், பொருளாதாரம், தகவல் தொடர்பு, சமயம், பண்பாடு முதலிய காரணிகளால் நேரடியாகவும், மறைமுக மாகவும், தனிமனிதர்களுக்கு இடையிலும், பண்பாடுகளுக்கு இடையிலும் தொடர்புகள் ஏற்படுகின்றன. இத்தொடர்புகள், தனிமனிதர்களின் குழுக்கள், பண்பாடுகள் ஆகியவற்றிற்கு இடையே ஒருவகை ஊடாட்டத்திற்கு வித்திடுக்கின்றன. மானிடவியலர்கள் இவ்வூடாட்டத்தினை ஆராய்ந்து அதன் முக்கியத்துவத்தைப் பற்றி விவாதித்துள்ளனர். ஆலிவர் என்பவர், இவ்வூடாட்டத்தினை வரையறுத்து, விதி சார்ந்தது (Normative)

வரலாற்றுத் தன்மை உடையது (Historical) ஊகத்தன்மை உடையது (Suppositional) என்று மூன்று வகையாகப் பிரித்து விவாதித்துள்ளார். இவையே அல்லாமல், வேறு சில வகைமைகளையும், அவர் குறிப்பிட்டுள்ளார். அவை கால அளவு, தொடர்ச்சி, இடம், பரிமாற்றம், உணர்வு என்பன. (Binod.C. Agrawal, 1977:121)

மனித ஊடாட்டம் என்னும் அம்சம், வேறு வகையிலும் அணுகப்பட்டுள்ளது. தனிமனிதர்களுக்கு இடையே நிகழக்கூடிய ஊடாட்டம் பரஸ்பரம் ஒருவருக்கொருவர் தாக்கத்தை ஏற்படுத்தக்கூடுமானால், அத்தகைய ஊடாட்டம் தனிமனிதர்களுக்கு இடைப்பட்ட ஊடாட்டச் சூழலாக (Interactive situation) பார்க்கப்படுகிறது. அதே சமயத்தில், பண்பாடுகளுக்கு இடையே பரஸ்பரம் தாக்கத்தை ஏற்படுத்தக்கூடிய ஊடாட்டம், பண்பாட்டிடை ஊடாட்டச் சூழலாக விளக்கப்படுகிறது. இப்படிமுறை நிகழ்வினையே பண்பாட்டு உள்வாங்குதல் (Acculturation) என்று குறிப்பிடுகின்றனர். (Binod.c. Agrawal, 1977: 121) பொதுவாகக் இனக்குழு மற்றும் இனக்குழு அல்லாத சமுதாயங்களுக்கு இடையே நிகழும் ஊடாட்டங்களால் உண்டாகக்கூடிய விளைவுகளைப் 'பண்பாட்டு உள்வாங்குதல்' '(Acculturation)' ஓரினமாதல் (Assimilation), ஒருமைப்பாடு (Integra - tion) என்பன போன்ற கருத்தாக்கங்களைக் கொண்டு விளக்குகின்றனர். இந்திய இனக்குழுக்குள், இனக்குழுக்கள் அல்லாத ஏனைய சமூகங்கள் ஆகியவற்றில் நடத்தப்பட்ட ஆய்வுகள் சில, மேற்கண்ட கருத்தாக்கங்களின் ஊடாகவே அந்தந்தச் சமூகங்களில் ஏற்பட்டுள்ள சமூக மாற்றங்கள், பண்பாட்டு மாற்றங்கள், தாக்கங்கள் போன்றவற்றைப் பற்றி வெளிப்படுத்தியுள்ளன. *(1977:122)*

வெவ்வேறு பண்பாடுகளைச் சேர்ந்த குழுவினர், ஒருவருக் கொருவர் தமக்குள் நேரடியாகவும், தொடர்ந்தும் தொடர்பு கொள்ளும் நிலையில், அத்தொடர்பின் காரணமாக ஏதேனும் ஒரு குழுவினுடைய பண்பாட்டுக் காலத்திலோ, இருவேறு குழுக்களின் பண்பாட்டுக் காலத்திலோ நிகழும் உடனடி மாற்றத்தின் காரணமாக விளையும் நிகழ்வினங்களைப் பண்பாட்டு உள்வாங்குதலுக்குள் அடக்குவர் (Herskovits) இந்திய இனக்குழுக்கள், இனக் குழுக்கள் அல்லாத சமூகங்கள்

ஆகியவற்றிடையே நிகழ்ந்த ஊடாட்டங்களை, 'பண்பாட்டு உள்வாங்குதல்' பற்றிய மேற்கண்ட விளக்கத்தின் அடிப்படையிலேயே அறிஞர்கள் ஆராய்ந்து விளக்கினர். எண்ணிக்கையில் குறைந்த மக்களைக் கொண்ட இனக்குழுக்கள் தத்தம் தனி அடையாளம், பண்பாட்டு அடையாளம் ஆகியவற்றை இழந்து, இனக்குழுக்கள் அல்லாத மக்களின் இந்திய நாகரிகத்தைச் சுவீகரித்துக்கொள்ளக்கூடிய படிமுறையை ஓரினமாதல் என்றனர். அவ்வாறே ஒருமைப்பாடு என்பது, இனக்குழுக்களும், இனக்குழு அல்லாத மக்களும் தங்களுக்கிடையே பரஸ்பரம் கொண்டும் கொடுத்தும் நடத்திக்கொள்ளும் இடையறாத பரிமாற்றத்தையே குறிப்பிடுகிறது. மேலும், இந்தக் குழுக்களின் பண்பாட்டு வேறுபாடுகளையும் சகிப்புத் தன்மைகளையும், வரலாற்று ரீதியில் ஏற்றுக்கொள்வது என்னும் அம்சத்தையும், 'ஒருமைப்பாடு' குறிக்கிறது என்பர். இன்னொன்றையும் அவர்கள் குறிப்பிடுகின்றனர். ஒருமைப்பாடு என்னும் படிமுறையில் இனக்குழுக்கள் தத்தம் அடையாளத்தை இழந்துவிடவில்லை என்றும், தத்தம் பண்பாட்டு மரபுகள் பலவற்றை, தொடர்ந்து தக்கவைத்துள்ளன என்றும் கூறுகின்றனர். (Binod.c. Agrawal, 1977: 122-123)

தமிழ்நாட்டு நிலைக்குடி மக்களிடையே ஊடாட்டம் செய்யும் நாடோடிக் குழுக்களில் பெரும்பான்மையானவை தமிழைத் தாய்மொழியாகக் கொண்டிராத இனக்குழுக்கள் ஆகும். தெலுங்கைத் தாய்மொழியாகக் கொண்டவை அவை. ஒவ்வொன்றும் தத்தமது தனித்த அடையாளத்தோடு, தமது ஆதரவுச் சமூகத் தொடர்பு கொண்டிருப்பவை. நீண்ட காலமாக, தலைமுறைத் தலைமுறையாக நீடித்து வரும் நிலைக்குடி – நாடோடித் தொடர்பின் காரணமாக, துணைக்குழுக்களாக இருந்து வரும் நாடோடிக் குழுக்களிடம் மாற்றங்கள் நிகழ்ந்து வருகின்றன.

சாதியமயப்படுத்தப்பட்ட நிலைக்குடிச் சமூக ஒழுங்கமைப்பின் பல்வேறு சமூக பண்பாட்டுக் கூறுகளை நகல் செய்து, தம்வயப்படுத்திக்கொள்ளும் போக்கு நாடோடிகளின் பலவகையான சமூக நிறுவனங்களிலும் பிரதிபலிப்பதைப் பல ஆய்வாளர்களின் களப்பணி அறிக்கைகளும், ஆய்வுகளும் வெளிப்படுத்தியுள்ளன. பொதுவாக, மேற்கத்திய

சமூகங்களை விட, கீழ்த்திசை நாடுகளின் சமூகங்களில் சமூக, பண்பாட்டு மாற்றங்கள் மெதுவாகவே நடந்துள்ளன என்பது, ஆராய்ச்சியாளர்களின் முடிவாகும். தமிழகத்திலுள்ள நிலைக்குடிச் சாதிகளையும், நாடோடிக் குழுக்களையும், ஒப்பிட்டுப் பார்க்கும் போது நிலைக்குடிகளை விட, நாடோடிகளிடம் மிக மெதுவாகவே சமூகப் பண்பாட்டு மாற்றங்கள் நிகழ்ந்து வருகின்றன. அவையும் கூட, நிலைக்குடி களிடம் நாடோடிகள் ஆண்டாண்டுக் காலமாக ஏற்படுத்திக் கொண்டிருக்கும் ஒருவகைத் தொடர்பு காரணமாகவே எனலாம்.

நிலைக்குடிகள் - நாடோடிகள்: ஊடாட்டச் சூழல்கள்

தமிழகத்தில் உள்ள சுமார் முப்பது நாடோடிச் சமூகங்கள், நிலைக்குடிச் சமூகங்களைச் சார்ந்து வாழும் குடிகளாகவே உள்ளன. நாடோடியம் நிலைக்குடியம் என்னும் இருவேறு சமூக ஒழுங்கமைப்புகளைத் தழுவிய மக்கள் சமூகங்கள் இந்திய மாநிலங்கள் தோறும் பரவலாக உள்ளன. இவ்விருவகையான சமூகங்களும், இட அண்மை, சார்புநிலை, கலைநிகழ்வு, சமய, சமூகப் பணி, பொருள் விநியோகம், மருத்துவம், மந்திரம் மற்றும் பில்லி சூனியம் ஆகியவற்றின் அடிப்படையில், பரஸ்பரம் தொடர்புடையனவாக உள்ளன. பெரும்பாலும் இத்தொடர்பு என்பது காலம், இடம் என்னும் அடிப்படையில் நிலைக்குடிகளை நோக்கி, அலைக்குடிகள் அணுகிச் செல்லுதல் மூலமே நடைபெறுகிறது. இருவகைக் குடிகளின் மக்களும் ஒரு பொதுத் தளத்தில் ஒருவரை ஒருவர் எதிர்கொண்டு ஊடாடுதல் என்பது அரிது. நிலைக்குடிகளின் வாழிடப் பகுதிகளை நோக்கிச் சென்று, குறைந்தது மூன்று மாதக்காலம் தங்குதல், தங்குமிடத்திலிருந்து ஊர்ஊராக, தெருத்தெருவாகச் சென்று நிலைக்குடியினரைத் தொழிலின் அடிப்படையில் அணுகுதல் என்ற அளவிலேயே நாடோடிகள் நிலைக்குடியினரோடு தொடர்புகொள்கின்றனர். இத்தொடர்பின் தன்மை என்பது, பெரும்பாலும், நிலைக்குடிகள் நிர்ப்பந்தம் இல்லாத கொடுக்கும் நிலை, நாடோடிகள் இரவலராக அல்லது சேவையாளராகப் பெறுதல் நிலை, என்ற இணை அமைப்பைக் கொண்டது. பொருளால் இத்தொடர்பு தீர்மானிக்கப்படுவதால், நிலைக்குடி யினர் எப்போதும் கொடுப்பவராகவும், அலைக்குடியினர் எப்போதும் பொருளை (உணவு, தானியம், உடை, பணம்

முதலியவற்றை) பெறுபவராகவும் பார்க்கப்படுகின்றனர். ஆனால் இத்தொடர்பில் மறைந்து கிடக்கும் உண்மை என்னவென்றால், எப்போதும் நிலைக்குடியினரை நோக்கிச் செல்லும் நாடோடிகள், வெறும் இரவலர்களாக எதனையும் கேட்டுப் பெறுவதில்லை. மாறாக, பருண்மையானவை அல்லாத மனிதவளம் சார்ந்த ஆதாரங்களைக் கொடுத்தே – அதாவது உடல்திறன், கலைத்திறன் போன்றவற்றை வெளிப்படுத்தியோ, நிகழ்த்தியோ, முன்வைத்தோ, சேவை செய்தோதான் பருண்மையான வெகுமதிகளைப் பெற்றுக்கொள்கிறார்கள். கலை வடிவங்களை நிகழ்த்துதல், சடங்கியல் செயல்களில் ஈடுபடுதல், தட்டுமுட்டுச் சாமான்களைப் பழுது நீக்கல், கைவினைப் பொருட்களை விற்றல் என்பன போன்றவற்றின் மூலம் நாடோடிகள், நிலைக்குடிகளைத் தொடர்பு கொள்ளும் இத்தருணங்கள், இரு தரப்பினர்க்கிடையே ஊடாட்டச் சூழல்களை உருவாக்கித் தருகின்றன. அவை வருமாறு.

1. விலங்குகளை வைத்து வித்தை காட்டுதல்: குரங்காட்டுதல், பாம்பாட்டுதல், (இராமக்குளுவர், பாம்பாட்டிக் குளுவர்) மாடுகளை வைத்து வேடிக்கைக் காட்டுதல் (பூம்பூம் மாட்டுக்காரர்)

2. நிகழ்த்துதல்: பாட்டுப்பாடுதல், குழல், முழவு முதலிய இசைக்கருவிகளை வாசித்தல், நடனம் ஆடதல், கழைக்கூத்து முதலியன (பகல்வேடக் கலைஞர், பூம்பூம் மாட்டுக்காரர், சாட்டையடிக்காரர் (நாயக்கர்) தோற்பாவைக்கூத்து (மண்டிகர்)

3. குறிகூறுதல்: கைரேகை, சோதிடம், பேர் ராசி பார்த்தல் (பெயர் ராசி) கிளிசோதிடம், குறி கூறுதல், (மலைப் பண்டாரம், காட்டுநாயக்கர்)

4. சமயப் பணி: சைவ, வைணவம் முதலிய சமயச் சார்புடைய கருத்துகளை, நம்பிக்கைகளை, கதைகளை மக்களிடையே எடுத்துரைத்தல், பாடல்களைப் பாடுதல், கடவுளர் வேடம்) தரித்து வந்துக் காட்சிப்படுத்துதல் இவற்றின் மூலம் முறைசாராத வகையில் சமயப் பரப்புனராகப் பங்காற்றுதல் (தாதர், பூம்பூம் மாட்டுக்காரர், பகல் வேடக்கலைஞர் ஜங்கம பண்டாரம் – நாழிமணிக்காரர்)

5. தட்டுமுட்டுச்சாமான்களைப் பழுதுப்பார்த்தல்: வெண்கல, ஈயப்பாத்திரங்களுக்கு ஓட்டை அடைத்தல், ஒடுக்கு அடைத்தல், ஈயம் பூசுதல், (சாதிப்பிள்ளை)

6. கைவினைப் பொருட்களைத் தயாரித்து விற்றல் : கூடை, முறம், முதலிய கைவினைப் பொருள்களைத் தயாரித்து விற்பனை செய்தல் (குறவர்), பாசிமணி, ஊசிமணி விற்றல் (நரிக்குறவர்) பொம்மைகள் செய்து விற்றல் (கும்பார்)

7. மருந்து நுகர்பொருள் விற்பனை: கொம்புத்தேன் விற்றல் (நரிக்குறவர்) மருந்துப் பொருட்களை விற்றல் (வேட்டைக்காரர்)

8. உடலுழைப்பு: சில நாடோடிக் குழுக்கள், கால ஓட்டத்தில் தத்தம் மரபான தொழில்களை விட்டுவிட்டு மண்வெட்டுதல், வேளாண்மைத்தொழில் போன்றவற்றில், ஈடுபட்டுக் கூலித் தொழிலாளிகளாகப் பிழைப்பு நடத்துகின்றனர். (லம்பாடி)

மேற்கண்ட ஊடாட்டச் சூழல்களை நோக்கும் போது, 'பெறுதலும் கொடுத்தலும்' ஒருபோக்குத் தன்மை உடையது அல்ல. மாறாக இருபோக்குத் தன்மையுடையது என்பதை அறிந்துகொள்கிறோம். எனவே நிலைக்குடிகள், அலைக்குடிகள் இரண்டனுக்கும் இடைப்பட்ட தொடர்பு என்பதும் அத்தகையதே. மேலும், இத்தொடர்புகள் உருவாக்கித் தரும் ஊடாட்டச் சூழல்களால் இரண்டு சமூக வகைகளுக்கும் பண்பாட்டுத் தாக்கம் என்பது பொதுவானதாகும். எனினும், இங்கு நிலைக் குடிகளின் பண்பாட்டுக் கூறுகள், நாடோடிகளின் வாழ்வியலில் எத்துணை அளவிற்குத் தாக்கத்தை ஏற்படுத்தியுள்ளன என்பதை ஆராய்வதே இக்கட்டுரையின் முக்கிய நோக்கமாகும்.

நிலைக்குடி வாழ்க்கை முறையும் நாடோடிகளும்

தத்தம் உணவுத் தேவைக்காக நிலைக்குடிகளைச் சார்ந்து வாழ்ந்து வரும் பல்வேறு நாடோடிக் குழுக்கள், இன்றைய நிலையில், நிலைக்குடி வாழ்க்கை முறையைத் தழுவிக்கொள்ளும் படிநிலையில் உள்ளன. இதனைச் சில நாடோடிக் குழுக்கள் பற்றிய கள ஆய்வுகள் வெளிப்படுத்தியுள்ளன. பொதுவாக

நாடோடிகள், நிலைக்குடி வாழ்க்கைமுறைக்கு எதிர்நிலையான வாழ்க்கை முறையைத் தழுவியவை. நிலையான வீடு, குடியிருப்பு முதலிய நிலைக்குடி வாழ்க்கை முறைக்கு உரிய கூறுகளை அண்மைக்காலம் வரையில் பெற்றிராத பல நாடோடிக் குழுக்கள், இன்று அத்தகைய நிலைக்குடி வாழ்க்கைக் கூறுகளை நோக்கி மெல்ல நகர்ந்து செல்வதைப் பார்க்க முடிகிறது. மாவட்ட அளவிலான நகரங்கள், வட்ட அளவிலான நகரங்கள் ஆகியவற்றிற்குச் சற்று அப்பால், புறநகர்ப் பகுதிகளைத் தேர்ந்தெடுத்து, அங்குள்ள புறம்போக்கு நிலத்தில் குடியிருப்புகள் அமைத்து சிறிய வீடுகளில் வாழும் வழக்கம், இன்றைய நாடோடிகளிடம் ஏற்பட்டுள்ள ஒரு முக்கிய மாற்றத்தைக் காட்டுகிறது. அரசு கட்டிக்கொடுத்துள்ள காலனி வீடுகளிலும், நாடோடிக் குழுக்கள் குடிபுகுந்துள்ளன. மதுரை (பல வகை நாடோடிகள்), மானாமதுரை (மலைப் பண்டாரம்), தோவாளை (மண்டிகர்), காளி சரனாங்கூர் (கழைக்கூத்தாடிகள்), குறிஞ் சிப்பாடி, புழுத்தை (பூம்பூம் மாட்டுக்காரர்) உள்ளிட்ட ஊர்களில் நாடோடிக்குழுக்கள் தத்தம் குடியிருப்புகளை அமைத்துக் கொண்டுள்ளன. பதிவு செய்யப்பட்ட அல்லது புறம்போக்கு மனைகளில் சிறிய வடிவில் கட்டப்பட்ட அமைப்பு வீடுகள், குடியிருப்புகள் போன்றவை பல்வேறு நாடோடிக் குழுக்களைப் பொறுத்த வரையில், அவற்றின் உறைவிட முறையில் ஏற்பட்ட மிகப் பெரும் மாற்றமாகும். இது நிலைக்குடி வாழ்க்கை முறையின் ஒரு முக்கிய கூறாகும். ஆயினும், ஒட்டுமொத்த நிலைக்குடி வாழ்க்கை முறைக்கு நாடோடிக் குழுக்கள் முற்றிலும் மாறிவிடவில்லை. அக்குழுக்கள் நாடோடியத்தையே தத்தம் உணவு ஆதாரத்தைத் தேடிக்கொள்ளும் வழிமுறையாகக் கொண்டுள்ளன. மாதத்திற்கு ஒரு முறையோ, ஆறு மாதத்திற்கு ஒருமுறையோ அக்குழுக்கள் தம்முடைய குடியிருப்புக்குச் சென்று தங்கியிருந்துவிட்டு, ஒரு சில நாட்களில் மீண்டும் நாடோடியத் தைத் தொடரும் வழக்கத்தைக் கடைப்பிடிக்கின்றன. இங்கு நாம் கவனிக்க வேண்டியது நாடோடிகளின் நிரந்தர வீடு, குடியிருப்பு முதலிய சில அடையாளங்களின் வாயிலாக நிலைக்குடிகளின் தாக்கத்தை அககுழுக்களிடம் தெளிவாகக் காணமுடிகிறது.

நிலைத்த வீடு மற்றும் குடியிருப்பு என்ற வசிப்பிட முறையில் ஏற்பட்ட இடமாற்றம் என்பது, நிலைக்குடி

மக்களின் சில பண்பாட்டுக்கூறுகளையும், நாடோடிகள் தங்களுக்குள் தகவமைத்துக் கொள்வதற்கு வாய்ப்பளித்துள்ளது. திருவண்ணாமலை மாவட்டம், செய்யாறு வட்டத்திற்கு உட்பட்ட புழுத்தை என்னும் சிற்றூரில் குடியேறியுள்ள தாதர்களிடம், நிலைக்குடிகளுக்கே உரிய கிராம வாழ்க்கையின் பரிமாணத்தைக் காண முடிகிறது. ஒழுங்கான வீதி அமைப்பு, இருபுறமும் எதிர் எதிராகக் கட்டப்பட்ட அமைப்பு வீடுகள், தெருக்கோடியில் அமைந்துள்ள பெருமாள் கோயில், மாடுவளர்ப்பு, அதனோடு இணைந்த – வீட்டிற்கு வீடு பின்புறம் அமைந்துள்ள மாட்டுத்தொழுவங்கள், குடி உரிமையின் அடையாளங்களான குடும்ப அட்டை (Family Card), வாக்காளர் அடையாள அட்டை போன்றவற்றைப் பெற்றிருத்தல் உட்பட பல்வேறு கூறுகள், தாதர்கள் நிலைக்குடிச் சமூகவாழ்க்கை முறைக்குத் தங்களை முற்றிலும் தகவமைத்துக் கொண்டுவிட்ட தையே காட்டுகின்றன. எனினும், புழுத்தை கிராமத்தைச் சேர்ந்த தாதர்கள் தங்களுடைய நாடோடி வாழ்க்கை முறையை முற்றிலும் கைவிடவில்லை. அரைநாடோடிகளாகவே வாழ்க்கை முறையைத் தொடர்கின்றனர்.

தாதர்களுள் ஒரு சிலர் நாடோடி வாழ்க்கை முறையை முற்றிலும் கைவிட்டுவிட்டு, நிலைக்குடிகளாகவே ஆகிவிட்டனர். அக்கிராமத்தின் அருகிலுள்ள ஏரிக்கரையில் உள்ள நிலத்தில் வேளாண்மைத் தொழிலில் ஈடுபடுவோராகவும், கூலி விவசாயிகளாகவும் விளங்கி, அதன் மூலம் கிடைக்கும் வருவாயில் அவர்கள் குடும்பம் நடத்துக்கின்றனர். ஒரு சமூகத்தின் தன்மையைத் தீர்மானிக்க உதவுவனவற்றுள் முக்கியமானது பொருளாதார நடவடிக்கை ஆகும். அவ்வகையில், நாடோடிகளுள் சிலர். தம்முடைய பாரம்பரிய இரவலர்த் தொழிலை விட்டுவிட்டு, வேளாண்மைப் பொருள் உற்பத்தியில் ஈடுபட்டிருப்பது என்பது, நிலைக்குடிவாழ்க்கை முறைக்கு மாறும் மிக முக்கியமான கட்டமாகக் கருதப்பட வேண்டும்.

சமய அடிப்படையில் நோக்கும் போது, தாதர்கள் வைணவ சமய மரபைத் தழுவியவர்கள், வைணவ சமய இரவலர்கள் தங்களைத் திருமாலின் அடியவர்களாகக் கருதுகின்றனர். தங்கள் முன்னோர் மட்டுமே திருப்பதி சென்று, அங்கு இறைவனிடம் தீட்சைப் பெற்றவர்கள் என்றும், அவர்களுடைய வழிவந்த தங்கள்

குழுவினர் மட்டுமே, ஏனைய உட்பிரிவினரான 'வடக்கத்திப் பூமாட்டுக்காரர்கள்', 'தெக்கத்திப் பூமாட்டுக்காரர்கள்' ஆகியோரை விட உயர்ந்த மேட்டிமை உடையவர்கள் என்றும் தங்களைப் பற்றிப் பெருமை பாராட்டிக்கொள்கின்றனர். மேலும், "பூமாட்டுக்காரர்கள்" என்ற பெயரடையாளத்தைத் தவிர்த்துத் தங்களைத் தாதர் என்று அடையாளப்படுத்திக் கொள்வதில் முனைப்புக் காட்டுகின்றனர். தாதர்களின் இந்த மனப்பாங்கினை அவர் தம் ஆதர்வுச் சமூகமான சாதியச் சமூகத்தினரின் மனப்பாங்குடன் ஒப்பிட்டுப்பார்க்கத் தக்கது. சாதிய ஒழுங்கமைப்பில், ஒரு குறிப்பிட்ட சாதியைச் சேர்ந்த உட்சாதிப்பிரிவினர் தமக்குள் ஏற்றத்தாழ்வு முறையைக் கற்பித்துக்கொண்டு உயர்வு – தாழ்வு பாராட்டும் மனப்பாங்கு பரவலாகத் தமிழகத்தில் பல சாதியாரிடம் வழங்குகிறது. இத்தகைய சாதிய ஒழுங்கமைப்புக்கும், ஏற்றத்தாழ்வுக்கும் உட்பட்ட ஆதரவுச் சமூகங்களின் ஊடாக வளைய வரும் தாதர் முதலிய நாடோடிக் குழுக்களிடமும் அத்தகைய மனப்பாங்கு தொற்றிக்கொள்வதும் இயல்பே.

பொதுவாக நாடோடிச் சமூகக் குழுக்கள் சாதிய, சமூக ஒழுங்கமைப்பு வட்டத்திற்கு அப்பாற்பட்டவையாகவே உள்ளன. அவற்றிடம் இனக்குழுப் பண்பாட்டிற்கு உரிய அடையாளங்களையே நிரம்பப் பார்க்க முடியும். ஆயினும், சாதிய ஒழுங்கமைப்பைத் தழுவிய நிலைக்குடி மக்களிடம் நீண்ட காலமாகத் தொடர்புகளை வளர்த்துக்கொண்டிருக்கும் பல்வேறு நாடோடிச் சமூகங்கள் தங்களிடையே தீண்டாமைப் பற்றிய நிலைக்குடிகளின் பார்வையையும் உள்வாங்கிக் கொண்டிருக்கின்றன. பல நாடோடிச் சமூகங்கள் தங்களுடைய ஆதரவுச் சமூகங்களாக அடித்தளச் சமூகங்களை ஏற்றுக் கொள்ளாமை என்பதே மேற்கண்ட கருத்தை வலியுறுத்துகிறது. *(பக்தவத்சல பாரதி, 2003:27)*.

நாடோடிகளிடம் கோயில் பிரவேசம்

நிலைக்குடி மக்கள் வாழும் கிராமம், ஊர் முதலிய வாழிடப் பரப்பின் அமைப்புக் கூறுகளில், கோயில் என்பது இன்றிமையாத ஒன்று. ஊர் மக்களின் சமய நம்பிக்கையையும், பண்பாட்டையும் வெளிப்படுத்தும் ஒரு முக்கிய குறியீடாகக்

கோயில் விளங்குகிறது. அது, ஊர் நிர்வாகம், அதிகாரத் தலைமை, ஊரிலுள்ள பல்வேறு சாதிகளின் கூட்டொருமை, திருவிழா, கொண்டாட்டம் முதலியவற்றிற்குத் தளமாக விளங்கும் பண்பாட்டு மையம் என்பன போன்ற பன்முகச் செயல்பாடுகளை ஒருங்கிணைத்துக்கொண்டிருக்கும் சின்னம் ஆகும். 'கோயில் இல்லா ஊரில் குடியிருக்க வேண்டாம் என்ற முதுமொழியின் வாயிலாகவும் அது தனது இருப்பின் முக்கியத்துவத்தை வலியுறுத்திக்கொள்கிறது. நகர்சார்ந்த பகுதிகளில் புதிதாக உருவாக்கப்படும் இந்துக்களைப் பெரும்பான்மையாகக் கொண்ட புதிய குடியிருப்புகளில் முதலில் உருவாவதுகூட கோயில்தான். அநேகமாக விநாயகர் கோயில் பெரும்பான்மையாக இடம் பெறுகிறது. பொதுவாக, கிராமங்களில் பெரும்பான்மையாக அம்மனுக்கும் அதற்கு அடுத்து ஏனைய தெய்வங்களுக்கும் கோயில் எழுப்பப்படுவது வழக்கம்.

நிலைக்குடிகளின் வாழிடப் பரப்பில் கோயில் என்பது எத்துணை இன்றியமையாத சமயச் சின்னமாக இடம் பெறுகிறதோ அத்துணை அளவிற்கு நாடோடிச் சமூகங்களின் இன்றைய குடியிருப்புகளிலும் கோயில் இடம் பெற்றுக் கொண்டிருக்கிறது. அம்மன், காளி, பெருமாள் முதலிய தெய்வங்களுக்குக் கோயில் எழுப்பப்பட்டுள்ளன. இதற்கு ஒருசில உதாரணங்களை இங்குக் குறிப்பிடலாம். திருநெல்வேலி மாவட்டம், தருவையில் உள்ள காட்டுநாயக்கர் குடியிருப்பில் அம்மக்களால் கட்டப்பட்டுள்ள காளிக்கோயில் அவர்களிடையே ஏற்பட்டுள்ள நிலைக்குடிகளின் பண்பாட்டுத் தாக்கத்திற்கு ஓர் எடுத்துக்காட்டு. காட்டுநாயக்கர்கள், குறிசொல்லி பிழைப்பு நடத்தும் அரைநாடோடிச் சமூகத்தினர். தென்மாவட்டங்களில் பல இடங்களில் தங்கள் குடியிருப்பை அமைத்துள்ளனர். சுமார் பதினைந்து வீடுகளைக் கொண்ட காட்டுநாயக்கர் குடியிருப்பு, தருவைப் பஞ்சாயத்திற்கு உட்பட்ட நிலைக்குடிகளின் குடியிருப்புகளை ஒட்டியே அமைந்துள்ளது. ஊரைவிட்டுப் புடைப்பெயர்ந்து போன பிராமணார்களின் அக்ரகாரத்தையும், மறவர், யாதவர், படையாட்சி, குயவர், பிள்ளை, பள்ளர், பறையர் போன்ற சாதியினரின் தனித்தனித் தெருக்களையும் கொண்ட பெரிய ஊர் தருவை. வேளாண்மையே பிரதானமான

தொழில், பழமையான சிவன் கோயில், பெருமாள் கோயிலோடு, உய்யக்கொண்டாள் அம்மன், இசக்கியம்மன், சுடலைமாடன் முதலிய நாட்டார் தெய்வக் கோயில்களும் உள்ளன. தலித் சமூகத்தினருக்கும் பிற்பட்ட வகுப்பினர்க்கும் தனித்தனிக் கோயில்கள் உள்ளன. கடந்த சுமார் இருபத்தைந்து ஆண்டுகளுக்கு முன்னர் வரையில், தமது நாடோடி வாழ்க்கை முறையின் ஓர் அங்கமான 'தங்கலுக்காக இவ்வூரில் கூடாரம் அமைத்துத் தங்கித் தொழில் நடத்திவிட்டுச் சில நாட்கள் கழித்துத் தமது முகாமை வேறு ஊருக்கு மாற்றிக்கொள்ளும் வழக்கத்தினராக விளங்கிய காட்டுநாயக்கர்கள், ஒரு கட்டத்தில் இவ்வூரிலேயே பின்னர் நிரந்தரக் குடியிருப்பை அமைத்துக்கொண்டனர்.

பொதுவாகக் காட்டுநாயக்கர்கள் 'ஜக்கம்மா' என்னும் பெண் தெய்வ வழிபாட்டினர். அதற்கு உருவவழிபாடு நடத்தப்படு வதில்லை. கோயில் என்னும் அமைப்பும் விலக்கப்பட்டது. ஒரு திண்டு போன்ற அமைப்பைச் சுற்றி இலந்தைமுள் வேலியிட்ட ஒரு பருவடிவம்தான் ஜக்கம்மா கோயில், ஒன்பது கம்பளத்தாரின் இடப்பெயர்வுக்கும் நித்திரவார் எனப்படும் குறிசொல்லிகளான காட்டுநாயக்கர்களின் தொழிலுக்கும், ஆதாரமாக அமைந்த குலதெய்வம் 'ஜக்கம்மா'. உருவி லித் தெய்வமான ஜக்கம்மாவுக்குக் கோயில் கட்டும்மரபு இல்லை. ஆதலால் கோயில் வழிபாட்டிற்கு வாய்ப்பளிக்கும் தெய்வமாகக் காளியைத் தேர்ந்தெடுத்துக் கோயில் கட்டி, அதற்குத் திருவிழா எடுக்கும் மரபைக் காட்டுநாயக்கர்கள் தொடங்கிவைத்துள்ளனர். விழா நாட்களில் அய்யரை அழைத்து வைதீக மரபின்படி பூசைகள் நடத்தச் செய்யும் வழக்கமும், அவர்களிடையே புகுந்துள்ளது. பொதுவாக நிலைக்குடிச் சமூகத்தினர் கொடைவிழா முதலிய கோயில் திருவிழாக்களை மூன்று நாட்கள் முதல் பத்துநாட்கள் வரையில் நடத்துவது மரபு. இம்மரபினையும் காட்டுநாயக்கர்கள் தம் சமயச் செயல்பாடுகளில் தம்வயப்படுத்தியுள்ளனர்.

காட்டுநாயக்கர்களைப் போலவே, நிலைக்குடிச் சமூகங்களின் பண்பாட்டுத் தாக்கத்திற்கு ஆட்பட்ட மற்றொரு நாடோடிச் சமூகம் 'பூம்பூம் மாட்டுக்காரர்' என்று பரவலாக அறியப்பட்ட பூவிடையர்களின் சமூகமாகும். கடலூர் மாவட்டம், குறிஞ்சிப்பாடியிலுள்ள பூவிடையர்கள்

மாரியம்மனுக்குக் கோயில் கட்டிக் கும்பாபிஷேகம் நடத்தினர். ஆண்டுதோறும் அம்மனுக்குக் கரகம் எடுத்துக் காப்புக் கட்டி, கஞ்சி வார்த்து விழா கொண்டாடுகிறார்கள். நிலைக்குடிகளின் அம்மன் கோயில் திருவிழாவில் இடம்பெறும் சடங்கியல் கூறுகளும், விழாக்கூறுகளும் அப்படியே பின்பற்றப்படுவதைக் காணமுடிகிறது.

குறிஞ்சிப்பாடியிலுள்ள பூவிடையார்களைப் போலவே, அவர்களில் ஒரு பிரிவினரான தாதர்கள் செய்யாறு, வட்டத்திற்குட்பட்ட புழுத்தை கிராமத்தில் உள்ள தங்கள் குடியிருப்பில் பெருமாளுக்குக் கோயில் எழுப்பியுள்ளனர். ஆண்டுதோறும் மாசி 'மகம்' நாளில் நடத்தப்படும் கோயில் திருவிழா அரைநாடோடிகளான தாதர்கள் அனைவரும் தவறாமல் ஊருக்குத் திரும்பிப் பங்கேற்கும் பண்பாட்டு நிகழ்வாக அமைகிறது. தொழில் நிமித்தமாக வெவ்வேறு ஊர்களுக்குச் செல்லும் தாதர்கள் ஆண்டுக்கு ஒருமுறை தம்முடைய ஊருக்குத் திரும்பி, ஊர்க்கூட்டத்தில் பங்கேற்பது என்பது, ஊர் சார்ந்த சமூக வாழ்க்கையின் ஒரு கடப்பாடாக இருந்து வந்தது. தற்போது, பெருமாள் கோயில் கட்டப்பட்டதற்குப் பின்னர், மாசித்திருவிழா அக்கூடுதலுக்கான முக்கிய தருணமாக அமைந்துவிட்டது. இவ்விழாவுக்காக ஒவ்வொரு குடும்பமும் குறிப்பிட்ட தொகையை வரியாகச் செலுத்துவது விதியாக்கப்பட்டுள்ளது. இவ்வழக்கம், நிலைக்குடி சமூகங்களின் கிராம வாழ்க்கையில் இன்றியமையாத தாக உள்ளது என்பது இங்கு நினைவுகூரத்தக்கது.

கிறிஸ்துவச் சமயத் தழுவலும் நாடோடியமும்

நிலைக்குடிப் பண்பாட்டுத் தாக்கத்திற்கு நாடோடிகள் தொடர்ந்து ஆட்பட்டு வருவதில் சமயக்கூறு முக்கிய பங்கு வகிக்கிறது என்பதற்கு மேற்கண்ட உதாரணங்கள் சான்று பகர்கின்றன. சைவ, வைணவ, நாட்டுப்புறச் சமயத்தாக்கத்தை அடுத்து, கிறிஸ்துவச் சமயத்தின் செல்வாக்கும் ஒரு சில நாடோடி குழுக்களிடம் இடம் பெற்று வருவதைப் பார்க்க முடிகிறது. கிறிஸ்துவ சமயப் புனிதர்களின் பெயர்களை ஆட்பெயராக இட்டுக் கொள்வது முதல், கிறிஸ்தவராகவே சமயத்தைத் தழுவிக் கொள்வது வரையில், கிறிஸ்துவ சமயப்பரவல்

அல்லது அதன் செல்வாக்கு நாடோடிகளிடம் இடம் பெற்று வருகிறது. திருநெல்வேலி மாவட்டம் தச்சநல்லூரில் அமைந்துள்ள காட்டுநாயக்கரின் குடியிருப்பு, இதற்குச் சிறந்த எடுத்துக்காட்டு. இங்குள்ள குடும்பத்தினர் அனைவரும் கத்தோலிக்க மதத்தைப் சேர்ந்தவர்கள். அவர்களுக்கென ஒரு ஆலயமும் எழுப்பப்பட்டுள்ளது. சமய மாற்றத்தின் விளைவாக இக்காட்டுநாயக்கர்கள் தம் குலத்தொழிலான குறிசொல்வதை விட்டுவிட்டுத் தட்டுமுட்டுச் சாமான்கள் விற்கும் சிறு வியாபாரிகளாக மாறியுள்ளனர். சிறுவர்கள் பள்ளிக்கல்விக்குத் திரும்பியுள்ளனர். நாடோடியத்தை முற்றிலும் கைவிட்ட நிலையை இக்காட்டு நாயக்கரிடம் பார்க்கிறோம்.

வெகுமக்கள் பண்பாடும் நாடோடிகளின் கலை மரபுகளும்

சில நாடோடிகளுடைய நிகழ்த்துக்கலை வடிவங்களில் வெகுமக்கள் ஊடகங்களின் செல்வாக்குக் கணிசமாக இடம் பெறத் தொடங்கியது. உதாரணமாகப் பூம்பூம் மாட்டுக்காரர்கள் தங்களுக்கென்று தனித்துவமாக இருந்த வாய்மொழி இசை, குழற்கருவி இசை, தோற்கருவி இசை போன்றவற்றில், தங்களை அடையாளப்படுத்திக்கொள்ளும் வகையில், ஒரு பாரம்பரிய இசை மரபினைத் தக்கவைத்திருந்தனர். ஆனால் இப்பாரம்பரிய இசைமரபில், காலப்போக்கில் வெகுமக்கள் ஊடகங்களின் தாக்கம் ஏற்படுவது தவிர்க்க முடியாததாயிற்று. அந்தந்தக் காலத்தில் நிலைக்குடிச் சமூக மக்களைக் கவர்ந்தமை போலவே, நாடகம், திரைப்படம், தொலைக்காட்சி, வானொலி உள்ளிட்ட ஊடகங்கள் நாடோடிக் கலைஞர்களையும் கவர்ந்தன. ஆனால், இதன் காரணமாக நாடோடிச் சமூகங்களின் கலைவடிவங்களில் அவற்றின் செல்வாக்கு பலநிலைகளில் ஏற்படுவதாயிற்று. ரவணா மேளம் முதலிய தோற்கருவிகளில், அவர்கள் பின்பற்றி வந்த தாளமுறைகளில் மெல்ல மெல்லச் சில மாற்றங்கள் புகுந்தன. அவற்றின் இடத்தில், திரைப்படங்களின் பின்னணி இசைக்குப் பயன்படுத்தப்பட்ட தாளக்கருவிகளின் அமைப்புகள் இடம்பெறத் தொடங்கின. அவ்வாறே நாதஸ்வரம் முதலிய குழற்கருவிகளின் இசை வடிவத்திலும், இத்தகைய மாற்றம் உற்று நோக்கப்பட்டது. அதாவது, அந்தந்தக் காலத்தில் நிலைக்குடி மக்கள் திரள் ஆர்வம் காட்டிய திரைப்படப் பாடல்களையே

தம் குழலில் வாசித்தார்கள். ஓரிரு தலைமுறைக்கு முன்னர், தேசிங்குராஜன் கதைப்பாடல் உள்ளிட்ட நாட்டார் பாடல் வடிவங்களிலிருந்து பாடல்களை எடுத்துப்பாடிய நிலை இருந்தது. இக்கலைஞர்களின் வழிவந்தவர்கள், பிற்காலத்தில், திரைப்படக் கவர்ச்சிக்கு ஆட்பட்டு, திரைப்படப் பாடல்களையே பாடத் தொடங்கினர். (ஆ. தனஞ்செயன், 2003 – 85)

நாடோடிகளின் கலை வடிவங்களில் நேர்ந்த இந்த உள்ளீடுகளின் மாற்றங்களுக்கு என்ன காரணம்? நாடோடிகளின் ஆதரவுச் சமூகம் எதன்பால் ஈர்க்கப்படுகிறதோ, அதன்பால் நாடோடிச் சமூகமும் ஈர்க்கப்படுகிறது என்னும் நியதியையே நாடோடிக் கலைஞர்களின் கலை வடிவங்களில் காணப்படும் வெகுமக்கள் ஊடகவழிக் கலை வடிவங்களின் தாக்கங்கள் வாயிலாக நாம் அறிந்துகொள்கிறோம். இம்மாற்றத்தின் ஊடாக, மற்றொரு வினாவும் எழுகிறது. அதாவது, அவர்கள் தங்களுடைய பண்பாட்டு ஊடகங்களில் எதையேனும் கைவிட்டுப் புதிய ஊடகங்களை – இசைக்கருவிகளைக் கையாளத் தொடங்கி னார்களா? என்பதே அக்கேள்வி. இயந்திரம் மற்றும் மின்னணுத் தொழில்நுட்ப வளர்ச்சியின் காரணமாகப் பல பாரம்பரிய நாட்டுப்புற நிகழ்கலை வடிவங்களில் காலந்தோறும் மாற்றங்களும் புதிய இசைக்கருவிகளும் புகுந்துள்ளன. அவ்வாறே, நாடோடிக் கலைஞர்களிடமும் புதிய இசைக்கருவிகள் புகுந்துள்ளனவா என்றால், பெரும்பாலும் இல்லை என்றே சொல்லலாம். பல நாடோடிக் குழுக்களின் வாழ்வியலில், நிலைக்குடிகளின் சிலவகைப் பண்பாட்டுக் கூறுகள் உள்வாங்கப்பட்டிருந்தாலும், அந்தந்தக் குழுக்களின் அடையாளங்களை முற்றிலும் இழந்துவிடும் வகையில், பண்பாட்டு உள்வாங்குதல் நடைபெறவில்லை என்பது குறிப்பிடத்தக்கது. நாடோடிக் குழுக்களின் அடையாளத்தை உருவாக்கி வைத்திருக்கும் பண்பாட்டுக் கூறுகளில், அவை அவற்றின் நிகழ்த்துக்கலை வடிவங்களும், இசைக்கருவிகளும் இன்றியமையாதவை, தலைமுறைத் தலைமுறையாகப் பலவகை இசைக்கருவிகளை நாடோடிகள் பயன்படுத்தி வருகின்றனர். எடுத்துக்காட்டாக, பூம்பூம் மாட்டுக்காரர்கள் (ரவணா மேளம், உறுமி மேளம்), சாட்டையடிக்கார நாயக்கர் (உறுமி மேளம்), காட்டுநாயக்கர் (குடுகுடுப்பை அல்லது சிறிய உடுக்கை), தாதர்

(சேகண்டி, சங்கு), சாதிப்பிள்ளை (வாங்கா என்னும் குழற்கருவி, வெண்டயம்) முதலிய நாடோடிக் குழுவினரின் இசைக்கருவிகள் அவரவர் அடையாளத்தைப் பாதுகாத்து வைத்திருப்பவை. அவற்றை அவர்கள் இதுகாறும் கைவிட்டதாகத் தெரியவில்லை. ஆயினும் சில நாடோடிகளுடைய இசைக்கருவிகளில், அவற்றை உருவாக்கும் கட்டுமானக் கூறுகளில் மட்டும் மாறுதல் ஏற்பட்டுள்ளது. உதாரணமாக, மட்பாண்ட வகைகளான கலயம், சட்டி போன்றவற்றைத் தங்களுடைய ரவணா மேளத்திற்குப் பயன்படுத்தி வந்த பூம்பூம் மாட்டுக்காரர்கள், அண்மைக் காலத்தில், அவற்றிற்குப் பதிலாக ஈயப்பாத்திரம், வெண்கலப்பாத்திரம் முதலியவற்றைப் பயன்படுத்தி வருகின்றனர். இந்த அளவிலேயே மாற்றம் நிகழ்ந்துள்ளது. ஒட்டுமொத்த மாற்றம் என்பது நிகழவில்லை.

பூம்பூம் மாட்டுக்காரர்கள் பொதுவாக ரவணா மேளம், உறுமிமேளம் முலிய தோலிசைக்கருவிகளையே இசைப்பவர்கள். ஆனால் குறிஞ்சிப்பாடி, சிதம்பரம் முதலிய சில வட்டாரங்களில் உள்ள சில குழுக்களிடம் தவுல் இசைக் கருவியை இசைக்கும் மரபு காணப்படுகிறது. தமிழகத்தில் இசைவெள்ளாளர், கம்பர் முதலிய சாதியினர் மட்டுமே பாரம்பரியமாக இசைத்து வரும் தவீல், நாதஸ்வரம் ஆகிய இசைக்கருவிகள், நாடோடிக் குழுவினரிடம் எந்தக் காலத்தில் புகுந்தன என்பதை அறிய முடியவில்லை. எனினும், நாடோடிகள் காலந்தோறும் நிலைக்குடிகளோடு ஏற்படுத்திக் கொண்டிருக்கும் தொடர்புகள் மூலம் பல பண்பாட்டுக் கூறுகள் உள்வாங்கப்பட்டிருக்கின்றன என்பதை வரலாற்று ரீதியாக அணுகிப் புரிந்துகொள்ள வேண்டிய தேவை இருக்கிறது.

நாடோடிகளின் வாழ்வியலில், நிலைக்குடிகளின் சமூக, பண்பாட்டுக் கூறுகள் எத்துணை அளவிற்கு உள்வாங்கப்பட்டிருக்கின்றன என்பது குறித்து, ஒரு சில தளங்களை மட்டுமே எடுத்துக்கொண்டு உரிய ஆதாரங்கள் வாயிலாக இக்கட்டுரையில் பேசப்பட்டுள்ளது. இப்பொருள் பற்றி மேலும் விரிவாக ஆராய்வதற்கு வாய்ப்புள்ளது. நிலைக்குடிச் சமூகங்களின் பண்பாட்டுத் தாக்கத்திற்கு நாடோடிகள் ஆட்பட்டிருந்தாலும், அச்சமூகங்கள், 'நாடோடியம்' என்னும் அச்சாணியை மட்டும் இழந்துவிடவில்லை என்பது

குறிப்பிடத்தக்கது. ஒருசில குழுக்களிடம், குறைந்த எண்ணிக்கை யிலான நாடோடிகளிடம் நிலைக்குடியத்தை நோக்கிய நகர்வு என்பது காணப்பட்டாலும், அம்மாற்றம் நாடோடிகள் பற்றிய வரலாற்றில் முக்கியத்துவம் வாய்ந்தது. இம்மாற்றத்திற்குப் பல காரணிகள் வித்திட்டிருக்கின்றன. மாற்றம் என்பது மாறாதது என்னும் விதிக்கு ஏற்ப, நாடோடிச் சமூகங்களில், நிலைக்குடிகளிடையே நடைபெறும் ஊடாட்டங்கள் வாயிலாக மாற்றங்களும் பண்பாட்டு உள்வாங்குதலும் தொடர்ந்து நடைபெற்றுக் கொண்டிருந்தாலும், அவர்களுடைய சமூகம் தாழ்ந்தது என்பதான நிலைக்குடிகளின் பார்வையில் என்னவோ இன்னும் மாற்றம் ஏற்படவில்லை.

நூலடைவு

இரத்தினபுகழேந்தி 2001: வன்னியசாதிப்பிள்ளைகள்,ஈக்காட்டுத் தாங்கல் – சென்னை: அண்ணல் வெளியீடு.

குளோரியாவீ.தாஸ், 2003: குளுவர், (பக்.274–281) தமிழகத்தில் நாடோடிகள், (பக்தவத்சல பாரதி, பதி,) புதுவை: வல்லினம்.

சிங்காரவேலுமுதலியார், ஆ. 1994,அபிதானசிந்தாமணி. புது டில்லி: ஏசியன் எஜிகேஷனல் சர்வீசஸ்

சேகர்சோ, 1991: பகல் வேடம்: ஒரு நடமாடும் நிகழ்கலைவடிவம்; மதுரை: அரசு பதிப்பகம்.

தனஞ்செயன், ஆ. 1988: பூவிடையர் வாழ்வியல். தூயசவேரியார் கல்லூரி, தமிழ்த்துறையின் வியாழன் வட்டக் கருத்தரங்கில் (15.11.1988ல் படிக்கப்பட்ட அச்சிடப்படாத கட்டுரை).

தனஞ்செயன், ஆ. 1989. பூவிடையர் நிகழ்த்துக்கலைகள். தஞ்சாவூர் தமிழ்ப் பல்கலைக் கழக நாட்டுப்புறவியல் துறை நடத்தியநாட்டார் நிகழ்த்துக்கலைகள் கருத்தரங்கில் (18-19.2.1989ல் படிக்கப்பட்ட அச்சிடப்படாத கட்டுரை).

தனஞ்செயன், ஆ. 2003: 'பூம்பூம் மாட்டுக்காரர்கள்' (பக். 67-87),தமிழகத்தில் நாடோடிகள், பக்தவத்சல பாரதி (பதி), புதுச்சேரி: வல்லினம்.

தனஞ்செயன், ஆ. 2004: பூம்பூம் மாட்டுக்காரர்கள்: நாடோடிமுறையின் தோற்றப் புராணமும் சபிக்கப்பட்ட வாழ்க்கையும், உரைமொழி, சென்னை: அகம் புறம்.

தனஞ்செயன், ஆ. 2006: விளிம்புநிலைமக்கள் வழக்காறுகள் – இனவரைவியல் ஆய்வு, புதுச்சேரி: வல்லினம்.

தனஞ்செயன், ஆ. 2003–2004: குறிசொல்லும் காட்டுநாயக்கர்கள் – ஓர் இனவரைவியல் அறிமுகம் in An Ethnographic Study on the Performing Art forms of the Nomadic communities with Special reference to Bhoom-BhoomMaattukkarar in Tamilnadu (Progress Report of the National Fellowship Project, submitted to SangeetNatak Akademi, New Delhi).

தனஞ்செயன், ஆ. 2016: நாட்டார் வழக்காறுகளும் வரலாறும்: நான்குவகை நிலைப்பாடுகள் (பக். 45–57), புதியஆராய்ச்சி இதழ் 05 – ஜனவரி– ஜூன் 2016, சென்னை: நியூ செஞ்சுரி புக் ஹவுஸ் (பி) லிமிடெட்.

திரிகூடராசப்பக் கவிராயர், 1957: திருக்குற்றாலக் குறவஞ்சி, மூலமும் உரையும், சென்னை: திருநெல்வேலித் தென்னிந்திய சைவசித்தாந்த நூற்பதிப்புக் கழகம், லிமிடெட்.

பக்தவத்சல பாரதி (பதி), 2003: தமிழகத்தில் நாடோடிகள், சங்க காலம் முதல் சமகாலம் வரை, புதுவை: வல்லினம்.

பத்மபாரதி, கரசூர், 2003: நரிக்குறவர், (பக். 180–196), தமிழகத்தில் நாடோடிகள், (பக்தவத்சல பாரதி,பதி.,), புதுவை: வல்லினம்.

பத்மபாரதி, கரசூர், 2004: நரிக்குறவர் இனவரைவியல், சென்னை: தமிழினி.

பன்னீர் செல்வம், மணி.கோ. 2009: குறவர் பழங்குடிகள்: இனவரைவியல் ஆய்வு, புதுவை: வல்லினம்.

பெருமாள், அ.கா., 2008: மண்டிகர் (பக். 88–98) தமிழகத்தில் நாடோடிகள் (பக்தவத்சல பாரதி, பதி.), புதுவை: வல்லினம்.

முத்தையா, இ. 2003: 'சாட்டையடிக்காரர்', தமிழகத்தில் நாடோடிகள், (பக். 218–225) பக்தவத்சலபாரதி (பதி), புதுச்சேரி: வல்லினம்.

முத்தையா, ஓ. 2003: 'நாழிமணிக்காரர்' தமிழகத்தில் நாடோடிகள், (பக். 112–129), பக்தவத்சலபாரதி (பதி), புதுச்சேரி: வல்லினம்.

ராஜநாராயணன், கி. 1993: கோபல்லகிராமம், சிவகங்கை: செல்மா.

Bascom, William, R. 1965: Four Functions of Folklore in Alan Dundes (ed.) The Study of Folklore, London: Prentice - Hall International, INC.

Binod.C.Agrawal, 1977 : 'Interaction Between Tribes and non-Tribes' (Pp. 118-140) in S.C. Dube (ed.) Tribal Heritage of India - Volume : 1, New Delhi: Vikas Publishing House PVT. LTD

Brunvand, J.H., 1973: They Study of American Folklore: An Introduction. New York/ w.w. Norton & Company INC.

Dance, Daryl Cumber, 1978: Shuckin and Jivin: Folklore from Contemporary Black Americans, Bloomington: Indiana University Press.

Denielson, Larry, 1996: The Folklorist, The Oral Historian and Local History (Pp. 187-198), in Oral History: An Interdisciplinary Anthology, Walnut Creek: AltaMira Press.

Dhananjayan, A., 2007: The Curse and Absolution: A Study on the origin myths among Nomads with special reference to Boom-Boom Mattukkaarar Community, Indian Folklore Research journal, Vol.4, No.7, Chennai:4. National Folklore Support Centre.

Dhananjayan, A. 2010: God, King and Nomads: Oral Narratives and Folk History, (Pp. 65-76), South Indian Folklorist, No.9, Palayamkottai: FRRC.

Dorson, Richard, 1996: The Oral Historian and the Folklorist (Pp283-291) in Oral History: An Interdisciplinary Anthology Walnut Creek: AltaMira Press.

Dunaway, David, K., Baum. Willa, K. (Editors), 1996: Oral History: An Interdisciplinary Anthology, Walnut Creek: AltaMira Press.

Dundes Alan, 1971: Folk Ideas as Units of World view, The Journal of American Folklore, Vol. 84, No. 331, Toward New Perpectives in Folklore (Jan - Mar., 1971), Pp93-103, American Folklore Society.

Ferraro, Gary, P. 1992: Cultural Nathroplogy: An Applied Perspective, Saint Paul: West Publishing Company.

Fetterman, David M. 1989: Ethnography Step by Step, New Delhi: Sage Publications.

Gary Y. Okihiro, 1996: Oral History and the Writing of Ethnic History (199-214) in Oral History An Interdisciplinary Anthology, Walnut Creek: Altamira.

Greetz, Clifford: 1968: "Ethos, word view and Analysis of sacred symbols" in Alan Dundes (ed.) Every man His way, New Jersy: Prentice Hall.

Haviland, William A. 1978: Anthropology. New York: Holt, Rinehart and Winston.

Herskovits, Melville J. 1958: Cultural Anthropology, New Delhi: Oxford & IBH Publishing Co.

Kluckhohn, Clyde. 1970: Mirror for man. A Survey of Human Behaviour and Social Attitudes, Greenwich: Fawcett Publication.

Malinowski, Bronislsaw, 1979: The Role of Magic and Religion in Willam A. Lessa, Evon Z. Vogt (eds), Reader in Comparative Religion: An Anthropological Approach, London: Harper & Row Publishers.

Montell Lynwood, 1970: The Saga of Coe Ridge: A Study in Oral History, Knoxville: University of Tennessee Press.

Montell Lynwood, 1996: "Preface of the Saga of Coe Ridge" (Pp175-186) in Oral History: An Interdisciplinary Anthology Wanlut Creek: Altamira Press.

Pramanik, S.K. 1993: Fishermen Community of Coastal Villages in West Bengal. New Delhi: Rawat Publications.

RaoAparna and Michael J. Casimir, (editors) 2003; Nomadism in south Asia, New Delhi :Oxford University press.

Robort Perks and Alistair Thomson (eds), 1998: The Oral History Reader New York: Routledge.

Saltzman, Rachelle H. 1997: 'Folk History' (Pp. 448-454) in Folklore an Encyclopedia of Beliefs, Customs, Tales, Music and Art. Santa Barbara:B

Seymour - Smith Charlotte, 1986: Macmillan Dictionary of Anthropology London: The Macmillan Press Ltd.

Sokolov, Y.M, 1950: Russian Folklore, New York: The Macmillan Company,

Singhal, 1982: Gypsies: Indian in Exile, Meerut: Archana Publications.

ThaparRomila, 2000: Cultural Pasts Essays in Early Indian History, New Delhi: Oxford University Press.

Toelken, Barre, 1996: "Cultural Worldview" Dynamics of Folklore (revised and expanded edition), Logan: Utah State University Press.

Thurston, Edgar - Rangachari. K, 1909: Castes and Tribes of Southern India (Vol. II). Madras: Government Press.

Vander Zanden, James W. 1996: Sociology: The Core, New Delhi: McGraw-Hill, Inc.

Vansina Jan, 1985: Oral Tradition As History, Wisconsin: The University of Wisconsin Press.

Young Michael, W. 1979: The Ethnography of Malinowski: The Trobriand Islands 1915-18, London: Rouledge-Kegan Paul Ltd.

குறிப்புகளுக்காக...